'उपयोजित समीक्षा : लक्षणे आणि पडताळणी' या ग्रंथासाठी साहित्य परिषदेच्या रा. श्री. जोग पुरस्काराने सन्मानित २००२-०३

अभिप्राय

'उपयोजित समीक्षेची दिशा आणि दृष्टी'
                    दैनिक केसरी, २-५-२००४

साहित्यकृतींची बहुअंगांनी समीक्षा
                    दैनिक लोकमत, २५-१२-२००५

समीक्षेचा उत्तम नमुना
                    दैनिक तरुण भारत, मुंबई, २८-९-२००३

विविध दृष्टिकोनांतून साहित्याचा अभ्यास
                    दैनिक सकाळ, पुणे, २७-४-२००३

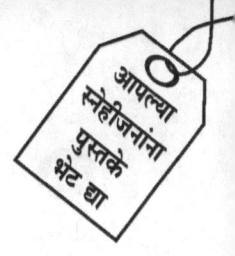

उपयोजित समीक्षा :
लक्षणे आणि पडताळणी

डॉ. अरविंद वामन कुळकर्णी

मेहता पब्लिशिंग हाऊस

Please contact us at **Mehta Publishing House,** Pune.
✆ +91 020-24476924 / 24460313
Email : production@mehtapublishinghouse.com
Website : www.mehtapublishinghouse.com

- *या पुस्तकातील लेखकाची मते, घटना, वर्णने ही त्या लेखकाची असून, त्याच्याशी प्रकाशक सहमत असतीलच असे नाही.*

UPYOJIT SAMIKSHA LAKSHANE ANI PADTALANI by
Dr. ARVIND KULKARNI

उपयोजित समीक्षा : लक्षणे आणि पडताळणी : डॉ. अरविंद कुळकर्णी / समीक्षात्मक लेखसंग्रह

Email : author@mehtapublishinghouse.com

© सुमित्रा अरविंद कुळकर्णी

प्रकाशक : सुनील अनिल मेहता, मेहता पब्लिशिंग हाऊस,
१९४१, सदाशिव पेठ, माडीवाले कॉलनी, पुणे - ४११०३०.

मुखपृष्ठ : चंद्रमोहन कुलकर्णी

प्रकाशनकाल : मार्च, २००३ / पुनर्मुद्रण : जून, २०१९

P Book ISBN 9788177663525
E Book ISBN 9789353172800
E Books available on : play.google.com/store/books
www.amazon.in

बाळकृष्ण त्रिंबक राळे (निवृत्त सहायक आयुक्त, मुंबई पोलीस)
आणि कमलाबाई बाळकृष्ण राळे —
वास्तविक मी तुमचा भाचा, पण तुम्ही माझ्यावर
मुलासारखे प्रेम केले —

प्रास्ताविक

उपयोजित समीक्षा म्हणजे एखाद्या साहित्यकृतीचे मर्मदर्शन घडवू पाहणारा एखादा झरोकाच होय. त्यात साहित्यविषयक सिद्धान्तांची चर्चा येत नाही; पण अशा सिद्धान्तांचा आधार उपयोजनेला आवश्यक असतो. आधारभूत सिद्धान्तांचे स्वरूपही साहित्यकृतीगणिक उपयोजकाला बदलून घ्यावे लागते. शेवटी प्रत्येक साहित्यकृती ही कुठल्या तरी 'प्रकारा'तून अस्तित्वात येत असते. प्रकारातील विभागणी मान्य असो वा नसो, उपयोजकाला त्या त्या साहित्यकृतीचा 'प्रकारा'सह विचार करावा लागतो. साहित्याच्या एकंदर स्वरूपाविषयी सांगितली जाणारी काही सूत्रे- उदा. 'काव्यं ग्राह्यं अलंकारात्। सौंदर्यम् अलंकार:' किंवा 'ध्वनि: आत्मा काव्यस्य' - तिथे वापरून चालत नाही. तिथे कादंबरीचा 'कादंबरी' म्हणून किंवा 'नाटका'चा 'नाटक' म्हणून काही सैल, लवचिक नियमावलीच्या आधारे विचार करावा लागतो.

तसेच साहित्यकृतीच्या 'आशया'चे त्याला नेमके निदान करावे लागते. म्हणजे आशयाचे स्वरूप सामाजिक वगैरे आहे किंवा कसे हे लक्षात घ्यावे लागते. प्रकार एकच असून कादंबरी किंवा नाटक भिन्न आशयाचे प्रवर्तन करू शकते. ऐतिहासिक कादंबरी किंवा नाटक समोर असेल तर उपयोजकाला ऐतिहासिक वास्तवाचा धांडोळा घ्यावा लागतो. अशीच दृष्टी साहित्यातील वाद, संप्रदाय, पंथ यांच्याही बाबतीत त्याला ठेवावी लागते. चंद्रशेखर कवींच्या 'अभिजातवादी' कवितेचे मर्मग्रहण करताना 'स्वच्छंदवादी' माधव जूलियनांबाबत वापरली जाणारी सूत्रे तो वापरू शकत नाही. तसे केशवसुत आणि तांबे एकाच संप्रदायात मोडणारे असले तरी त्यांच्या कवितेच्या आस्वादास शब्दरूप देताना त्याला जीवनवाद आणि कलावाद यांचे भान ठेवावे लागते. या साऱ्याच ठिकाणी साहित्य म्हणजे काय याविषयीची एक पक्की जाणीव त्याच्या ठिकाणी असावीच लागते. तीशिवाय चालत नाही. पण तीच उचलून सापळ्यासारखी तो सर्वत्र लावू शकत नाही. वापरासाठी या मुख्य जाणिवेच्या आधारे त्याला भिन्न भिन्न साहित्यकृतींसाठी भिन्न भिन्न आडाखे बेतणे आवश्यक असते. मगच तो शोकांतिकेबद्दलचे मूळ सिद्धान्त बाजूला ठेवून ग्रीक शोकांतिका, शेक्सपिअरी

शोकांतिका, इब्सेनी शोकांतिका किंवा युजिन ओनिलने प्रवर्तित केलेली शोकांतिका अशी गट-वैशिष्ट्ये लक्षात घेऊन रसग्रहणासाठी समोर घेतलेल्या एखाद्या 'एकच प्याला' किंवा 'बेबंदशाही' किंवा 'सखाराम बाईंडर' यांच्याबाबतीत लागू पडतील अशा साहित्यकृतिविशिष्ट आडाख्याची उपयोजना करू शकतो. गणिताच्या परिभाषेत सांगायचे तर हा सारा मामला Pure आणि Applied Mathematics सारखा आहे. समीक्षेच्या एकूण व्यवहाराला जशी शुद्ध सैद्धान्तिक चर्चेची आवश्यकता असते तशीच स्फुट स्वरूपातील उपयोजित चर्चेची. सैद्धान्तिक चर्चाच उपयोजनेत आवश्यक असणाऱ्या मुद्द्यांची रसद पुरवीत असते. मग अशी चर्चा सुट्यासुट्या साहित्यकृतीबद्दलची असो किंवा एखाद्या लेखकाच्या संपूर्ण लेखनकार्याबद्दलची असो.

मराठीत जुन्या काळी श्रीपाद कृष्ण कोल्हटकर यांनी 'तोतयाचे बंड' किंवा 'विक्रम-शशिकला' या नाटकांची केलेली विस्तृत चिकित्सा उपयोजित समीक्षेचेच उदाहरण आहे. प्रा.वा.ल.कुलकर्णी यांच्या 'हरिभाऊंच्या सामाजिक कादंबऱ्या' आणि 'श्रीपाद कृष्ण : वाङ्मयदर्शन'- मध्ये उपयोजित समीक्षेच्या अंगभूत गुणांचे नेमके दर्शनच घडते. माधव आचवल आणि गंगाधर गाडगीळ ही अशीच उपयोजित समीक्षेचा झरोका सूक्ष्म आणि संपन्न करणारी नावे होत. अलीकडे डॉ. म. सु. पाटील यांनी 'इंदिरा यांची काव्यसृष्टी' हा ग्रंथ प्रसिद्ध केला आहे. त्यांच्या समीक्षेची जातकुळी आदिबंधात्मक असली तरी ती उपयोजित समीक्षाच आहे. आणि कमालीची खोल आहे. असे बरेच उपयोजित समीक्षा-लेखन मराठीत झालेले दिसते. भिन्न भिन्न भूमिका आणि पद्धती यांनी ते सजलेले असल्यामुळे त्यात एकसुरीपणाही नाही. त्याचा परीघही संतसाहित्यापासून आधुनिक साहित्यापर्यंत विस्तारलेला आहे.

तसे पाहायला गेले तर वृत्तपत्रे आणि नियतकालिके ही प्रामुख्याने उपयोजित समीक्षेचे प्रमुख वाहक होत. वृत्तपत्रांच्या साप्ताहिक पुरवण्या आणि मासिके यात नेहमीच पुस्तक-परीक्षणाला आवर्जून स्थान मिळताना दिसते. पण तिथे परिचय, अभिप्राय, विश्लेषण किंवा धावते परीक्षण अशा तुलनेने जुजबी गोष्टींना महत्त्व दिले जात असल्याचे जाणवते. साहित्यकृतीगत सौंदर्याचे मार्मिकपणे दर्शन घडविणे तिथे होतेच असे नाही. ही उणीव अनेक वाङ्मयीन नियतकालिके

भरून काढताना दिसतात. पण अशी नियतकालिके तुलनेने कालही कमी होती आणि आजही कमी आहेत. साहित्यकृतीबद्दलचे कुतूहल चाळविणे इतकाच तिथे हेतू नसतो. त्या त्या साहित्यकृतीला तिच्या स्वरूपानुसार आणि योग्यतेनुसार न्याय द्यायला हवा अशीच भावना त्यामागे असते. म्हणून तिथे कुणाहीकडून एखाद्या साहित्यकृतीबद्दल मर्यादित, अल्प शब्दसंख्येत काही लिहवून घेणे नसते. तसेच एखाद्या साहित्यकृतीबद्दल कमी-जास्त किंवा उथळ-खोल अशी फक्त माहितीही देणे नसते. आज मराठीत नवभारत, प्रतिष्ठान, अन्तर्नाद, म.सा.पत्रिका, युगवाणी, ललित इत्यादी काही मोजकी नियतकालिके आणि प्रसंगपरत्वे प्रसिद्ध केल्या जाणाऱ्या काही साहित्यविषयक स्मरणिका यातून बऱ्यापैकी उपयोजित समीक्षा लिहिली जात असल्याचे जाणवते. अधिकारी समीक्षकांकरवी केले जाणारे लेखन हे त्याचे प्रमुख कारण होय. आणि अधिकाराचा प्रश्न आला की प्रस्थापित वा नवोदित असा भेद राहात नाही.

उपयोजित समीक्षेबाबत वाद, संप्रदाय, प्रवाह, प्रकार अशी साहित्यकृतीची जातकुळी तपासून एखादी नियमावली सिद्ध करणे, तिच्या आधारे मूल्यमापन, तुलना यांचीही मदत घेऊन त्या कृतीच्या मर्माचा शोध घेणे हे काम होत असते. यात समीक्षकाची 'भूमिका' महत्त्वाची असते असे सांगण्यात येते. एका मर्यादेपर्यंत ते खरेही आहे; पण अशा घट्ट भूमिकेमुळे एखाद्या साहित्य कृतीवर अन्यायही होण्याचा संभव असतो. म्हणजे कलावादी निष्ठा असणाऱ्या डॉ. सुधीर रसाळ यांच्यासारख्या समीक्षकाला एखाद्या दलित वा स्त्रीवादी साहित्यकृतीतील जीवनवाद अ-कलात्मक वाटू शकतो. या उलटही होऊ शकते. पण यामुळेही फारसे बिघडते असे वाटत नाही. उलट उपयोजित समीक्षेला बळच चढू शकते. समीक्षक आणि साहित्यकृती यामागील अशा प्रकारचे भूमिका-द्वंद्वही तिला एक वेगळे परिमाण देऊ शकते. पण तरीही आपण इथे असे म्हणावे की समीक्षकाने साहित्यकृतीचा नेमका पिंडधर्म लक्षात घेऊन, आपली विरोधी असेल तर ती भूमिका थोडी मुरडून उपयोजित समीक्षा सिद्ध करावी!

खरा प्रश्न उभा राहतो तो समीक्षा पद्धतींच्या अवलंबनात. तिथे समीक्षकाची भूमिकाच कार्यकारी होते असे सर्वसाधारणपणे समजले जाते. पण हे खरे नव्हे. आणि खरे असेल तर खरोखरच साहित्यव्यवहाराच्या संदर्भात ते चिंतनीय म्हणायला

हवे. अशी आपल्या भूमिकेला घट्ट धरून केली जाणारी अभिनिवेशी उपयोजित समीक्षा, अल्प प्रमाणात का होईना पण, दिसते हे खरे. अनेकदा तिच्यामागे काही व्यक्तिगत कारणेही असतात. पण अशी समीक्षा मूल्यनिर्धारित नसल्यामुळे टिकाऊ वा उल्लेखनीय होत नाही.

जरासे खोलात उतरले की लक्षात येते, उपयोजित समीक्षेच्या संदर्भात समीक्षक, त्याची भूमिका, त्याला मान्य असणारी नियमावली या गोष्टी फारशा महत्त्वाच्या नसतात. तर साहित्यकृती आणि तिची मागणी हीच महत्त्वाची बाब असते. प्रत्येक साहित्यकृती तिच्या मर्मसौंदर्याचे विश्व विशिष्ट झरोक्यातून पाहणाऱ्या डोळ्यांनाच दाखविणे पसंत करते. असा नेमका झरोका ओळखणे हे समीक्षकाचे काम होय. शेक्सपिअरच्या 'हॅम्लेट' वर पुष्कळ उपयोजित समीक्षा झाली. पण जारकर्म करणाऱ्या आणि त्यासाठी आपल्या पतीचा खून करणाऱ्या आईला हॅम्लेट फक्त शाब्दिक समज देण्यावरच का थांबतो; त्या कृत्यात सहभागी असणाऱ्या चुलत्याला देहदंड देण्याची व्यवस्था करतो तसे आपल्या आईबाबत का वागत नाही याचे तर्काच्या आधारे कारण उपलब्ध होऊ शकले नव्हते. हे सूत्र कोणत्या झरोक्याची सूचना देते हे डॉ.जोन्स या समीक्षकाने नेमकेपणी हेरले आणि त्याने मानसशास्त्रीय समीक्षेचा झरोका नक्की केला. सिग्मंड फ्राईडच्या मांडणीचा आधार घेत नेणिवेचा प्रांत धांडोळला आणि ओडिपस कॉम्प्लेक्स/ इलेक्ट्रॉ कॉम्प्लेक्स ही सूत्रे प्रकाशात आणली. हॅम्लेटच्या त्या तशा वागण्याचे कारणही स्पष्ट झाले. हरीभाऊ आपटे यांच्या सामाजिक कादंबऱ्या, श्री. व्यं. केतकरांच्या कादंबऱ्या किंवा आजचे दलित वा स्त्रीवादी साहित्य समाजशास्त्रीय किंवा सामाजिक जीवनवादी झरोक्याची मागणी करते असे दिसते. बालकवी, ग्रेस यांची कविता आस्वादक समीक्षेच्या झरोक्याची अपेक्षा करताना दिसेल तर इंदिरा संत, स्वातंत्र्यवीर सावरकर यांची कविता आस्वादक समीक्षेप्रमाणेच चरित्रात्मक समीक्षेच्या झरोक्याचीही. तेव्हा कोणत्या समीक्षापद्धतीची आपल्याबाबत केली जाणारी योजना योग्य व अर्थपूर्ण ठरेल हे खरे तर ती ती साहित्यकृतीच ठरविते असे म्हणता येईल. फक्त तिची मागणी काय आहे हे लक्षात घेण्याचे काम उपयोजकाने करावयाचे असते. ही तशी सहज समजेल आणि तर्काच्या चिमटीत सापडेल अशी बाब नव्हे. तिची भिस्त साहित्यकृतीच्या आपल्याला भावणाऱ्या

स्वरूपावर किंवा प्रतीतीवर असते. म्हणजे तिथे संदेहाला जागा असू शकते. तशी ती प्रतीतीवर आधारलेल्या आणि सौंदर्यानुभवांची देवाण-घेवाण करणाऱ्या सर्वच ललित कलांत असते. म्हणजे तिथे एकाहून अधिक झरोकेही आकलनाबाबत उपलब्ध होऊ शकतात. मर्ढेकर, अनिल, कुसुमाग्रज, विंदा करंदीकर यांची कविता सामाजिक आणि आस्वादक अशा दोन्ही झरोक्यातून निरखिता येते. तशीच गोखले-गाडगीळ यांची नवकथाही. शिवाय अनेक लेखक कवींच्या बाबतीत असा अनुभव येतो की एखाद्याच झरोक्याचा वापर त्यांच्या बाबतीत अन्यायकारक होतो. खरे तर मुक्ततेच्या वरद हस्तातून जन्मलेली प्रत्येक ललितकला ही स्वभावतःच स्वतंत्र आहे. तिला बळेबळे एखाद्याच सूत्रात जखडणे अनैसर्गिक म्हणून अन्यायाचेच आहे. तिचा प्रकृतिगत स्वतंत्रतेचा कल लक्षात घेऊन, तिला अनेकविध संदेहांचा फायदा देत, उपयोजित समीक्षेने आपली मोर्चेबांधणी करायला हवी. अगदी 'कलावाद' अमान्य असला तरी 'जीवनवादा'नेही कलेचे हे 'स्व-तंत्र' ध्यानी ठेवायला हवे, उलट 'जीवनवाद' अमान्य असणाऱ्यांनीही साहित्यकलेची आशयप्रधानता, भाषा या मूलद्रव्याची सामाजिकता ध्यानी ठेवायला हवी. यामुळे एक होईल की कलामूल्ये म्हणजे काही परकी किंवा जीवनमूल्यांचे कलामूल्यात रूपांतर अशक्य असे वाटत राहणार नाही. परिणामी उपयोजित समीक्षा साहित्यकृतीचे एकांगी आकलन थांबवील. तीमधील लौकिक व अलौकिक अशा घटकांच्या मानल्या जाणाऱ्या सीमारेषा विरळ करू शकेल. टोकाला जाऊन साहित्यकृतीला अनन्यसाधारणत्व देणारा कलावाद आणि तसाच तिला टोकाला जाऊन सामाजिक दस्तैवज बनवू पाहणारा जीवनवाद उपयोजित समीक्षेच्या पातळीवर हातात हात घालून कुठे तरी एकत्र येऊ शकतात असे म्हणता येईल. चांगली उपयोजित समीक्षा नसल्यामुळे किंवा तिच्याकडे दुर्लक्ष केल्यामुळे संस्कृत काव्यशास्त्र केवळ सैद्धांतिक पातळीवरच कसे फिरत राहिले आणि तिथेही तपशिलाच्या अंगानेच कसे विस्तारत गेले हे सर्वश्रुत आहे. 'अलंकार' या संकल्पनेचे एखादे उदाहरण पुरेल. साध्या शब्दार्थाला काव्यार्थाची पातळी प्राप्त करून देणारा संस्कार ही अलंकाराबद्दलची प्रारंभीची सैद्धांतिक संकल्पना. पण पुढे शब्दालंकार व अर्थालंकार असा तपशील-भेद सांगणारा विचार पुढे आला आणि मग त्यांची संख्या किती या चर्चेनेच अलंकार- ग्रंथ भरू लागले. किरकोळ स्फुट उदाहरणाखेरीज वक्रोक्ति,

रीती, ध्वनी वगैरे कुठल्याही पर्यायाने (किंवा संप्रदायाने) आपल्या मताच्या उपयोजनेचा मार्ग स्वीकारला नाही. तसे झाले असते तर संस्कृत काव्यशास्त्राच्या उत्तरार्धात आज जो फक्त विस्तार दिसतो तो न दिसता विकास दिसला असता!

साहित्यकृतीच्या समीक्षापद्धतीच्या मागणीबाबतही ती ओळखण्यात समीक्षकाच्या भूमिकेचा, त्याच्या निष्ठेचा भागही कार्यकारी असतो हे खरे. पण कुठे तरी समीक्षकाने आपले आग्रह बाजूला ठेऊन साहित्यकृतीच्या मागणीचा वस्तुनिष्ठ विचार करायला हवा. नाहीतर त्याची समीक्षा 'लादनात्मक' होऊ शकेल. अनेकार्थता किंवा सूचकता हेच जिचे सामर्थ्य आहे अशा श्रेष्ठ साहित्यकृतीबाबत नेमकी वस्तुनिष्ठा काय याचाही सुगावा लागणे अशक्यप्राय असते.

पण उपयोजित समीक्षेला तिथे काही तरी पाया हा कल्पावाच लागतो आणि तो पटवून द्यावा- (convince करावा) लागतो. गोव्याच्या प्रा. नाडकर्णी यांनी बालकवींच्या 'औदुंबर' या कवितेवरील दोन डझनावर लिहिले गेलेले उपयोजित समीक्षालेख एकत्र करून पुस्तकरूपाने प्रसिद्ध केले आहेत. अनेकविध झरोक्यांना आवाहन करण्याचे कवितेचे सामर्थ्य त्यात जाणवते, तसेच प्रत्येक झरोक्याचे स्वत:ला अर्थपूर्ण म्हणून पटवून देण्याचेही!

आस्वादक समीक्षेबाबत थोडे वेगळे लिहायला हवे. कारण एका दृष्टीने पाहता ती सर्वसमावेशक पद्धती म्हणता येईल. कारण साहित्यकृतीचा आस्वाद हे साध्य मनात ठेऊन उपयोजिली जाणारी ती समीक्षा होईल. 'लेखन ते चरित्र' असा मार्ग स्वीकारणारी आणि साहित्य कृतीची संगती लावण्यासाठी लेखकाच्या चरित्राकडे वळविणारी चरित्रात्मक पद्धती किंवा साहित्यकृतीची निर्मिती व्यक्तिमनातून होत असली तरी व्यक्तिमनाची निर्मिती वा जडण-घडण समाजच करीत असतो असे मानून वंश (race), प्रसारमाध्यमे (melieu) आणि युगधर्म (moment) या सूत्रांच्या आधारे साहित्यकृतीची सामाजिक दस्तैवजासारखी तपासणी करणारी समाजशास्त्रीय पद्धती किंवा 'पाया आणि इमला' या सूत्राच्या आधारे वर्गकलह-जन्य शोषण प्रक्रियेचा साहित्यकृतीत शोध घेणारी मार्क्सवादी पद्धती किंवा साहित्य व समाज यांच्या वाटचालीतील स्थित्यंतरांचा, परस्परांवरील परिणामांचा शोध घेत साहित्यकृतीचा अन्वयार्थ लावू पाहणारी ऐतिहासिक पद्धती- इत्यादी सर्व पद्धतींची नियमजनित चाकोरी पृथक् स्वरूपात निश्चित केली गेली असली

तरी त्याद्वारा घेतला जात असतो तो आस्वादच. आणि आस्वादकाच्या बाबतीत सजग संवेदनशीलतेची, जागृत कल्पनाशीलतेची, निर्मितिक्षम रसिकतेची आणि डोळस अभिरुचिधारकाची अपेक्षा केली जाते. फक्त फरक येतो तो भूमिका आणि मार्गनिष्ठा यांच्या वेगळेपणाबाबत. इतकेच नव्हे तर उपयोजित समीक्षेच्या आधारावरच कवी आणि आस्वादक एकाच पातळीवर येत असतात. त्यांच्यातला फरक सांगताना असे म्हटले जाते की कवी म्हणजे बोलका आस्वादक आणि आस्वादक म्हणजे मुका कवी!

तेव्हा अर्थदृष्ट्या आस्वादक समीक्षेचा वावर सर्वच पद्धतीत असलेला दिसतो. पण असे दिसते की या समीक्षापद्धतीची नाळ कलावादाशी जोडली गेलेली आहे. कलाव्यवहार म्हणजे जीवननिरपेक्ष अशा एका सौंदर्यानुभवाची देवाण-घेवाण हा सिद्धांत स्वीकारलेला असल्यामुळे आणि कांटपासून त्याच्या विश्वचैतन्यवादी सौंदर्यवाद्यांच्या परंपरेवर श्रद्धा ठेवलेली असल्यामुळे केवळ कलामूल्यांच्या आधारावर एखाद्या साहित्यकृतीची (किंवा लेखकाची) तिच्या / त्याच्या कलात्मक परिघात राहून केलेली शोधयात्रा असे तिचे स्वरूप नक्की झालेले आहे. आशय आणि अभिव्यक्ती यांच्या अद्वैतातून सिद्ध झालेले त्या साहित्यकृतीचे रूप हाच तिचा शोध विषय. साहित्यकृती म्हणजे आशयाची संघटना आणि (ऐंद्रीय घटकरूपी) आविष्काराची संघटना यांच्यातील ऐकात्म्य असे म्हटले तर या दोन संघटनांतील नाते औचित्याचे, साहचर्याचे किंवा सहकार्याचे आहे की नाही हेच तपासणे. साहित्यकृतीतील भिन्न भिन्न घटक, त्यांचे परस्परसंबंध, परस्परांवर आणि शेवटी एकंदर साहित्यकृतीवर ते करीत असलेला परिणाम ध्यानात घेणे आणि आणून देणे अशी काहीशी या समीक्षापद्धतीची निश्चित केली जाणारी कार्यप्रणाली म्हणता येईल.

Wilburn Scott या समीक्षकाने त्याच्या Five Approaches to Literature या ग्रंथात रुपवादी समीक्षेबद्दल जे म्हटले आहे ते जसेच्या तसे इथे लागू होईल असे वाटते. त्याच्या मते व्हिक्टोरिअन व नवअभिजातवाद्यांचा नैतिकतेचा आग्रह, लेखकाचे चरित्र व ऐतिहासिक/वाङ्मयीन परंपरा यांचा केला जाणारा विचार, संस्कारवाद्यांनी (Impressionist) दिलेली मुक्ततेची सनद, मार्क्सवादी व मानसशास्त्रवादी यांचे विशिष्ट आग्रह या सर्वांवरील प्रतिक्रिया म्हणजे १९३०

च्या सुमाराला सिद्ध होत गेलेली रूपवादी पद्धती होय. T.S. Eliot च्या मते सामाजिक, धार्मिक, नैतिक, राजकीय कल्पनांशिवाय कलेकडे फक्त कला म्हणून पाहिले पाहिजे. यांच्या फार आधी होऊन गेलेल्या कोलरिज या कवी-समीक्षकाने साहित्यकृतीबाबत सेंद्रीय एकसंधत्वाची कल्पना मांडली आहे. त्याच्या मते अनेक घटकांतून संभवलेली एक अर्थपूर्ण एकात्मसंघटना म्हणजेच साहित्यकृती (किंवा कलाकृती). या सर्वांच्याही फार फार आधी ॲरिस्टॉटलने कलाकृतीच्या प्राणिशरीर-सदृशतेचा विचार मांडलेला आहेच!

यातूनच विकसित झाली ती आस्वादक समीक्षा पद्धती. यात साहित्यकृतीचा केवळ साहित्यकृती म्हणून विचार करणे अपेक्षित आहे. समीक्षकाची भूमिका सौंदर्यास्वादी रसिकाची. त्याने त्या साहित्यकृतीचा आस्वाद घेताना साहित्यबाह्य अशा (जीवनमूल्यांत मोडणाऱ्या) सूत्रांचा विचार करायचा नाही किंवा आधार घ्यायचा नाही. त्या त्या साहित्यकृतीत साक्षात् होणारा सोंदर्यानुभव आणि त्याचा होणारा एकसंध परिणाम त्याने लक्षात घ्यायचा. लेखकाच्या अनुभवाच्या अनुभवपणात रस घेणे, त्या अनुभवातील जीवनलक्ष्यी घटकांचा फारसा विचार न करणे, अनुभवासाठी अनुभव अशी भूमिका घेणे तिथे असायला हवे. त्यामुळे साहजिकच या समीक्षेत कलाकृतीतील अन्तर्बाह्य सुसंगती, प्रमाणबद्धता, घटकरचनेतील औचित्य, उपयोगशून्यता, नाविन्य, सेंद्रीय एकत्व, अनेकतेत एकता, अनेकार्थता, पदसंदर्भता, विरोधाभासात्मकता इत्यादी कलामूल्यांची मानदंड म्हणून योजना केली जाताना दिसते. याबाबतीत श्रीपाद कृष्ण कोल्हटकर यांनी त्यांच्या काळी विश्लेषणपर आस्वादक (कलावादी) समीक्षा उपयोजिलेली दिसते. अलीकडच्या काळात माधव आचवलांसारख्यांनी संश्लेषणपर आस्वादक समीक्षा हाताळलेली दिसते. गंगाधर गाडगीळ, वसंत दावतर, सुधीर रसाळ अशी आणखी काही नावे.

पण भाषा हे मूलद्रव्य असलेले साहित्य ही आशयवादी कला होय. जीवनमूल्यांचा विचार केल्याशिवाय तिला योग्य तो न्याय मिळणार नाही. तेव्हा जीवनदर्शन, त्याची पृथगात्मकता, सखोलपणा, उत्कटता, व्यापकता यासारखी जीवनमूल्यात मोडणारी सूत्रे लक्षात घेणे योग्य ठरते. यावर सौंदर्यशास्त्राचा आधार घेत कलावादी भूमिका असे म्हणू शकते की लौकिक घटकांची अलौकिक

नियमानुसार बांधलेली संघटना म्हणजे साहित्यकृती. कारण कोणतीही साहित्यकृती नेमकी कशी सिद्ध होते हे बुद्धिगम्य स्वरूपात स्पष्ट करता येत नाही. हा तात्त्विक खल झाला. उपयोजित समीक्षेला एका मर्यादेबाहेर तात्त्विक खलबतात भाग घेता येत नाही. कारण तिला एखाद्या साहित्य कृतीशी प्रत्यक्षात भिडावे लागते. त्यामुळे आस्वादक समीक्षेला या ना त्या मार्गाने, दुय्यम स्वरूपात का होईना जीवनमूल्यांचा विचार करावाच लागतो. नाही तर तिच्यावर ह. ना. आपटे यांच्यापेक्षा ना. सी. फडके हा श्रेष्ठ कादंबरीकार असा निष्कर्ष काढायची पाळी येईल!

समीक्षकांच्या आत्माविष्काराला उपयोजित समीक्षा चांगला वाव देते असेही म्हणता येईल. सैद्धांतिक चर्चेत असा फारसा वाव नसतो. श्री. के. क्षीरसागर यांच्या 'राक्षसविवाह' या कादंबरीवरील बा. सी. मर्ढेकर यांचा लेख हे एक उदाहरणही इथे पुरेसे होईल. नेमकी बैठक, स्पष्ट विचार, तरल आकलनशक्ती, सूक्ष्माचा वेध याबरोबरच साहित्यकृतीच्या निर्दोषत्वाबद्दलचा त्यांचा आग्रह प्रसंगी परखड सात्विक संतापाचे कसे रूप घेतो हे त्यात दिसून येते. विशेषत: या कादंबरीच्या व्यूहातील आत्मप्रशंसाप्रधान दांभिकता आणि (क्षीरसागरांसारखा नामवंत करीत असलेला) वैचारिक गोलमाल यामुळे व्यथित झालेले मर्ढेकर इथे दिसतात. असे त्यांचे दर्शन 'सौंदर्य आणि साहित्य' मध्ये इतरत्र होत नाही.

हे सारेच सहजगत्या उपयोजित समीक्षेच्या संदर्भात जाणवलेले विचार म्हणता येतील. गेल्या काही वर्षांत भिन्न पद्धतींचा अवलंब करून माझ्याकरवी काही लेखन झाले. ते गुलमोहर, उगवाई दिवाळी अंक, म. सा. पत्रिका, अन्तर्नाद इत्यादी नियतकालिकांतून आणि विद्यापीठीय चर्चा सत्रे, आकाशवाणी व स्मरणिका याद्वारा प्रसिद्धही झाले. आनंद यादव या लेखक-मित्राच्या ते स्मरणात होते. त्याने त्या लेखांना पुस्तकरूप देण्यासाठी माझ्यामागे लकडा लावला. माझा कारभार एकदम देशस्थी, गलथान. माझी धर्मपत्नी सुमित्राबाई मदतीला धावून आली. तिने घरातली रद्दी उपसली आणि नेहमीच्या शिताफीने फाईल तयार केली. माझ्या गावाकडचे माझे जुने स्नेही श्री. अनिल मेहता (ज्यांना पुस्तक देण्याचे मी दोन-तीन वर्षांपूर्वी कबूल केले होते!) यांनी आणि 'मेहता पब्लिशिंग हाऊस'च्या नव्या पिढीचे कसदार द्योतक असलेल्या श्री. सुनील मेहता यांनी

प्रकाशनाची जबाबदारी अगत्याने स्वीकारली. या सर्वांच्या आणि हे पुस्तक सिद्ध करण्यासाठी ज्यांच्या श्रमाचा हातभार लागला त्यांचा मी शतश: ऋणी आहे. आता या ग्रंथोद्योगाबद्दल वाचकांचा कौल काय येतो याची वाट बघायची! अस्तु.

डॉ. अरविंद वामन कुळकर्णी

अनुक्रमणिका

समीक्षा : 'गंगाधर गाडगीळ :
व्यक्ती आणि सृष्टी'च्या निमित्ताने / १

नाटक : श्री. विजय तेंडुलकर यांचे 'शांतता, कोर्ट चालू आहे' :
मानसशास्त्रीय अवलोकन / १७
मानसशास्त्राच्या चष्म्यातून गडकऱ्यांच्या व्यक्तिरेखा / २४
श्री. जयवंत दळवी यांचे "कालचक्र" :
एक बेतलेले नाटक / २८

कादंबरी : 'झोंबी' : श्री. आनंद यादव : काही संस्करणे / ३३
'राक्षस-विवाह' : श्री. के. क्षीरसागर :
एक असमर्थ, पण उल्लेखनीय कादंबरी / ३८
'कुणा एकाची भ्रमणगाथा' : गो. नी. दांडेकर :
'चरित्रात्मक' दृष्टिकोणातून / ४९
पु. शि. रेग्यांची 'सावित्री' :
एक मूर्त स्वात्मसाधनाबंध / ५४

'दूर गेलेले घर' : लक्ष्मीकांत तांबोळी / ६३
अरुण साधू यांची 'शापित' कादंबरी :
अधुरी शोकांतिका / ६६
मराठी कादंबरीला नवे परिमाण देणारी
तारा वनारसे यांची 'श्यामिनी' / ७३
'गणुराया' आणि 'चानी' : खानोलकरी वाण / ८५

लघुकथा : श्री. पु. भा. भावे यांची कथा 'सतरावे वर्ष' :
एक पौंगडावस्थेतील प्रेरणाव्यूह / ९१

ललित निबंध : 'सय' : वि. शं. पारगांवकर
कलावादी नक्षीकाम / १००

आत्मचरित्र : "आहे मनोहर तरी" बरोबरच
"गमते उदास" ही / १०९

काव्य : विंदा करंदीकरांची गझलरचना / १२०
केशवकुमारांचे काव्यलेखन / १२८

'गंगाधर गाडगीळ : व्यक्ती आणि सृष्टी'च्या निमित्ताने

संपादक : डॉ. प्रभा गणोरकर

गंगाधर गाडगीळ हे मोठा दबदबा असलेले मराठी साहित्यसृष्टीतील एक आघाडीचे नाव. त्यातही गेली पन्नासेक वर्षे आघाडी सांभाळणारेही नाव. त्यांचा जन्म १९२३ सालच्या २५ ऑगस्टला मुंबईला झाला. याचा उल्लेख एवढ्यासाठीच की या १९९८ सालच्या २५ ऑगस्टला त्यांची पंच्याहत्तरी साजरी व्हायची आहे. आजही दिसून येणारा त्यांच्या संवेदनक्षमतेतील ताजेपणा आणि विचारशक्तीतील आक्रमकता त्यांनी वयाला चकविले असल्याचेच दाखवून देते. कालबाह्य होणे काहींच्या प्रकृतीतच नसते. स्वत्व टिकवून कालबाह्यतेचा गंज टाकलेल्या अगदीच मोजक्या भाग्यवंतांपैकी गाडगीळ एक आहेत आणि विशेष हे की मराठी समुदायात असूनही त्यांना केल्या कामाची सतत पावतीही मिळत गेलेली आहे. उपेक्षेचा सल त्यांना कधी सहन करावा लागलेला नाही. सतत पन्नासेक वर्षे त्यांचे नाव या ना त्या कारणाने मराठी साहित्यसृष्टीत गाजत राहिलेले आहे. याबाबतीत बा.सी. मर्ढेकर आणि विजय तेंडुलकर अशी दोनच नावे त्यांच्याशेजारी बसू शकतात! एका बाजूला जुने न होणे आणि दुसऱ्या बाजूला सतत नव्याला आवाहन करीत राहणे हा गाडगीळांचा खास विशेष झालेला आहे. तेव्हा त्यांनी केलेल्या कामाचे, अगदी त्यांच्या भांडखोरपणाचेही- योग्य ते कौतुक व आदर करून मराठी साहित्यप्रेमी त्यांना एका 'समाधानी-कृतार्थ-पंच्याहत्तरी' चा अनुभव भेट म्हणून देत आहेत. या प्रेमींची इच्छा व अपेक्षा इतकीच आहे की गाडगीळांना आरोग्यसंपन्न दीर्घायुष्य लाभावे आणि त्यांनी खास 'गाडगिळी बनावटी' च्या अलंकारांनी मराठी साहित्याचा सराफकट्टा सजवीत राहावे!

सर्वसाधारणपणे एखाद्या लेखकाचे मूल्यमापन करताना संख्यात्मक आणि गुणात्मक अशा दोन फूटपट्ट्यांचा अवलंब करणारी एक सरळसोट, बाळबोध

म्हणावी अशी पद्धती रूढ आहे. संख्यात्मक पद्धतीत लेखकाने किती साहित्यप्रकार हाताळले आहेत किंवा एकूण किती पुस्तके लिहिली आहेत याची मोजदाद बसते. (मराठी माणसाने तरी या पद्धतीला हसू नये. कारण प्रामुख्याने याचाच आधार घेऊन साहित्यसम्राट पदही बहाल केले गेलेले दिसते!) कविता हा प्रकार सोडला तर कथा, कादंबरी, ललित गद्य, नाटक, एकांकिका, आत्मचरित्र, प्रवासवर्णन, समीक्षा, (तसेच अर्थशास्त्रीय निबंधलेखन) अशा जवळजवळ सर्व गद्य साहित्यप्रकारात गाडगीळांनी लेखन केलेले आहे. मुख्य म्हणजे त्यांच्या बरोबरीने उल्लेखिल्या जाणाऱ्या इतर लेखकांना न जमलेले विनोद आणि बालविश्व हे दोन 'विषय' त्यांनी हाताळले आहेत. स्वतंत्रपणे या 'विषयां'ची दखल घेणारी त्यांची अनुक्रमे ६+७ = १३ इतकी पुस्तके असून नाटक-एकांकिकांची चारेक पुस्तके आहेत. विद्यापीठीय अभ्यासाचा विषय असलेल्या अर्थशास्त्रावरही त्यांनी गमतीच्या आविर्भावातून चुरचुरीत लेखन केलेले आहे. त्यांच्या लिखित पुस्तकांची एकूण संख्याही पाऊणशेच्या घरात पोहोचलेली दिसते. तेव्हा अगदी 'व्यापारी' हिशेबात बोलायचे तर विविधता आणि विपुलता या दोन्ही दृष्टींनी गंगाधर गाडगीळांचे साहित्य-भांडार चांगलेच सजलेले आहे.

गुणवत्तेच्या दृष्टीने पाहायचे तर या भांडारातील माल चांगल्या दर्जाचा, ग्राहकांच्या किंवा चोखंदळांच्या पसंतीस उतरेल असाच आहे असे म्हणता येईल. तसे एक प्रशस्तीपत्रक सर्वप्रथम बा.सी. मर्ढेकरांनी 'सत्यकथे'च्या जून १९४७च्या अंकातून दिलेले दिसते. काहींनी तशा तक्रारीही केल्या, पण काळाच्या ओघात त्या लुप्त झाल्या, शिवाय या साहित्य-भांडारास गिऱ्हाईकाच्या शोधात कधी ताटकळावे लागलेले दिसले नाही. भांडाराला सतत गिऱ्हाईक मिळत गेले. त्यातील मालाच्या सतत चर्चाही होत राहिल्या. अलीकडे गाडगीळांच्या सत्तरीनिमित्ते, तसा थोडा उशिरा म्हणजे ऑक्टोबर १९९७ मध्ये प्रसिद्ध झालेला प्रभा गणोरकर संपादित 'गंगाधर गाडगीळ: व्यक्ती आणि सृष्टी' हा सहाशे पृष्ठांचा ग्रंथ त्याचेच उदाहरण म्हणायला हवे. यात ४५ लेखकांनी गाडगीळांच्या व्यक्तित्व व साहित्य याबद्दल लेख लिहिलेले आहेत. त्यांच्या व्यक्तित्वाबद्दल लिहिणाऱ्यांनी नोंदलेली काही खाजगी निरीक्षणे बाजूला ठेवली (आणि ती तशी ठेवायलाच पाहिजेत, कारण 'उद्योजका'चे 'खाजगी, व्यक्तिगत' नव्हे तर, 'उद्योगी' व्यक्तित्व बघावे असे अर्थशास्त्रच सांगते!) आणि साहित्याबाबतच्याही काही किरकोळ कुरबुरी टाळल्या तर चांगले inputs आणि चांगली workmanship यामुळे गाडगीळांचे production हे निश्चितच marketable झालेले आहे; इतकेच नव्हे तर, market मध्ये दबदबा निर्माण करण्याच्या योग्यतेचे आहे असाच निर्वाळा प्रस्तुत ग्रंथातील लेखकांनी दिलेला दिसतो.

मानवी जीवनव्यवहाराविषयी वाटणाऱ्या कुतुहलाची व्याप्ती, दर्जा व खोली, संवेदनामूलक निरीक्षणातील सूक्ष्मता, अनुभवांची योग्य निवड आणि त्यांची अर्थपूर्ण संगती लावण्याची क्षमता, रूपबंधाचे भान, एकूणच जीवनव्यवहार व साहित्यव्यवहार याविषयीची काही एक वैचारिक भूमिका असूनही ती ललित साहित्यनिर्मितीत लपविण्याचे कसब, अनुभव व आविष्कार या दोन्ही बंधांना एकात्मरीत्या साक्षात करणाऱ्या भाषेसारख्या साधनावरील प्रभुत्व आणि त्याला सौंदर्याचे वाहन करण्याचे कौशल्य अशा काही गोष्टी लेखकाच्या गुणात्मकतेचा विचार करताना लक्षात घेतल्या जातात. याबाबतीत गाडगीळांचे साहित्य प्रामुख्याने निर्देशित करीत असलेले महानगरी विश्व, महायुद्धोत्तर मध्यम वर्ग, त्यामागील लेखकाचे कुतूहल व्यक्तिमूलक की समाजमूलक, तसेच त्यामागील लेखकाचा अव्यक्त दृष्टिकोण किंवा भूमिका याबद्दलचे काही प्रश्न निर्माण होतातच. पण ते इथे थोडेसे बाजूला सारले तर गाडगीळांचे साहित्य गुणवत्तेच्या कसावर उतरणारे आहे हे मान्य करावे लागते.

पण त्यांच्या लेखनाची गुणवत्ता एका वेगळ्याच विशेषात सामावलेली आहे असे वाटते. कलाकृती ही काही यांत्रिक निर्मिती नव्हे. म्हणजे वेगवेगळ्या घटकांची काही एका हिशेबी नियमानुसार केलेली बेरीज नव्हे. कांट या सौंदर्यशास्त्रज्ञाच्या मते कलाकृतीमागे ज्ञानशक्तींचा स्वैर वा मुक्त विलास कार्यरत झालेला असतो, त्यामुळे त्यात अनेकार्थतेची शक्यता जशी संभवते तशी तिच्या मर्माला भिडण्यासाठी अनेक मार्गांना आवाहन करण्याची क्षमतादेखील. जिथे अशा जास्त मार्गांची शक्यता असते ती कलाकृती आणि तिचा लेखक मोठा मानला जातो. थोडक्यात जास्त समीक्षा पद्धतींना डिवचणारे लेखन आणि त्यांचे लेखक मोठे असे म्हटले जाते. कारण ही गोष्ट त्या लेखनातील लवचिक सामर्थ्याचेच द्योतक असते. गाडगीळांचे लेखन या कसोटीवर उतरणारे आहे. प्रस्तुत ग्रंथ त्याचे उदाहरण ठरेल.

एक गोष्ट स्पष्ट आहे की सतत पन्नासेक वर्षे लक्षणीय लेखन केलेल्या आणि त्यामुळे समीक्षेला स्वत:ची दखल घेणे भाग पाडलेल्या गाडगीळांसारख्या लेखकाबाबत पूर्णपणे 'नवे' लिहिले जाणे कठीण आहे. त्यामुळे प्रस्तुत ग्रंथात परिचित निष्कर्ष वेगवेगळ्या संदर्भात भेटणे अपरिहार्य आहे. पण एक नक्की की या ग्रंथातील कुणाही लेखकाने जाता जाता सहज करावे असे casual लेखन केलेले दिसत नाही. साठी-सत्तरी-पंच्याहत्तरी ओलांडणाऱ्यांच्या गौरवार्थ सिद्ध केल्या जाणाऱ्या ग्रंथात सर्वसाधारणपणे स्तुतीची, कौतुकाची मखमल पसरविण्याचा उद्योग केला जात असतो, पण गाडगीळांच्या दबदब्यामुळे असेल कदाचित असा प्रकार प्रस्तुत ग्रंथात झालेला दिसत नाही. मंगेश पाडगांवकर किंवा ऊर्मिला राव यांचे 'व्यक्ती गाडगीळ'वरील लेख याबाबतीत पाहता येतील. 'साहित्यिक गाडगीळा'वरील लेखात अशा जागांची संख्या जास्त आहे. इथे गणोरकरांच्या संपादन-कौशल्याचा उल्लेख

करायला हवा. '(गाडगीळांच्या) व्यक्तिमत्त्वाचा वेध घेणे ही वाङ्मयेतिहासाच्या दृष्टीने एक गरजेची गोष्ट आहे' असे जे त्यानी 'भूमिके'त म्हटले आहे त्याचे प्रत्यक्ष संपादनकार्यात विस्मरण होऊ दिलेले नाही. त्यांची 'भूमिका' म्हणजे गाडगीळांचे साहित्य, त्यांचा काळ आणि प्रस्तुत ग्रंथातील लेख-लेखक यांचा चांगला परिचय करून देणारा स्वतंत्र लेखच झालेला आहे. संपादक म्हणून त्यांनी लेखकांना दिलेली मोकळीक, आणि पुनरुक्ती व परस्परव्याप्ती शक्यतो टाळण्यासाठी घेतली गेलेली दक्षता यांचा इथे निर्देश करायला हवा.

ऐतिहासिक, संस्कारवादी, मानसशास्त्रीय, (मर्यादित स्वरूपात) चरित्रात्मक, आस्वादक, समाजशास्त्रीय अशा काही समीक्षापद्धतींना गाडगीळांच्या लेखनाने आवाहन केलेले दिसते. प्रा. रमेश तेंडुलकरांनी गाडगीळांच्या नवोन्मेषी प्रतिभेच्या वाटचालीचा एक सुरेख आलेख काढलेला आहे. गाडगीळांच्या युयुत्सू घडणीच्या संदर्भात त्या काळातील वाङ्मयीन पर्यावरणाचा - जुन्या नव्यातील संघर्षाच्या काळाचा तेंडुलकरानी नेमका निर्देश केलेला आहे. सुधा जोशी यांनी घेतलेला कथालेखनाचा आढावा, गो. मा पवार यानी विनोदी लेखनाचा आढावा घेत गाडगीळांच्या विनोद-लेखनाची टिपलेली नेमकी वैशिष्ट्ये, प्रल्हाद वडेर व वि. शं. चौघुले यांनी प्रवासवर्णनांविषयी केलेले विवेचन, सुखमणी राय यांचा लेख हे त्या त्या साहित्यप्रकारातील गाडगीळांचे ऐतिहासिक योगदान स्पष्ट करणारे लेख आहेत, आणि परिचित निष्कर्ष हाती देणारे असले तरी चांगले म्हणावेत असे उतरलेले आहेत. बाळ गाडगीळानी गंगाधर गाडगीळांच्या विनोदी लेखनाविषयीच्या भूमिकेतील बदल नेमकेपणी टिपला आहे. अविनाश भडकमकरानी गाडगीळांच्या बालविश्वाचे दर्शन घडविले आहे.

संस्कारवादी आणि आस्वादक या समीक्षेच्या दोन पद्धती म्हणजे जुळ्या बहिणीच म्हणता येतील. या दोन्हीतील सीमारेषा खूपच धूसर. शामला वनारसे यांचा 'वाचकांची गोष्ट' हा लेख या वर्गात मोडेल असा आहे. गाडगीळांच्या सुप्रसिद्ध अशा 'लेखकाची गोष्ट' चे सूत्र मनात ठेऊनच या 'वाचकांची गोष्ट' ची निर्मिती झालेली आहे. त्यांच्या नव्या ढंगाच्या कथांनी वाचकांच्या मनावर केलेल्या परिणामाचे विवेचन यात येते. 'मुंबईकर' गाडगीळांची कथा 'पुणेकर' वाचकांपर्यंत कशी पोहोचत गेली हा एक नव्या वाङ्मयीन अभिरुचीच्या अभिसरणाचा प्रवास इथे दाखविला जातो. पण याचबरोबर गाडगीळांनी 'सिस्टिम शरणते' ला ट्रॅजेडी ठरवण्याचा नवा साचाच तयार केला, तसेच माणसावरील विश्वास व सश्रद्धता यांचा काही नवा अर्थ दाखविला नाही, दाखविली ती फक्त कुरूपतेकडे पाहण्याची धिटाई असे काही आक्षेपही यात (वाचकांच्या वतीने) नोंदविलेले आहेत. गो. पु. देशपांडे यांनी एका वेगळ्याच वादाला प्रवृत्त करील असा विचार मांडलेला दिसतो. त्यांच्या मते

गाडगीळानी एकच कथा लिहिली असून तिचीच अनेक उपकथानके विखुरलेली दिसतात. विस्थापित ब्राह्मण हा त्यांच्या कथेचा नायक असून उपकथांमध्ये बदलत्या ब्राह्मण्याचे अर्थ लावलेले आहेत. त्यात कुटुंबव्यवस्थेचे विघटन दाखविले आहे. त्यांना आधुनिकतेचा क्षण पकडणे जमले असून त्यांच्या सुट्या कथा हा वास्तविक कादंबरीचाच ऐवज आहे. 'दोन मुंग्यांचे महाभारत' हा विजया राजाध्यक्ष यांचा लेख विशेष उल्लेखनीय आहे. मर्ढेकर आणि गाडगीळ या दोघातील वाङ्मयीन ऋणानुबंधाचा अतिशय उत्कट असा शोध यात घेतला गेला आहे. एरव्ही असे दिसते की गाडगीळ हे गाडगीळ म्हणून प्रस्थापित होऊ पहात होते त्याच सुमारास मर्ढेकर कालवश झाले आहेत. १९५६ पर्यंत त्या दोघींनीही परस्परांच्या साहित्यावर एकेक लेख लिहिलेला आहे. दोन्ही 'सत्यकथे' तून प्रसिद्ध झालेले. जून १९४७ मध्ये मर्ढेकरांचा कथाकार गाडगीळांवरील लेख तर जून १९५१ च्या अंकात गाडगीळांचा मर्ढेकरांच्या 'बन बांबूचे' या कवितेवरील 'आकाशातील अधोरेखिते' हा लेख. हे दोघेही एकाच नव्या वाङ्मयीन पर्यावरणाची अपत्ये होते. दोघेही आहे त्याबद्दल अस्वस्थ आणि साहित्यनिर्मितीबाबत नव्या शक्यतांचा शोध घेऊ पाहणारे. तेव्हा हे दोघेही तसे समानधर्मी म्हणता येतीलसे. इतक्या शिदोरीवर त्या दोघांसंबंधी लेख सिद्ध करताना विजयाबाईंना फार मोठ्या प्रमाणावर तर्क आणि कल्पनाशक्ती यांची मदत घ्यावी लागलेली आहे. पण त्यांनी या दोघांच्या भूमिकांच्या चौथऱ्यावरच प्रस्तुत लेखाचा इमला उभा राहातो आहे याची दक्षता घेतलेली आहे. 'साहित्यातील क्रांतीचा जयजयकार आणि साहित्याच्या स्वातंत्र्याचाही जयजयकार' करणाऱ्या या दोन समकालीन समानधर्मींच्या वाङ्मयीन संबंधाचा त्यानी अनेक अंगांनी मोठा श्रद्धापूर्वक भक्तिभावपूर्ण शोध घेतलेला आहे. त्यांच्या मनावर झालेल्या या दोघांच्या संस्काराची एकवटलेली प्रतिमा म्हणजे प्रस्तुत लेख म्हणता येईल. पण इथे फक्त त्यांच्या समीक्षक म्हणून असणाऱ्या भूमिकांचाच विशेषत्वाने का विचार केला गेला आहे हे कळत नाही. गाडगीळ यांच्या कथा आणि मर्ढेकरांच्या कविता यांच्यातील ऋणानुबंधाचाही शोध घेता येईलसा आहे. इथे त्यांच्या फक्त दोघांच्याच समीक्षा विचारांचा, तोही भावनात्मक शोध दिसतो. आत्मनिष्ठ ललित समीक्षेचे उदाहरण म्हणूनही याचा निर्देश करता येईल. काही त्रुटी, काही उणिवा इथे अशी भूमिकाच उभ्या करीत असते. त्याकडे दुर्लक्ष करणे हेच योग्य होईल.

अशोक कृष्णाजी जोशी यानी गाडगीळांच्या कथेवर 'एक सामाजिक दृष्टिक्षेप' टाकलेला आहे. त्याना 'गाडगीळ यांच्या कथांचा मार्क्सवादी समीक्षापद्धतीच्या दृष्टीने - अधिक काटेकोरपणाने म्हणावयाचे झाल्यास सामाजिक दृष्टीने - विचार करणे ही कल्पनाच काहीशी विचित्र वाटणे शक्य आहे' असे वाटते. हे तितकेसे योग्य नाही. कारण मार्क्सवादी समीक्षेचा आखीव रेखीव सापळा गाडगीळांच्या

कथेला लावण्याच्या प्रयत्नात कदाचित् बादरायणी विचित्र ओढाताण दिसेल, पण सामाजिकदृष्टीच्या बाबतीत तर तिच्याशिवाय गाडगीळांच्या कथाच नव्हेत, तर एकूण नवसाहित्याचा अन्वयार्थच लावणे अशक्य आहे. कारण महायुद्धोत्तर आणि समकालीन म्हटल्या जाणाऱ्या वास्तवाचा शोध घेण्यासाठीच या सहित्याची ख्याती आहे. मर्ढेकर - गाडगीळांच्या बाबतीत तो व्यक्तिकेंद्रित आहे, शरश्चंद्र मुक्तिबोधांप्रमाणे समष्टीकेंद्रित नाही असे फार तर म्हणता येईल. माणसाला स्वत:चा चेहराच हरवायला लावणाऱ्या महानगरी वास्तवाचे गाडगीळांची कथा जागवीत असलेले भान मात्र अशोक कृष्णाजींनी नेमकेपणी टिपलेले आहे. याला जोडूनच अनंत देशमुखांचा 'गाडगीळांच्या कथेतील मुंबई' हा श्रमपूर्वक सिद्ध केलेला लेख लक्षात घ्यायला हवा. गाडगीळांच्या कथाविश्वाच्या भौगोलिक कक्षा स्पष्ट करणे - तपशिलाच्या नोंदी करणे हे विद्यापिठीय -प्रबंध -छापाचे किचकट काम. देशमुखानी या शारीर नोंदी मेहनतीने केलेल्या आहेत. 'गाडगीळांच्या लघुकथेतील निवेदक' हा हरिश्चंद्र थोरात यांचा अगदीच वेगळी व नवी भूमिका स्पष्ट करणारा लेख आहे. प्रथमपुरुषी निवेदक किंवा तृतीय पुरुषी निवेदक अशा परंपरागत दृष्टिकोणाचा अवलंब न करता गाडगीळांचा निवेदक 'निवेदक म्हणून त्याचे कार्य कसे करतो, कोणत्या प्रकाराने भाष्ये करतो किंवा जीवनविषयक दृष्टिकोण कसा मांडतो' या सारख्या सूत्रांचा इथे आधार घेतलेला आहे. मराठी समीक्षेत हा प्रयत्न अगदी नवा आहे.

म. सु. पाटील आणि शैला पाटील यांनी अनुक्रमे 'जोत्स्ना आणि ज्योती (नाटक)' आणि 'लिलीचे फूल (कादंबरी)' या मूळ एकाच अनुभवाला फुटलेल्या दोन साहित्यकृतींच्या संदर्भात मानसशास्त्रीय समीक्षापद्धतीचा अवलंब करून दोन लेख सिद्ध केलेले आहेत. या पद्धतीच्या लेखनात संहितेचा सूक्ष्म, चिकित्सक अभ्यास ही अत्यंत आवश्यक गोष्ट असते. कारण कथाव्यूहातील जाणिवेच्या पातळीवरून टिपल्या जाणाऱ्या कृतिउक्तींची नेणिवेतील मुळे इथे शोधविषय बनत असतात. शिवाय समीक्षकाला वाटले म्हणून साहित्यकृतीच्या अंतरंगात शिरण्यासाठी मानसशास्त्रपूत मार्ग घेतला असा प्रकार इथे कामाचा नसतो. त्या साहित्यकृतीची ती मागणी असावी लागते. प्रस्तुत कादंबरी व नाटक अशी मागणी करणाऱ्या साहित्यकृती निश्चितच आहेत. (वसंत आबाजी डहाके यांनी आपल्या लेखात 'गाडगीळ यांनी या नाटकात एका मानसिक समस्येला नाट्यरूप दिलेले आहे' असे सांगून त्याचे मनोविश्लेषणात्मक - मानसशास्त्रीय नव्हे, स्पष्टीकरण दिलेले आहे. पण जोत्स्ना आणि ज्योती यांच्या कृतिउक्ती अशा जगावेगळ्या का याचा खोलात उतरून धांडोळा घ्यायला हवा असे त्यांना वाटलेले दिसत नाही. जाणिवेच्या पातळीवरच याचे उत्तर ते शोधू पाहतात आणि 'जोत्स्नाच्या मानसिक विकृतीपासून सुरू झालेले हे नाटक आध्यात्मिक प्रश्नाला स्पर्श करू लागते' अशा न पटणाऱ्या निष्कर्षापर्यंत

येतात !) म. सु. पाटील व शैला पाटील यानी Libido किंवा रतिभाव याचे सूत्र पकडून या दोन्ही साहित्यकृतीतील कृतिउक्तींचा किंवा एकूण कथाव्यूहाचा उलगडा चांगला केला आहे. पण या दोघांनाही कदाचित् जाणवून गेलेल्या गोष्टीचा निर्देश करायचा तर प्रस्तुत साहित्यकृती वाचताना लेखकाने जाणीव व नेणीव यातील संबंध फारच हिशेबीपणाने कल्पिलेले आहेत असे वाटत राहते. असे वाटण्याला गाडगीळांची प्रतिमांकित काव्यात्म भाषा, संवेदनाजनित वर्णनशैली जास्त उठावदार झाल्यामुळे मदत करतात. हे काहीही असले तरी १९५५ साली 'लिलीचे फूल'च्या निमित्ताने गाडगीळांनी स्वीकारलेला कादंबरीलेखनाचा मार्ग असाच पुढे चालू ठेवला असता तर त्याना नवकादंबरीचे प्रणेते असेही म्हणता आले असते !

गौरी देशपांडे आणि माया पंडित यांचे प्रस्तुत ग्रंथातील लेख आवर्जून वाचावेत असे आहेत, गाडगीळ - भक्तांना ते त्रासदायक वाटतील पण त्यांचा मतितार्थ खोडणे त्यांनाच नव्हे तर वादकुशल गाडगीळांनाही शक्य होणार नाही. त्यानाही हे जाणवेल की कळत-नकळत आपल्यात मुरलेल्या व आपल्या झालेल्या (म्हणून त्यापासून पळवाट नसलेल्या) एका मर्म-केंद्रावर होणारा हा आघात आहे. त्यांच्या कथांविषयीची 'काही निरीक्षणे' नोंदताना गाडगीळांच्या भाषेचे नाविन्य वगैरेचे कौतुक करतानाच गौरी देशपांड्यांनी फक्त परंपरागत, बंड नाकारणाऱ्या स्त्रीचेच चित्रण गाडगीळांनी केलेले आहे ही वस्तुस्थिती सप्रमाण विशद केलेली आहे. 'कॉलेजात शिकलेल्या आणि नोकरी करणाऱ्या स्त्रियांबद्दल ते सतत तुच्छतेने किंवा व्याजोक्तीने का बोलतात हेही एक गूढच आहे' असे त्यांनी स्पष्टपणे म्हटलेले आहे. ही स्त्रीबाबतची दृष्टी म्हणजे गाडगीळांचा अंधबिंदू (blind spot) असल्याचे त्यांनी सूचित केले आहे. शिवाय आपण जे जे लिहिले आहे त्यातील बऱ्यावाईटाचा स्वत: (समीक्षकही असलेल्या) गाडगीळानी विचार न करता सरसकटपणे छापले ते संग्रहीत केले; असा प्रकार केल्याबद्दल, बेफिकरी दाखविल्याबद्दल तीव्र नाराजी व्यक्त करताना त्या लिहितात, 'ती (बेफिकरी) पाहून या गुरुदेवांच्याही मातीच्या पायांची माझ्यासारखीला जी जाणीव होते ती तापदायक ठरते.'

माया पंडित यांनी गाडगीळांनी केलेल्या स्त्री-चित्रणावरच आपला लेख उभा केला आहे. त्यांनी स्त्रीवादाच्या संदर्भात केल्या जाणाऱ्या लेखनाचे अगदी मुद्देसूद विवेचन केले आहे. साधारणत: त्यांना स्त्रीचे चित्रण चार मार्गांनी होताना दिसते. १ साचेबंदिस्तता- कुटुंब, घर या संदर्भातील स्त्रीविषयीच्या परंपरागत कल्पना २. स्त्रीबाबतची भरपाईची जाणीव - तिचा फुकाचा गौरव करणे, गोडवे गाणे इ. हा सत्तासंबंधातील 'राजकीय खेळ'च. ३. सहकार्य - यातही दमनाला स्त्रीची अनुमती काल्पिणे व मिळविणे (ग्रामची या मार्क्सवादी समीक्षकाची हेजिमनीची संकल्पना इथे लक्षात घेता येईल !) ४. (महत्त्वाचे पुरुषी हत्यार म्हणजे) विपर्यास - स्त्रीने नव्याने

सुरू केलेल्या संघर्षाची (counter hegemony ची) खिल्ली उडविणे. ही सर्व नकारात्मक भूमिका होय. (गाडगीळांनी केलेले स्त्रीचित्रण या मार्गांवरूनच वाटचाल करणारे आहे.)

पंडितांच्या मते गाडगीळांच्या कथेत कुटुंबांतर्गत आणि कुटुंबाबाहेर पडलेल्या असे स्त्रियांचे दोन वर्ग दिसतात. यातील कुटुंबांतर्गत स्त्रीकडे पाहण्याचा गाडगीळांचा दृष्टिकोण 'समताधिष्ठित' नाही. तो 'व्यक्तिवादी आत्मतुष्टते'चा; तर 'कुटुंबाबाहेर पडून काही करू इच्छिणाऱ्या - नोकरी वा शिक्षण घेऊ इच्छिणाऱ्या - नव्या जीवन-वाटा चोखाळणाऱ्या स्त्रियांकडे पाहण्याचा त्यांचा दृष्टिकोन हा केवळ प्रतिगामी व सरंजामी आहे असेच दिसते.' गाडगीळांच्या अतिशय गाजलेल्या 'तलावातले चांदणे' या कथेबाबत माया पंडितांनी केलेले या अर्थाचे विवेचन मुळातूनच बघायला हवे. शेवटी त्यांनी आधुनिकतावादी म्हटल्या जाणाऱ्या गाडगीळांसारख्या लेखकाच्या 'आधुनिकतेतील अन्तर्विरोधा' वरच नेमकेपणी बोट ठेवले आहे. या दोघींच्याही लेखनाचा एक विशेष असा की त्यांनी गाडगीळांच्या स्त्रीविषयक भूमिकेवर केलेले आघात आक्रस्ताळी नाहीत.

'एका मुंगीचे महाभारत' हे गाडगीळांचे आत्मचरित्र म्हणजे मराठी साहित्याच्या वाटचालीवरील एक समर्थ भाष्यग्रंथच आहे. स्वातंत्र्योत्तर काळात मराठीत कधी नव्हे असे जुन्या - नव्यांच्या संघर्षाचे महाभारत घडले. एका दृष्टीने हा दोन वाङ्मयाभिरुचींमधील, पुणे - मुंबईतील संघर्ष होता. गाडगीळांनी नव्याच्या बाजूने यात योद्धा म्हणून महत्त्वाची कामगिरी केली होती. तेव्हा व्यक्तिजीवनाबरोबरच १९८० च्या आधीच्या पन्नासेक वर्षांतील समाजजीवन व साहित्यजीवन यांचा गाडगीळांच्या चष्म्यातून काढला गेलेला आलेख म्हणजे हे आत्मचरित्र होय. चंद्रकांत बांदिवडेकर आणि गिरीश दाबके यांचे यावरील दोन लेख प्रस्तुत ग्रंथात आहेत. तशा या दोन्ही समीक्षकांच्या भूमिका आस्वादकाच्याच आहेत असे म्हणता येईल. दाबके यांची दृष्टी जरा जास्त 'सामाजिक व समावेशक' दिसते. 'हे आत्मचरित्र जसे एका कर्तृत्ववान व्यक्तीचे आहे त्याहूनही अधिक एका कलावंताचे आहे' असे सांगून बांदिवडेकर त्यांना विशेषत्वाने भावलेले एक वैशिष्ट्य सांगतात. ते म्हणजे 'गाडगीळांचे हे आत्मचरित्र म्हणजे एका कलावंताच्या स्वत्वाचा उत्कटतेने घेतला गेलेला शोध आहे.' दाबक्यांचा कटाक्ष गाडगीळांनी मार्क्सवादी समीक्षेला केलेल्या विरोधावर दिसतो. तत्त्व म्हणूनही समाजवादाला विरोध करणाऱ्या गाडगीळांचे त्यांना मोठे कौतुक वाटतानाही दिसते. समाजवादाला विरोध म्हणजे हिंदुत्ववादाचा स्वीकार ठरावा अशी सूचना दाबक्यांचे लेखन देते असे वाटते. त्यांना 'दुर्दम्य' चे यासाठीच कौतुक वाटलेले आहे की काय कुणास ठाऊक ! कारण 'दुर्दम्य' वर झालेल्या प्रतिकूल टीकेमागे 'समाजवादी वृत्ती' असल्याचे त्यांचे मत आहे. या भरात

त्यांना, 'गाडगीळांना असे सुचवावेसे वाटते की, 'दुर्दम्य' सारखी एक मोठी कादंबरी त्यांनी सावरकरांच्या जीवनावर अवश्य लिहावी.' पण 'टिळकांपेक्षाही अधिक व्यापक असे सद्यकालीन संदर्भ' असे या सूचनेमागचे म्हणून जे कारण दाबके सांगतात तेच ध्यानी घ्यायचे तर गाडगीळांनी समकालीन असे दुसरे हिंदुहृदयसम्राट का निवडू नयेत ? त्यामुळे मोठा लाभही होईल. अर्थात गाडगीळांना हे कुणी सुचविण्याची आवश्यकता नाही ! आत्मचरित्राबाबत शेवटी असे म्हणावेसे वाटते की हा सर्व काळ जाणणाऱ्या एखाद्या माहितगाराकडून 'एका मुंगीचे महाभारत' मधील तपशिलाची छाननी व्हायला हवी होती. कारण चरित्र - आत्मचरित्रात नाही म्हटले तरी 'सत्य' हे मूल्य म्हणून ध्यानी घ्यावे लागते. 'एका मुंगीचे...' मधील सत्याचे नेमके स्वरूप अशा विश्लेषणाशिवाय नेमके स्पष्ट होणे कठीण आहे.

'चरित्रविषय जितका वाचकांच्या परिचयाचा तितका चरित्रात्मक कादंबरी लिहिण्याचा प्रश्न मोठा' असे चंद्रकांत बांदिवडेकरांनी 'दुर्दम्य' बद्दल लिहिताना म्हटलेले आहे. इथे 'प्रश्न सोपा' असे म्हणता येण्याची शक्यताही दृष्टिआड करता येत नाही. कारण अशा लेखनाचा विषय झालेली व्यक्ती आधीच मान्य झालेली असल्यामुळे जनमानसात स्वत:ची एक प्रतिमा निर्माण करून राहिलेली असते. तिच्या चरित्रात्मक साधनांची बऱ्यापैकी जुळवाजुळव आणि ललित लेखनाचा उत्तम सराव व जाण यांच्या जोरावर चरित्रात्मक कादंबरीचे अगदी श्रेष्ठ दर्जाचे नसले तरी परिणामकारक लेखन होऊ शकते. मराठीतच काही मान्य अशा पौराणिक वा ऐतिहासिक व्यक्तींवर लिहिलेल्या चरित्रात्मक कादंबऱ्या मोठी लोकप्रियता मिळवून गेलेल्या आहेत. आणि अनुभवही असा आहे की या परिणामकारकतेतील पन्नास टक्के काम या व्यक्तींच्या मूळ चारित्र्यानेच साधले आहे. (म्हणून अनेकदा असे वाटते की ज्यांना या व्यक्ती फारशा ठाऊक नाहीत अशा वाचकांच्या प्रतिक्रियांचा शोध घ्यावा. त्यातून दिसणारा कौल कादंबऱ्यांच्या मूल्यमापनाच्या दृष्टीने महत्त्वाचा ठरेल. ॲगनी ॲण्ड एक्स्टॅसी, लव्ह ईज इटर्नल, किंवा 'लस्ट फॉर लाईफ' यासारखे लोकप्रिय म्हटले जाणारे सर्वपरिचित लेखन मायकेल अँजेलो, अब्राहम लिंकन किंवा व्हॅन गॉफ या व्यक्ती फारशा परिचयाच्या नसल्या तरी अन्य भाषिकांबाबतही का परिणामकारक ठरते? आपल्याकडे लिहिले गेलेले असे लेखन इतके परिणामकारक ठरू शकेल काय?)

या चरित्रात्मक कादंबरीच्या निमित्ताने बांदिवडेकरांनी आस्वादक समीक्षेचा चांगला नमुना पेश केला आहे हे खरे. पण हेही खरे की गाडगीळांनी त्यांना जसे आणि जितके टिळक समजले ते अगदी सराईतपणे कादंबरीच्या मखरात बसविले आहेत. कादंबरी या रूपबंधाच्या दृष्टीने आवश्यक असणाऱ्या घटकांची चांगली म्हणू अशी रचनाही साधलेली आहे. पश्न आहे तो चरित्र नायकाच्या व्यक्तिमत्त्वाच्या आकलनाचा. याबाबतीत प्रस्तुत ग्रंथातील स. ह. देशपांडे यांचा लेख अवश्य बघावा

अशा योग्यतेचा आहे. स्वत: देशपांडे साहित्याचे जाणकार वाचक आहेत. गाडगीळांच्या साहित्यावर प्रेम करणारे त्यांचे मित्रही आहेत. मुख्य म्हणजे 'समाजवादी दृष्टी' वाले नाहीत ! त्यांनी नेमकेपणाने आकलनातील त्रुटी किंवा चुकलेल्या दिशा साधार दाखवून दिल्या आहेत. पण टिळकांच्या व्यक्तिमत्त्वाच्या आकलनातील त्रुटीचे कारण लेखकाची कमी कुवत हे नसून त्याच्या व्यक्तिमत्वाचे भिन्न विशेष हे आहे, त्यामुळे 'दुर्दम्य' मध्ये भव्यता जाणवत नाही, असे त्यांचे मत आहे.

देशपांड्यांना गाडगीळांच्यात 'कोरडेपणा', 'अनुदात्तीकरणप्रवृत्ती' किंवा 'सिनिसिझम' हे उपयुक्ततावादी अर्थशास्त्रातील एका विचारधारेचे विशेष जाणवतात. म्हणून त्यांचा सवाल असा की, 'असा माणूस टिळकांशी आपली तार जोडू शकेल काय?' कारण त्यांच्या मते 'देशहिताची अहर्निश जाळणारी चिंता आणि धर्मप्रवण वृत्ती यांचं एकजीव रसायन टिळकांच्या जीवनात तयार झालेलं होत.' त्यामुळे कादंबरीत फक्त 'दिसतात ते बव्हंशी 'दुर्दम्य' टिळक.... टिळकांच्या स्वभावाच्या या बाजूचंच आकर्षण गाडगीळांना अधिक वाटलं असं दिसतं. आणि त्यांच्या तेजस्वितेचंही. 'पण टिळकांच्या दुर्दम्यपणामागं ज्या उदात्त ऊर्मी होत्या त्यांची चाहूल गाडगीळांनी दिली नाही, कारण टिळक पूर्णपणे त्यांच्या आकलनाच्या टप्प्यात आलेच नाहीत.' 'गाडगीळांची लेखनशैलीही लेखनविषयाशी सुसंवादी' झालेली नाही असाही देशपांडे आपला अभिप्राय नोंदवितात.

हे सर्व स्पष्ट करून देशपांडे पुढे लिहितात, 'असं त्यांनी का केलं? आपल्याला सगळं काही करता यायला पाहिजे, किंवा येतं असा हट्ट हे याचं कारण असावं.'

नरेंद्र जाधव आणि नरेंद्र रामकृष्ण साखळकर या अर्थतज्ज्ञ डॉक्टरद्वयाने गाडगीळांच्या अर्थशास्त्र - लेखनाचा ऊहापोह दोन लेखात केलेला आहे. दोघांनीही गाडगीळांच्या रंजक 'हसतखेळत अर्थशास्त्र' पद्धतीचा निर्देश केला आहे. गाडगीळ यांनी शासनाच्या समाजवादी धोरणाला केलेला विरोध, स्पर्धेची सांगितलेली आवश्यकता, ग्राहक चळवळ वगैरे विषयांवरील गाडगीळांच्या मतांचा उत्तम परिचय यातून घडतो. पण राजगोपालचारी, मसानी, पिलू मोदी, एन्. दांडेकर किंवा आपल्या मराठीतील शरद जोशी वगैरेंनी नेहरूंच्या समाजवादी म्हटल्या जाणाऱ्या 'परमिट - लायसन्स राज्या' ला जो विरोध केला आणि भूमिका मांडली त्याहून गाडगीळ मांडीत असलेल्या भूमिकेत नेमके वेगळे काय आहे हे स्पष्ट होत नाही. शिवाय इतरांचे साधे नामोल्लेखही झालेले नसल्यामुळे 'गाडगीळच काय ते एकटे असा विचार मांडणारे' असा मराठी साहित्यप्रेमींचा गैरसमज होण्याचा धोका आहे. हाच प्रकार खुल्या अर्थव्यवस्थेबाबत दिसतो. गाडगीळ हे जणू काही या व्यवस्थेचे नांदी - गायक असा सूर या ग्रंथातील इतर अनेकांनीही लावला आहे. गाडगीळांना अभिप्रेत आहे ती भांडवलशाही अर्थव्यवस्था की खुली अर्थव्यवस्था याचाही विचार व्हायला हवा

होता असे वाटते. कारण खुल्या अर्थव्यवस्थेला नियंत्रित (समाजवादी) व्यवस्था आणि भांडवलशाही व्यवस्था या दोघांचाही प्रारंभी विरोध होता हे डंकेलप्रणित गॅट कराराच्या निमित्ताने जी जगभर चर्चा झाली त्यातून स्पष्ट झालेले आहे.

आणखी एका गोष्टीबद्दलचे आश्चर्य इथेच नोंदवायला हवे. वास्तविक भारत हा कृषिप्रधान देश. इथली मोठी जनसंख्या आणि राष्ट्रीय उत्पन्नाचा मोठा हिस्सा कृषिउत्पादनाशी निगडित असलेला. पण गाडगीळांच्या अर्थविषयक विचारात शेतीचा फारसा विचार का झालेला नाही? यंत्रोद्योग, तेथील उत्पादन, नाना उद्योगसमूह, बाजारपेठा, स्पर्धा, टिकून राहण्यासाठी किंवा पुढे येण्यासाठी आवश्यक असलेले (सरकारी) नियंत्रणरहित स्वातंत्र्य, भांडवलनिर्मिती वगैरे अत्यंत आवश्यक गोष्टी शेतीला परावलंबी ठेऊन आपल्या देशात शक्य होतील काय याचा विचार कुठे झालेला नाही. साखळकरांनी ज्या 'इंडिया-भारत' वाल्या शरद जोशींचा उल्लेख केला आहे त्यांच्या अशाच एका प्रसिद्ध शब्दाचा वापर करून बोलायचे तर असे म्हणता येईल की ही सारी 'काळ्या इंग्रजां'ची भलावण वाटते ! आणि एखाद्या गिरीश दाबके यांच्या भूमिकेत जाऊन (गाडगीळांच्याच) 'हसत खेळत गमती'च्या शैलीत मौजेने म्हणता येईल की, अर्थतज्ज्ञ गाडगीळांनी या भूमिकेच्या शिदोरीवर एखाद्या राजीव दीक्षित किंवा मुरली मनोहर जोशींच्या स्वदेशी दिंडीत सामील व्हावे. तिथेही त्यांना वरिष्ठ सल्लागाराचे स्थान नक्की मिळेल !

प्रस्तुत ग्रंथातील समीक्षक गाडगीळांवरील तीन लेखांचा गट महत्त्वाचा आहे. भारती निरगुडकर यांचा 'एक सर्वांगीण दृष्टिक्षेप' गाडगीळांच्या समीक्षा लेखनाचा चांगला परिचय करून देतो. सूक्ष्म व विविधांगी, समीक्षाविषयाचा इतरांहून नेमका वेगळेपणा शोधण्याचा यत्न, कलाकृतीतील भावविश्वाशी समरसता, सुबोध भाषा अशी गाडगीळांच्या समीक्षापद्धतीची वैशिष्ट्ये त्यांनी साधार स्पष्ट केलेली आहेत. अनुभवाच्या घटकांच्या संघटनातत्त्वानुसार साहित्यप्रकार मानावेत या गाडगीळांच्या साहित्य प्रकाराविषयक भूमिकेचा त्यांनी निर्देश केलेला आहे. मिलिंद मालशे यांनी तर गाडगीळांच्या प्रकारविषयक विचारावरच लेख लिहिलेला आहे. नेमकेपणाने याबाबतीत गाडगीळांच्या समीक्षेतील गोंधळ त्यांनी दाखविला आहे. साहित्याबद्दलची गाडगीळांची भूमिका कलावादी किंवा आस्वादकाची. ही भूमिका साहित्याचे अनन्यत्व मानणारी. म्हणजेच साहित्याचे प्रकारगत वर्गीकरण नाकारणारी. पण साहित्यातील 'मानदंडां'चा विचार मात्र गाडगीळांनी साहित्य प्रकारांच्या सहाय्यानेच केलेला आहे. 'गाडगीळांच्या प्रत्यक्ष समीक्षेमध्ये साहित्यप्रकारांच्या संकल्पनेला मूलभूत असे स्थान आहे, असे स्पष्टपणे दिसते', याबरोबरच 'नवटीकाकारांपूर्वीच्या समीक्षकांचा साहित्य प्रकारांच्या बाबतीत गोंधळ उडालेला आहे, हा मुद्दा गाडगीळांनी मांडलेला आहे. परंतु नवसमीक्षेमध्ये साहित्यप्रकारांची काही नवीन प्रकारे व्यवस्था लावलेली

आहे, असे आढळत नाही' ही मालश्यांची निरीक्षणे महत्त्वाची ठरतात. त्यांनी स्पष्टपणे असाही निर्वाळा दिलेला आहे की, 'पाश्चात्य समीक्षेच्या परंपरेमध्ये न्यू क्रिटिसीझम या रूपवादी नवसमीक्षाप्रणालीनंतर आलेल्या संरचनावादी समीक्षेने त्यांच्याकडे (म्हणजे प्रकारव्यवस्थेकडे) लक्ष पुरविलेले आहे, गाडगीळांच्या नवसमीक्षेमध्ये साहित्यप्रकारांच्या व्यवस्थित तात्त्विक मांडणीला अजिबातच महत्त्व दिलेले नाही.'

कांट - क्रोचे आदी अ-लौकिकतावादी सौंदर्य मीमांसकांनी कलाकृतीच्या अनन्यसाधारणत्वाचा मुद्दा मांडून साहित्यप्रकारांच्या परंपरागत मान्य संकल्पनेला जसे आव्हान दिले तसेच ते श्रेणीतत्त्वालाही दिले. त्यामुळे दोन कलाकृतींमधील, लेखकांमधील, साहित्य प्रकारांतील तुलना - उच्चनीचताविचार इत्यादींना सरावलेल्या समीक्षेच्या मार्गात अडचणी उभ्या राहिल्या. पण 'कलावादी' गाडगीळांनी साहित्यप्रकारांच्या अंगभूत श्रेणीविषयी चर्चा केलेली आहे. विनोदी साहित्य, ललित निबंध-लघुकथा, आणि काव्य-कथनात्मक साहित्य या प्रकारांबद्दलच्या त्यांच्या मतांतील वैय्यर्थ्य मालशांनी अचूकपणे स्पष्ट केले आहे.

'साहित्याच्या वर्गीकरणाच्या तत्त्वांची जाण असणारी समीक्षा करणे म्हणजे रूपवाद सोडून देणे नव्हे' अशी एक समजूत मालशे घालताना दिसतात. समीक्षाव्यवहारातील ताण - तणाव कमी करण्याच्या दृष्टीने असा समजुतदारपणा नक्कीच स्तुत्य आहे. पण अशी तडजोड होणे शक्य आहे का? कारण 'वर्गीकरण, व्यवस्थितीकरण हा मानवाच्या अनुभव घेण्याच्या पद्धतीचा स्वाभाविक भाग असतो' हे त्यांचे मत मान्य केले तरी कलाकृती हा प्रतिभेचा स्वैर व पूर्णपणे मुक्त विलास असतो हे मतही लक्षात घ्यावे लागते. हा वादाचा मुद्दा म्हणून सोडून दिला तरी 'साहित्यकृतीला अनन्य मानणारी भूमिका हीच खरी रूपवादी भूमिका, असा आग्रह धरणे योग्य ठरणार नाही. खरे तर रूपवादी भूमिकेला अधिक धारदार बनविणारी समीक्षा गाडगीळांनी लिहिलेली आहे, असेच म्हणायला हवे. प्रकारनिष्ठ तज्ज्ञांच्या आणि निकषांच्या आधारेच त्यांनी नवटीकेच्या मानदंडांची मांडणी करावी, हे मराठी समीक्षेला त्यांचे योगदानच म्हणायला हवे' हे मालश्यांचे मत मात्र एक प्रश्न उभा करते. त्यांना वाटते तशी समंजस समन्वयाची भूमिका गाडगीळांची खरोखर आहे का? मग त्यांच्या समीक्षेत या भूमिकेला पुष्टी देणाऱ्या जागा का सापडत नाहीत?

सुधीर रसाळ यांनी गाडगीळांचा साहित्यविचार स्पष्ट केलेला आहे. त्यांच्या मते 'गंगाधर गाडगीळांचा साहित्यविचार हा केवळ साहित्यासंबंधीच्या चिंतनावर आधारित नाही; त्यामागे मानव आणि एकूण मानवी जीवन यांचे आकलन उभे आहे.' पण असे दिसते की हे आकलन केवलचिद्वादी सौंदर्योपासकांच्या आकलनाप्रमाणेच आहे. म्हणजे थोडक्यात, कांट आदींच्या चैतन्यवादी / कलावादी भूमिकेशी मिळतेजुळते असेच. मग साहजिकच विशिष्टत्व किंवा अनन्यसाधारणत्व, तर्कातीतता, नियमरहितता

हे साहित्याचे विशेष ठरतात. (थोड्या वेगळ्या भाषेत रसाळांनी हेच सांगितले आहे.)

गाडगीळांनी अनुभववाद मांडला आणि अनुभवांच्या संगतीबाबत दोन भूमिकाही मांडल्या हे रसाळांचे निरीक्षण योग्यच आहे. पहिली चैतन्यवादप्रणित सेंद्रीय संगती; तर दुसरी साधर्म्य - विरोध वगैरेंवर आधारलेली संगती. म्हणजे दुसरीही कलावादीच, पण चैतन्यवादी नव्हे. पण 'या दोन भूमिकांचा मेळ त्यांच्या भूमिकेत घातला गेल्याचे आढळत नाही' असे रसाळांचेच म्हणणे आहे.

गाडगीळ साहित्यकृतीच्या अनन्यसाधारणत्वाला महत्त्व देतात, ती विशिष्ट प्रकारचे म्हणजे कलात्मक किंवा भावसत्य प्रकट करीत असते आणि प्रामुख्याने अनुभवातला खाजगीपणा काढून टाकला की ती वैश्विक बनते असे त्यांचे मत आहे. हा सारा भाग रसाळांनी व्यवस्थितपणे मांडला आहे.

साहित्याचे जीवनाशी अपरिहार्य नाते असून ते जीवनापासून दूर गेल्यास हानीच होईल असे गाडगीळ 'आग्रह' पूर्वक मांडतात, पण त्याचबरोबर वास्तवाशी इमान राखणे हे त्यांना साहित्याचे मूल्य वाटत नाही, साहित्याचे मूल्य फक्त कलामूल्यांनी ठरत असते असा गाडगीळ 'इशारा' देतात असे रसाळांनी म्हटले आहे. हे सर्व गोंधळात टाकणारे वाटते. कारण मुळात अर्ध्या चैतन्यवादी असणाऱ्या स्वायत्ततावाद्याने दुसऱ्या ध्रुवावरील जीवनानुबंधावर भर देणे, साहित्याचे जीवनाशी नाते आहे असे 'आग्रहा'ने म्हणणे, तरीही साहित्याचे 'साहित्यत्व' जीवनमूल्यांनी ठरत नसून फक्त कलामूल्यांनीच ठरते असा 'इशारा' देणे, त्यातही ही कलामूल्ये कोणती यांचा निर्देश न करणे हा सारा प्रकार अगम्य नसला तरी गोंधळात टाकणारा आहे. कारण साहित्यात जरी जीवन आले तरी त्या जीवनानुभवांची संगती तर्कादी जीवनमूल्यानुसार लावली जात नसून त्या संगतीचे नियम त्या त्या कलाकृतीपुरते तयार होऊन निर्मितीनंतर नाहीसे होत असतात असे स्वायत्ततावादी सौंदर्यशास्त्र सांगते. तेव्हा गाडगीळांच्या भूमिकेची संगती कशी लावायची? असाच प्रकार अशुद्धत्वाच्या संकल्पनेचा. जिचे जीवनाशी अपरिहार्य नाते आहे, जी जीवनातून निर्माण होते, इतकेच नव्हे तर जी जीवनापासून दूर गेल्यास तिची स्वत:चीच हानी होते असे जिच्याबद्दल गाडगीळांचे मत आहे ती साहित्यकृती जीवनाच्या समावेशामुळे 'अशुद्ध' कशी होते? म्हणजे एका बाजूला म्हणायचे जीवनाशिवाय साहित्यसिद्धी अशक्य; आणि त्याचवेळी दुसऱ्या बाजूला म्हणायचे की जीवनाचा समावेश झाला की साहित्यसिद्धी अशुद्ध. शिवाय अशा लेखनाचे 'साहित्यत्व' निश्चित करण्यासाठी त्यांचा आग्रह फक्त कलामूल्यांचा. (म्हणजे आविष्कारवाद वा रूपवाद सांगतो तीच मूल्ये ना?) वर असेही म्हणणे की साहित्यात कलात्म संघटनेबरोबरच कलाबाह्य (म्हणजे प्रामुख्याने जीवनाशी संबद्ध अशाच ना?) संघटना अस्तित्वात असतात.

'या त्यांच्या भूमिकेमुळे त्यांचा स्वायत्ततावाद हा अन्य स्वायत्ततावादी विचारांपेक्षा नवा व वेगळा ठरतो,' या रसाळांच्या प्रशस्तीपत्रकातील 'नवा व वेगळा' याचा अर्थ 'दोन्ही डगरीवर हात ठेवणारा' असा घ्यायचा का? असाच प्रश्न 'गाडगीळ हे स्वायत्ततावादी असूनही लौकिकतावादी आहेत,' या चमत्कारिक विधानाबद्दल उभा करता येईल. म्हणजे जो फक्त साहित्यगत अनुभवांची लौकिकता मानतो, पण 'साहित्यत्वा'चा विचार करताना लौकिकाला मूल्यप्रतिष्ठा द्यायचे नाकारतो तो 'लौकिकतावादी'? गाडगीळांच्या कथेत आढळणाऱ्या स्त्री चित्रणाप्रमाणेच समीक्षेतील जीवनाचे वा लौकिकाचे 'चित्रण' आहे असे दिसते. दोन्हींना प्रतिष्ठा नाकारलेली; पण त्यांची आवश्यकता आग्रहाने प्रतिपादलेली!

स्वत: रसाळानीही गाडगीळांच्या समीक्षेतील काही कच्चे दुवे स्पष्ट केलेले आहेतच. खरे तर समीक्षक गाडगीळांची नेमकी जातकुळी त्यांनी हेरलेली आहे. 'त्यांचे (गाडगीळांचे) लेखन हे प्रामुख्याने खंडनमंडनपर आहे' असे रसाळानी म्हटले आहे. हे विधानच गाडगीळांच्या समीक्षा लेखनाची प्रकृती दाखविणारे आहे. त्यांच्या समीक्षेची जात बव्हंशी प्रतिक्रियात्मक स्वरूपाची आहे. नवसाहित्यावरील प्रतिकूल टीकेला उत्तर देणे आणि नवसाहित्याचे 'साहित्यत्व' सिद्ध करणे यासाठी त्यांच्यातला समीक्षक जन्माला आलेला आहे. त्यामुळे एका अभिनिवेशाचा सतत संचार त्यांच्या समीक्षालेखनात जाणवतो. 'नाविन्यपूर्ण, आग्रही व आवेशयुक्त' ही भारती निरगुडकर यांनी 'खडक आणि पाणी' मधील समीक्षेबद्दल योजिलेली विशेषणे अचूक म्हणावी अशीच आहेत. 'सौंदर्यशास्त्र : एक भाकड खटाटोप' किंवा 'रसचर्चा: एक अडगळ' अशी समीक्षालेखांची शीर्षके याचीच साक्ष देतात. अशा तऱ्हेच्या अभिनिवेशाचा भर असल्यामुळेच व्यंकटेश माडगूळकर हे जी. ए. कुलकर्णी यांच्यापेक्षा श्रेष्ठ कथाकार असे त्यांच्या लेखावरून ध्वनित व्हायला लागते. दि. के. बेडेकर, रा. श्री. जोग, वा. ल. कुलकर्णी, रा. भा. पाटणकर वगैरेंचा समाचार घेताना अशीच एक खुमखुमी जाणवत राहते. वाटते, मर्ढेकर लवकर गेले म्हणून सुटले. आणखी जगले असते आणि कुठे काही थोडा बेबनाव आला असता तर त्यांचीही काही खैर नसती! (मग विजयाबाईंसारख्यांची मात्र मोठीच अडचण झाली असती!!)

यामुळेच सैद्धांतिक समीक्षामूल्यांबद्दलची एक अनास्था त्यांच्या समीक्षालेखनात दिसून येत असावी. मिलिंद मालशे किंवा सुधीर रसाळ यांच्यावर गाडगीळाना सांभाळून घेण्याची पाळी का यावी? मौज अशी की, गाडगीळांचा जीवनवादाला विरोध आहे पण त्यांनी वेगवेगळ्या साहित्यकृतींची जी रसग्रहणे केली आहेत त्यात जीवनवाद डोकावत नाही का?

सुधीर रसाळानी हे सारे जाणलेले आहे. म्हणूनच ते त्यांच्या लेखाच्या अखेरीस लिहितात, '....त्यांच्या भूमिकेतील संदिग्ध जागा त्यांच्या भूमिकेतील कच्चेपणापेक्षा

त्यांच्या लेखनाच्या स्फुट, नैमित्तिक स्वरूपामुळे निर्माण झालेल्या आहेत. साहित्यासंबंधी सैद्धान्तिक मांडणी करण्याच्या उद्दिष्टातून जर त्यांचे लेखन झाले असते तर या लेखनातील संदिग्ध जागा पूर्णत: स्पष्ट झाल्या असत्या, एवढी सैद्धांतिक मांडणीची ताकद गंगाधर गाडगीळांमध्ये असल्याचे त्यांच्या समीक्षालेखनातूनच प्रत्ययाला येते.' यावर 'ठीक आहे' इतकेच आपण म्हणू शकतो! कारण गाडगीळांच्या भूमिकेत संदिग्ध जागा आहेत हे रसाळाना मान्य आहे, 'पेक्षा' ही संज्ञा त्यांना गाडगीळांच्या भूमिकेतील कच्चेपणाही मान्य असल्याचेच सूचित करते. तसेच साहित्यासंबंधीची सैद्धान्तिक मांडणी करण्याचे त्यांच्या समीक्षालेखनाचे उद्दिष्ट नव्हते हेही त्यानी सुचविले आहे. आणि हे सारे जर नसते तर गाडगीळांच्या सैद्धांतिक मांडणीची ताकद दिसली असती असे म्हणणे रसाळांच्या सौजन्याला शोभादायक असले तरी गाडगीळांचे काय? की त्यानाही हे प्रसन्नपणे हसून होकारार्थी मान हलविण्यायोग्य वाटते?

सैद्धांतिक समीक्षेबाबत मतभिन्नता असेल पण वेगवेगळ्या साहित्यकृतींबाबत गाडगीळांनी केलेली उपयोजित समीक्षा मोठी उल्लेखनीय आहे. डावा म्हणावा असा त्यात एकही लेख दिसत नाही. सिद्धान्तांबद्दलचा अनाग्रह हेही त्याचे एक कारण म्हणता येईल.

गंगाधर गाडगीळ निर्मित (साहित्य) सृष्टीबाबत प्रस्तुत ग्रंथात आलेल्या लेखनाचा परिचयात्मक आढावा इथे संपतो आहे. आवश्यक असूनही यातील काही लेखांबद्दल विस्ताराने लिहिणे अशक्य होते. गाडगीळांचे मराठी साहित्यातील स्थान किती महत्त्वाचे आहे हे प्रस्तुत ग्रंथ स्पष्ट करतो इतके म्हटले तरी पुरे.

या ग्रंथातील दुसरा भाग गाडगीळांसंबंधी अनेकांनी केलेल्या व्यक्तिगत लिखाणाचा आहे. त्याचे परीक्षण शक्य नाही. पण यातून गाडगीळांची एक खास 'चित्तपावनी' मूर्ती साकारत जाते याची नोंद करायलाच हवी. मध्यमवर्गीय मराठी माणसाच्या दृष्टीने प्राप्य आणि दुष्प्राप्य अशा कुटुंब आणि कुटुंबाबाहेरचे जग यातील भूमिका त्यांनी अत्यंत यशस्वीपणे पार पाडल्या आहेत. अंगभूत गुण व कृतिशीलता यांची जोड देऊन लौकिक जीवनात गाडगीळांइतका यशस्वी झालेला दुसरा मराठी लेखक सापडणे शक्य वाटत नाही. मुख्य म्हणजे साहित्य व प्रत्यक्ष जीवन यातील शिखरे हासिल करूनही गाडगीळ थांबलेले नाहीत. एरव्ही 'अन्तर्नाद' मासिकाच्या जून १९९७ च्या अंकात 'हिंदू आध्यात्मिक परंपरा आणि मी' हा लेख लिहून त्यानी खळबळ उडवून दिली नसती. गाडगीळांनी असा लेख लिहायला नेमकी हीच वेळ का निवडावी हा प्रश्न मनाशी धरून प्रा. सुधीर यार्दी यांनी एप्रिल ९८ च्या 'अन्तर्नाद'मध्ये एक सविस्तर पत्र लिहिले आहे. त्यात त्यांनी १९९७ सालाला असलेल्या हिंदुत्ववादाच्या प्रभावाच्या ऐतिहासिक-राजकीय संदर्भाचे विश्लेषण

केलेले आहे. महाराष्ट्रात युतीचे राज्यही स्थिरावल्याचा हाच काळ. गाडगीळांनी यार्दीना उत्तर दिलेले आहेच. त्यात आपल्याला पडायचे काही कारण नाही. आपण इतकेच लक्षात घ्यायचे की गाडगीळ अजून निवलेले नाहीत. नवे मनसुबे, नव्या हालचाली चालू आहेत. कारण पंच्याहत्तरी आली म्हणून मनसुबे दप्तरीदाखल करणे हा गंगाधर गाडगीळांचा पिंड नव्हे!

◆

श्री. विजय तेंडुलकर यांचे 'शांतता, कोर्ट चालू आहे' : मानसशास्त्रीय अवलोकन

सिगमंड फ्राईड या मानसशास्त्रज्ञाने मानवी मनाचा शोध घेऊन मांडलेल्या निष्कर्षांमुळे मनाचा गुंता उकलण्यास नेमकी किती मदत झाली हे सांगणे अवघड आहे. पण केवळ मानसिक पातळीवरचेच अस्तित्व असलेल्या साहित्यकृतीचा गुंता उलगडू पाहणाऱ्या समीक्षेला मात्र त्यामुळे बरीच मदत झालेली आहे. विशेषत: लेखकाचे मन आणि साहित्यकृतिगत व्यक्तिमने यांचा शोध घेणे त्यामुळे बरेचसे शक्य झाले आहे. रिचर्ड्स् म्हणतो त्या प्रमाणे एक अर्थपूर्ण अशी तयार परिभाषाही या शास्त्राने साहित्यसमीक्षेला पुरविली आहे. या शास्त्राचा आधार घेऊन केली जाणारी समीक्षा मनांवरील दर्शनी बुरखे बाजूला करण्याचे (Unveiling) आणि त्या मनांच्या अन्त:स्तराचा वेध घेण्याचे काम बऱ्याच नेमकेपणी करू शकते, असे म्हणूनच म्हटले जाते.

स्वत: फ्राईड, त्यानंतर ॲडलर आणि त्याही नंतर युंग आणि फ्रेझर इ. नी साहित्यसमीक्षेला उपयोगी पडेल असे मानसशास्त्रीय संशोधन इतरांच्या समोर ठेवलेले आहे.

माणसाच्या दर्शनी कृती आणि उक्तींचा संबंध फ्राईड माणसाच्या मनातील तळाच्या विशाल अशा नेणीवेच्या स्तराशी जोडतो,- त्याच्या मते जाणीव, अर्ध नेणीव आणि जाणीव असे मनाचे तीन स्तर आहेत. यातील जाणिवेच्या स्तरावरील व्यवहार परिचित असतात. थोड्याश्या श्रमाने परिचयाच्या कक्षेत येऊ शकतो तो अर्धनेणिवेचा स्तर. नेणिवेचा स्तर मात्र पूर्णपणे अज्ञात असा. काही विशेष कारणाखातर निर्बंधक (censor) या मानसिक शक्तीकरवी दडपल्या जाणाऱ्या इच्छाआकांक्षांचे भांडार या नेणिवेत असते. माणसाची अकल्पित म्हटली जाणारी एखादी उक्ती वा कृती ही या नेणिवेकरवी नियंत्रित असते.

साहित्यकृती हा तसा जागृत मनाचा आविष्कार असला तरी या जागृताचा पहारा कित्येकदा नेणिवेकडून चुकविला जातो. अनुभवांचा स्वीकार, त्यांची लावली जाणारी संगती आणि साहित्यकृतीच्याद्वारा सिद्ध केली जाणारी त्यांची नवी कल्पनात्मक फेरमांडणी असा होणारा लेखनव्यवहार लेखकाच्या मनाच्या जाणिवेच्या स्तरावरूनच होत असला तरी त्यातून त्याच्या नेणीव - क्षेत्रातील अज्ञात स्पंदने, त्याच्या नकळत व्यक्त होत असतात. साहित्यकृतीसाठी तो उभा करीत असलेला व्यूह, त्यातील व्यक्तिमने, त्यांच्या कृतिउक्ती या साऱ्यांतून नेणिवेत दडलेले त्या लेखकाचे अनुभवविश्वही आकार घेत असते असे सांगितले जाते.

साहित्यकृतीचे मनोमय अस्तित्व लक्षात घेऊनच फ्राईड साहित्यव्यवहाराची सांगड स्वप्नव्यवहाराशी घालतो. अतृप्त इच्छांची तृप्ती घडविण्यासाठीच असणाऱ्या दिवास्वप्नांशी त्याने साहित्यनिर्मितीची घातलेली सांगड फक्त लोकप्रिय, कथात्म रंजनवादी साहित्यालाच लागू पडत असल्याने युंग या मानसशास्त्रज्ञाने थोड्या फार अतार्किक, गुंतागुंतीचे स्वरूप असणाऱ्या रात्रीच्या स्वप्नांची सांगड अभिजात साहित्यकृतीशी घातली आणि परंपरेने सामूहिक नेणिवेतून येणाऱ्या आदिबंधांचा केवळ कथात्मच नव्हे तर अकथात्म ललित साहित्यकृतीतून शोध घेतला.

याशिवाय मानवाच्या एकूण जीवनव्यवहारातच अत्यंत महत्त्वपूर्ण कामगिरी बजावणारे काही गंड आणि काही सहज प्रेरणा सांगितल्या गेल्या आहेत. साहित्यगत व्यक्तिमनांच्या कृतिउक्तीची नेमकी संगती लावण्याबाबत ही नव्याने प्रकाशात आणली गेलेली सामग्री पुष्कळच उपकारक ठरते. फ्राईडने मूलाधार मानलेला कामगंड किंवा ॲडलर मानीत असलेला अहम्‌गंड/न्यूनगंड हे मनाचा शोध घेण्याच्या क्रियेत मदत करणारेच ठरतात. याप्रमाणेच निर्बंधक, दडपण कोंडमारा, जीवनेच्छा, उदात्तीकरण, आत्मकाम्या, पाशवी हिंस्रता इत्यादी प्रेरणाही मनाची गुंतागुंत उलगडण्यास मदत करणाऱ्याच ठरतात.

मानसशास्त्रीय समीक्षेची उपयोजना करण्याबाबत विजय तेंडुलकरांचे 'शांतता, कोर्ट चालू आहे' ही नाट्याकृती फार योग्य अशी दिसते. कदाचित या नाटकासाठी कल्पिलेला व्यूह, त्याची रूपसिद्धी आणि त्या दोहोंतील मुक्त लवचिकपणा यामुळे जागृत मनाचे ढिले पहारे चुकविणे आणि वर येऊन कार्यकारी होणे नेणीवेच्या गुहेतील अज्ञात स्पंदनांना शक्य झाले असावे. या पद्धतीच्या उपयोजनेमुळे 'शांतता...'ची मानसिक पातळीवरील सर्वच संगती काटेकोरपणे लावता येईलच असेही नाही. पण या पद्धतीच्या उपयोजनेला आवाहन करतील अशी काही बीजे मात्र या नाट्याकृतीत निश्चितच जाणवतात.

प्रस्तुत नाटकाचा प्रारंभच नेणिवेतून होतो. या दृष्टीने पहिल्या अंकाच्या प्रारंभीची नाट्यसूचना मार्गदर्शक आहे- 'प्रकाश उजळतो तो एका ओक्याबोक्या दालनावर.

याला दोन दारे. एक बाहेरून यायचे. दुसरे बाजूच्या खोलीत जायचे. दालनाची एक बाजू डाव्या विंगेत पुढे निघून गेल्यासारखी दिसते. दालनात एक तयार व्यासपीठ, एक दोन जुनाट लाकडी खुर्च्या, एक खोके, एक स्टूल, असे काहीबाही अडगळीसारखे पडलेले आहे. एक बंद घड्याळ भिंतीला दिसते. काही पुढाऱ्यांच्या जुनाट तसबिरी, देणगीदारांची नावे असलेले लाकडी फलक. एखादे गणपतीचे चित्र दारावर लावलेले. दार बंद. बाहेर चाहूल, दाराची कडी बाहेरून उघडते. एकजण स्वत: जणू नव्यानेच हे दालन पाहत असावा तसा आत सरकून उभा राहतो. हा सामंत - हातात कुलुप-किल्ली. एक खेळण्यातला हिरवा कापडी पोपट. एक पुस्तक.'

सामंताच्या आधारे या नाट्यसूचनेतून मिळणाऱ्या नेणिवेच्या कामगंड (कुलुप-किल्ली), जीवनेच्छा (हिरवा कापडी पोपट) आणि स्वप्नव्यवहार (पुस्तक) यांच्याच सूचना जाणवतात. बेणारे त्यानंतर प्रवेशते ती 'बोट ओठात' अशी. हीसुद्धा फ्राईडप्रणीत कामप्रेरित अशीच कृती. 'जुन्या कड्यांचं असंच असतं' असे म्हणत निष्काळजीपणाने दार खेचले की बाहेरून कडी-कोयंडा बसून दार पुन्हा आतून उघडता येत नाही ही सुद्धा अशीच सूचना. त्यानंतरचे सामंताशी जवळीक साधू पाहणारे बेणारेचे वागणे - बोलणे हेही कामजन्य आकर्षणातूनच संभवलेले. एकदा तर ती 'चौकस सावधपणे' तुमची बायको आहे वाटतं भजनाच्या मंडळात?'' असा सवालही सामंताला टाकते. 'ओक्याबोक्या दालना'चे वर्णनही नेणिवेच्या गोदाम वजा सांगितल्या जाणाऱ्या क्षेत्राशी समकक्ष होईल असेच आहे.

या नाटकाच्या केंद्रस्थानी असणारी बेणारे ही व्यक्तिरेखा कामगंडाचेच प्रतीक आहे. पुरुषांच्या सहवासाची तिची ओढ जी नाटकात चर्चिली जाते ती या गंडाचेच फलित होय. तिसऱ्या अंकातील तिच्या तोंडच्या स्वगतात तिच्या घरच्या शिस्तीचा उल्लेख येतो. तसेच तिने पत्करलेला शिक्षिकेचा पेशा आणि त्यामुळे येणारी बंधने या साऱ्यांमुळे तिच्या अन्तर्मनातील निर्बंधक शक्ती कृतिशील होते आणि तिची कामेच्छा दडपली जाते. वयाच्या १४/१५ व्या वर्षीच तिने तिच्या मामाला जवळ करणे, नंतर दामल्यांशी संबंध ठेवणे, पोंक्षे-रोकडे यांच्याशीही असे संबंध ठेवण्याचा प्रयत्न करणे, सामंतांबद्दलचे आकर्षणही प्रथम भेटीतच व्यक्त करण्याइतके धीट होणे ही सारी दडपलेल्या कामेच्छेचीच कृतिउक्तिरूपे होत. त्यातच ती आता वयाच्या पस्तिशीत आहे. अविवाहित आहे, म्हणजे समाजमान्य वैध नरसंबंधाची संधी तिला अजूनही मिळालेली नाही. तिचा इतरांविषयीचा तिरस्कार, जगाविषयीची बेफिकीरी ही 'माझा पुरुष शेपूट घालून पळाला' या तिच्याबाबतच्या वस्तुस्थितीतूनच जन्मलेली मूलत: लैंगिक प्रतिक्रिया आहे. तिची सारी तडफड ही नराच्या पाठमोरा होण्याने मादीच्या अपमानित लैंगिक असमाधानातून संभवलेली तडफड आहे. तिला आठवणारी तिची शाळा, त्यातले विद्यार्थी, तिचं तन्मय होऊन शिकवणं, तिची

जरब, तिची शिक्षकी पेशावरील निष्ठा या तिच्या तोंडून सतत बाहेर पडणाऱ्या गोष्टी म्हणजे तिच्या अतृप्त इच्छेने शोधलेला उदात्त आश्रय आहे. तिचे आत्महत्त्येचे प्रयत्नसुद्धा या असमाधानातून संभवलेल्या Self-denial चीच कृती होय.

या कामगंडाला जोडूनच फुटलेला अहम्गंडाचा किंवा न्यूनगंडाचा एक पाखा प्रस्तुत नाटकात क्रियाशील झालेला दिसतो. बेणारेच्या रूपाने कामेच्छेच्या अतृप्तीबरोबरच अपमानित झाल्याच्या दुःखाचा एक अन्तःप्रवाह जो जाणवतो तो अहम्प्रेरितच होय. इतरांबद्दलच्या तिच्या तुच्छतेचे हेही कारण होऊ शकते. कामेच्छेच्या तृप्तीची वैध सोय असलेल्या विवाह नामक विधीबद्दल विनवण्या केल्यानंतर आणि त्यामुळे पोंक्षे बधत नाही हे लक्षात आल्यावर 'मी काय सगळं खरं बोलते आहे असं तुम्हाला वाटलं? मी तुमची गंमत केली!' ही बेणारेची उक्ती किंवा 'नाहीतर वहिनींना सांगेन' असे रोकडेने नकार देताना म्हटल्यावर बेणारेने त्याच्या थोबाडीत देणे ही कृती शेवटी या अहम्गंडाचीच दृश्य रूपे होत.

बेणारेशिवाय जी इतर पात्रे प्रस्तुत नाटकात आहेत ती प्रामुख्याने न्यूनगंडाचीच चेष्टिते आहेत. न्यूनतेच्या वा अपूर्णतेच्या गंडानेच त्यांच्या कृतिउक्ती साधलेल्या आहेत. या सर्वांचे बेणारे या मध्यवर्ती केंद्राशी असणारे नाते गाढ आहे. त्याच्या बुडाशीही कामगंड आणि न्यूनगंड हेच प्रभावीपणे वावरताना जाणवतात. बेणारेबद्दलची एक सूक्ष्म असूया या सर्वांच्या ठिकाणी त्यामुळेच आहे. पोंक्षे व रोकडे यांना कामपूर्तीची बेणारे देत असलेली संधीही ते न्यूनगंडापोटीच घेऊ शकत नाहीत. काशीकरांचे बेणारेबद्दलचे अतिरेकी औत्सुक्य या कामजन्य आकर्षणापोटीच, आणि तिच्याबद्दल मनोमन वाटणारी दहशत न्यूनगंडापायी होय. अशीच सुखात्मे, पोंक्षे, कर्णिक, रोकडे या व्यक्तिमनांची बेणारेबद्दलची सामीप्य व दूरता मिश्रित अवस्था-आहे. त्यांच्या ठिकाणचा तिच्याबाबतीतील चेवसुद्धा हे भांबावणे दडपण्याचाच प्रयत्न होय.

सौ. काशीकर हे अतृप्त कामेच्छेचेच एक मादीरूप, पण बेणारेहून वेगळ्या मनोविकारांच्या छटांनी बनलेले. रोकडेबद्दलचे त्यांचे दर्शनी वात्सल्य अतृप्त कामेच्छेपोटीच. बेणारेने त्याच्या थोबाडीत दिली हे समजल्यावरचे त्यांचे रोकडेवरचे रागावणे हे आकर्षण अपमानित झाल्यानेच. त्यांचा रोकडेशी लैंगिक संबंध असावा हा काशीकरांचा संशय त्यांच्या स्वतःच्या लैंगिक असमर्थतेतून संभवलेला. रोकडेची सौ. काशीकरांशी याच गंडामुळे बांधिलकी आणि त्यांचा नवरा म्हणून काशीकरांबद्दल अप्रीतीही आणि दबलेली बांधिलकीही. सौ. काशीकर अपत्यहीन. मादीच्या आत्मनिर्मितीच्या प्रेरणेचे फलित म्हणजे अपत्यसंभव. सौ. काशीकरांना बेणारेबद्दल वाटणाऱ्या असूयेचे कारण म्हणजे बेणारेला कामेच्छापूर्तीचे समाधान लाभले आहे याची त्यांना वाटणारी खात्री आणि बेणारेला राहिलेला गर्भ. यामुळेच स्वतःच्या अपूर्णतेची किंवा

न्यूनतेची त्यांना झालेली जाणीव, याबरोबरच आपल्यापेक्षा जास्त लैंगिक आकर्षणक्षमता असणाऱ्याबद्दल आपल्याला हेवा वाटतो ही सहजप्रवृत्ती. ती नर, मादी अशा दोघातही. कामेच्छेची अतृप्ती आणि न्यूनगंडाची टोचणी यांच्या दडपणाखाली त्रस्त झालेल्या नेणिवेतून या सर्व व्यक्तिमनांच्या ठिकाणी होतो तो पाशवी हिंस्रतेचा आविष्कार. तोही जिच्या अस्तित्वामुळे अतृप्ती व टोचणी यांचा प्रादुर्भाव त्यांच्याबाबतीत होतो त्या वस्तूच्या-म्हणजे बेणारेच्याच रोखाने.

या सर्वांत सामंत निराळा आहे. तो तटस्थ असूनही सहानुभूतिमय आहे. तो म्हणजे सद्सद्विवेकाचेच प्रतीक होय. काही प्रसंगी इतर गंड व प्रेरणा यांच्या मेळाव्याच्या बलवत्तरतेत त्याचे ताटस्थ्य ढळते. अभावितपणे कृतिशील होऊन तो घटितात सहभागी होतो. पण ते तेवढ्यापुरतेच. त्याचे ताटस्थ्य ढळले तरी सद्सद्विवेकत्व ढळत नाही. ते शाबूतच असते. म्हणूनच तो एखाद्या आत्मक्लान्त बेणारेला 'हिरव्या कापडी पोपटा'च्या रूपाने जीवनेच्छा प्रदान करू शकतो.

नेणिवेतील अज्ञात घटकांच्या व्यापारावर उभे राहणाऱ्या या नाटकात 'खल'हे विशेषण लावावे असे कुणीच नाही. फ्राईडच्या मते माणूस खल कधीच नसतो, तो फक्त मनोरुग्ण असतो. ज्यांच्या मुळाशी प्रामुख्याने लैंगिक अतृप्ती आहे अशा दडपलेल्या जाणिवांमुळे माणसाचे मन रुग्ण बनत असते. प्रस्तुत नाटकात एक सामंत वगळला तर बेणारेसकट सारे मनोरुग्ण आहेत. अगदी गैरहजर असलेले दामलेच नव्हे, तर वीसेक वर्षांपूर्वी गायब झालेला बेणारेचा प्रियकर मामासुद्धा. या सर्वांच्या मनोरुग्णत्वाच्या मुळाशी अतृप्त कामेच्छा, अहम्‌गंड किंवा न्यूनगंड, कोंडमारा, निर्बंधक, आत्मघातप्रवृत्ती, पाशवी हिंस्रता यासारखे भावनांचे मूलाकार असले तरी त्यांच्या प्रभावाचे कमीजास्त मिश्रण साधले गेलेले आहे. त्यामुळेच प्रत्येक व्यक्तीठायी त्यांचे वेगळेपण प्रतीत होते. बेणारे व सामंत याशिवाय इतरांच्या मनोधारणेची मूस तशी एकच भासते. पण तरीही त्यांची मनोधारणा भिन्न भिन्न छटांनी व्याप्त आहे हेही लक्षात येते. हाही शेवटी ज्याच्या त्याच्या नेणिवेचाच खेळ! समान परिस्थिती असून भिन्न आविष्कार!

प्रस्तुत नाटकाची घडण 'जस्ट टाईमपास', किंवा 'जस्ट अ गेम' या शब्दांचा आधार घेत झालेली आहे. त्यातून आपोआप तयार होणारा अनौपचारिकपणा प्रस्तुत रचनेची साहित्यप्रकारगत बंधने ढिली करतो. ही बंधने ढिली होणे म्हणजेच जागृत मनाची किंवा मनाच्या जाणिवेच्या स्तराची पकड ढिली होणे. याचाच अर्थ नेणिवेला आपली सामग्री बाहेर काढायला वाव मिळणे असा होतो.

तसे प्रत्येक खेळाचे काही कायदेकानू असतात. क्रीडाव्यवहारात काही विशिष्ट व्यवस्था अन्तर्भूत झालेली असते. पण तरीही खेळात खरा वाव नैसर्गिक प्रेरणांना असतो. हा केवळ हिशेबी, यंत्रवत Pre-arranged व्यवहार होऊ शकत नाही.

खेळाडूंच्या चाली अनेकदा व्यवस्थेची चौकट ओलांडतात तरी खेळाच्या खेळपणाला बाधा येत नाही. याचे महत्त्वाचे कारण म्हणजे खेळातील मानवी मनाचा सहभाग होय. आणि या मनाचे गंड, सहज प्रेरणा चौकटीचे बंधन सतत पाळू शकत नाहीत. प्रस्तुत नाटकाला त्यामुळेच एक नैसर्गिक स्वप्नसदृश्य क्रीडाव्यवहाराचा आकार लाभला गेला आहे. नेणिवेच्या पातळीवरून उदित होणारे नैसर्गिक सादपडसाद नैसर्गिकरीत्याच एक व्यवस्था निर्माण करतात आणि आपल्या घटकत्वाच्या सांधेजुळणीतून एक स्वतंत्र घटना सिद्ध करतात. या प्रक्रियेतून तयार होणारी साहित्यकृती म्हणूनच रूपकात्मक वगैरे होत नाही. रूपकात्मक रचनेत वावरणारी तर्कशक्ती ही अशा प्रक्रियेत अडचण ठरत असते. म्हणून साहित्यकृतीतील प्रत्येक तपशिलाचे मनोव्यवहारदृष्ट्या स्पष्टीकरण होऊ शकत नाही. अशा कलाकृतीत सिद्ध होणारा व्यूह प्रतीकरूप असतो. आणि प्रतीकांचे अर्थ लक्षणेने घ्यायचे असतात.

तिसऱ्या अंकाअखेरचे बेणारेचे स्वगत म्हणजे तिच्या नेणिवेत दडपल्या गेलेल्या स्पंदनांचा स्फोट आहे. अतृप्त कामेच्छेच्या धक्क्यांनी जर्जर झालेले तिचे संपूर्ण मनोविश्वच त्यातून साकार होते. हेही कळते की असे असले तरी ती तिचा गर्भ जपणार आहे. कामेच्छेच्या तृप्तीचे जे काही क्षण तिने अनुभवले त्याचे ते जसे साकार, सगुण रूप आहे, तसेच ते रूप म्हणजे आत्मनिर्मितीच्या तिच्या ठिकाणच्या सहजप्रवृत्तीची यशस्वी फलश्रुती आहे. या रूपाच्या आधारेच दडपल्या गेलेल्या जाणिवांच्या कल्लोळातच तिच्या नेणिवेत जीवनेच्छेचा एक अंकुर रुजला गेला आहे. आत्मघाताची इच्छा बाजूला सारली गेली आहे.

नेणिवेतून संभवलेल्या मानसिक गंड व सहजप्रेरणाप्रवृत्ती यांच्या व्यवहाराचे दर्शन घडविणाऱ्या या नाटकाची अखेरही पुन्हा नेणिवेतच समाविष्ट होताना दिसते. शेवटचा भाग असा आहे. 'बेणारे नि:शक्तपणे किंचित चाळवते. पुन्हा निश्चेष्ट. जवळ तो हिरवा जर्द कापडी पोपट'. कोठून तरी (म्हणजे नेणिवेच्याच एखाद्या अज्ञात दालनातून) तिच्याच आवाजातले सूर ऐकू येऊ लागतात.... या गीतात कुणी एक पोपट कुण्या एका चिमणीला तिचे डोळे ओले का झाले असे विचारतो. आपला घरटा चोरीला गेल्याचे कारण ती सांगते. कुण्या एका कावळ्याला ती घरट्याबद्दल विचारायला जाते तर तो कानावर हात ठेवतो. मग चिमणीच्या जीवनात फक्त शिल्लक राहते ती चिव चिव.

घरटा म्हणजे समाधान- मूलत: लैंगिक जाणिवांचे तर्पण हे सूत्र हाती घेतले तर हे गीतप्रतीक उलगडते. अगदी अखेरची नाट्यसूचना मोठीच मार्गदर्शक आहे. ती अशी - 'फक्त बेणारेवर प्रकाश' बाकी रंगमंच अंधारात.'

कला म्हणून 'शांतता,.....' चा मानसशास्त्रीय दृष्टीने विचार करू जाता नेणिवेतील गंडादींचा साधला गेलेला सुसंगत मेळ हीच कलात्मकता असे म्हणता येईल. पण

कलाकृती म्हणून 'शांतता...' चा दर्जा काय, मूल्य काय असे प्रश्न उभे केल्यास त्याचे नेमके उत्तर या समीक्षापद्धतीजवळ नाही. कुणास ठाऊक, कदाचित् एखादा मानसशास्त्रीय पद्धतीचा अवलंब करणारा साहित्यसमीक्षक या प्रश्नावर असेही म्हणेल की नेणिवेच्या व्यवहाराच्या शोधात आणि त्यांची संगती लावण्याच्या प्रयत्नात असला प्रश्न उपस्थितच होऊ शकत नाही!

◆

मानसशास्त्राच्या चष्म्यातून गडकऱ्यांच्या व्यक्तिरेखा

साहित्यनिर्मिती आणि साहित्यास्वाद हा मूलत: मानसिक पातळीवरील व्यवहार असून त्यात अनुभवांचीच देवाणघेवाण होत असते. अनेकदा असे होते की तर्काच्या आधारे साहित्यकृतिगत व्यक्तींच्या कृतिउक्तींचा नेमका अर्थ लागत नाही किंवा त्या व्यक्ती जास्त चांगल्या समजण्यासाठी त्यांच्या मनात उतरण्याची गरज भासते.

हा मार्ग शोधण्याचे अवघड कार्य सिग्मंड फ्राईड या मानसशास्त्रज्ञाने केले. त्याने सर्वसामान्यपणे अनाकलनीय भासणाऱ्या मानवी मनाच्या स्वरूपाचा भेद केला. जाणीव, अर्धजाणीव आणि नेणीव अशी या मनाची त्रिस्तरी रचना त्यानेच स्पष्ट केली. आणि नेणिवेचे महत्त्व विशद करून अहम, अत्यहम् आणि तत् या तीन कार्यकारी शक्तिकेंद्रांचे स्वरूपही स्पष्ट केले.

यामुळे साहित्यगत व्यक्तींच्या मनांचा शोध घेण्याची एक नवी दृष्टी समीक्षेला मिळाली हे खरे. पण त्यालाही फार मर्यादा आहेत हे लक्षात ठेवायला हवे. एक तर याच्या आधारे फक्त अंदाज बांधता येतात. आणि दुसरे म्हणजे त्याच्या आधारे साहित्याचे साहित्यत्व सिद्ध करता येत नाही, किंवा साहित्यकृतींची प्रतवारी निश्चित करता येत नाही.

राम गणेश गडकरी यांच्या व्यक्तिरेखांचा अशा मानसशास्त्रीय भूमिकेवरून घेतला जाणारा शोध त्यांनी निर्माण केलेल्या स्वभावविश्वाची कल्पना देतो. विस्तारभयास्तव त्यांच्या काही ठळक व्यक्तिरेखांचा इथे धावत्या स्वरूपात विचार करण्याचे योजिले आहे. स्थूलपणे का होईना, पण त्यांच्या मनात उतरणे हाच या प्रयत्नाचा उद्देश आहे.

इगो आणि लिबिडो- म्हणजे अहम् आणि रतिशक्ती या दोहोंवरच प्रामुख्याने गडकऱ्यांच्या व्यक्तिरेखा आधारलेल्या दिसतात. 'प्रेमसंन्यास' मधील कमलाकर,

'पुण्यप्रभाव' मधील वृंदावन आणि 'भावबंधन' मधील घनश्याम ही त्यांची खलपात्रे. फ्राईडच्या मते खल असे कुणी नसतेच. त्या व्यक्ती मनोरुग्ण असतात! असे दिसते की हे तिघेही कामेच्छा झिडकारले गेलेले अतृप्त नर आहेत. अहम्‌गंडात रूपांतरित झालेला त्यांचा अहम् या अतृप्तीतच रुतलेला आहे. सारासारविचार किंवा सद्‌सद्‌विवेक यांच्या द्वारा जोपासला जाणारा अत्यहम् त्यांच्या ठिकाणी वर्धिष्णू झालेला नाही. पण तो नाहीच असेही नाही.

'एकच प्याला' तील तळिराम न्यूनगंडाची शिकार आहे. त्याची मदिराभक्ती आणि उपद्रवशक्ती यांचे मूळ या न्यूनत्वाच्या जाणिवतच सापडते. ही सर्व पात्रे हुषार व कर्तबगार आहेत. पण मानसिक संतुलन ढळलेली. म्हणून मनोरुग्ण अशी!

'प्रेमसंन्यासा'तील जयंत व लीला ही लिबिडोचीच रूपे. त्यात ती परस्परानुरक्त म्हणजे परस्परांच्या कामेच्छेचे शमन करण्याची इच्छा व शक्ती असलेली. पण सभोवतालच्या रुढी वा संकेतजन्य पर्यावरणाचा मोठा दाब असलेल्या त्यांच्या अत्यहम्‌मुळे परस्परांच्या जवळ न येताच जीवने संपविलेली!

'भावबंधना'तील धुंडीराज ही मानसशास्त्रदृष्ट्या वेगळी वाटावी अशी व्यक्तिरेखा, त्याचे भाबडेपण न्यूनगंडप्रेरित असले तरी वात्सल्यभावात परिणत झालेला त्याचा अत्यहम् नाटकात विशेष कार्यकारी झालेला आहे. इतका की त्याच्या चोख, स्वार्थरहित आणि किल्मिषशून्य दर्शनाने विकृतदशेला पोहोचलेला घनश्यामाचा अहंगंडही वितळून जातो.

'पुण्यप्रभाव' नाटकात या लिबिडोचाच एक अर्थपूर्ण पट उभा राहताना दिसतो. व्यक्तिस्वभावाच्या भिन्न भिन्न पिंडधर्मानुसार त्यात भिन्न तणावसूत्रे दिसून येतात. वसुंधरा ही केंद्रस्थानीची मादी आहे, तिच्याविषयीचे कामजन्य आकर्षण बाळगणारे तीन नर म्हणजे भूपाल, ईश्वर आणि वृंदावन हे होत. नाटकभरचे या तीघांचेही वसुंधरेशी दिसून येणारे संबंध sex oriented असेच. यापैकी भूपाल हा वसुंधरेने स्वीकारल्यामुळे तृप्त, नाकारले जाऊनही सद्‌सद्‌विवेकबुद्धी जागी असल्यामुळे ईश्वराच्या ठिकाणी अतृप्ती ओलांडणारी एक अत्यहंजनित शांत- समधात वृत्ती आणि नाकारल्यामुळे डिवचला गेलेला अतृप्त वृंदावन. ही अतृप्ती त्याच्या जिव्हारी ठसलेली, त्यामुळे तो त्याच्या अहंगंडाशीच थबकलेला आणि जे हवे ते मिळविण्यासाठी सारासार विचार बाजूला ठेऊन सूडाच्या पातळीवरून प्रयत्न करणारा. अगदी आपल्या कामतृप्तीच्या आड येणारी म्हणून पत्नी असलेल्या कालिंदीलाही मारून टाकण्याचा विचार करणारा.

तिसऱ्या अंकाच्या सातव्या प्रवेशातील वृंदावन-वसुंधरेचे बोलणे वृंदावनाच्या नेणिवेच्या दृष्टीने अर्थपूर्ण आहे. तो म्हणतो, 'वसुंधरे, तुला भ्रष्ट केल्याशिवाय माझा सूड थांबणार नाही. नुसता माझ्या गळ्यात हार घालण्यानेसुद्धा माझे समाधान

होईल!' फ्राईडच्या आधारे यावर थोडा विचार केला तर ध्यानी येते की 'गळ्यात हार घालणे' म्हणजे नेणिवेने प्रतीकरूपाने सुचविलेली कामकृती (sex act) आहे, याला प्रारंभी वसुंधरा नकार देते. पण शेवटी तिच्याही नेणिवेतील स्वत:चे अस्तित्व राखण्याची प्रेरणा उचल खाते आणि ती याला मान्यता देते!

वृंदावनाच्या अहम्मध्येच अत्यहम्चे बीज आहे. त्यामुळेच मुलाच्या अंगात कट्यार खुपसताना तो डोळे पुसतो. कालिंदीच्या सहवासात त्याचे मन त्याला खाते आणि अखेरच्या क्षणी हे अत्यहम्चे बीजच त्यांच्या कामतृप्तीच्या इच्छेवर मात करते. तो सरळ वसुंधरेचे पाय धरतो.

मानसशास्त्रीयदृष्ट्याही सुधाकर हाच 'एकच प्याला'चा खरा आधार आहे. कारण 'सिंधूशी संगनमत करतो माझ्या घरात' आणि 'सिंधू, तू पतिव्रता नाहीस! हरामखोर! ते कारट त्या रामलालचं आहे' या त्याच्या रामलालच्या संदर्भातील दोन उक्ती, तर्काचा आधार गवसत नसल्यामुळे मानसशास्त्रीय शोधाला चालना देतात. वसंत शांताराम देसाई यांनी याचा शोध घेण्याचा केलेला प्रयत्न सर्वश्रुत आहेच.

तळिरामबद्दल आधी लिहून झालेले आहेच. सिंधूचे आत्मविसर्जन किंवा आत्मविलोपन तिच्या अहम्मधील न्यूनत्वातून संभवलेले दिसते. ते अत्यहम्जनित असते तर आपल्या कृतिउक्तीच्या संदर्भात सारासार किंवा योग्यायोग्य विचार करताना ती (गीतेप्रमाणे) दिसली असती. आपल्या समाजातील स्त्रीच्या वर्तनाविषयीच्या परंपरा वा संकेतसुद्धा तिच्या न्यूनत्वातच भर पाडणारे आहेत. रामलाल या व्यक्तिरेखेबाबत असे दिसते की अत्यहम् आणि रतिशक्ती यांच्या एकत्र वास्तव्याचे ठिकाण म्हणजे त्याचे मन आहे. तो अविवाहित आहे, त्यामुळे त्याच्या कामप्रेरणेचे दमन होत आलेले. यामुळेच त्याची नेणीव (अत्यहम्चा विरोध असूनही) त्याला शरदकडे खेचते.

यादृष्टीने तिसऱ्या अंकातील तिसरा प्रवेश मोठा बोलका आहे. रतिभावदृष्ट्या एकमेकांच्या जवळ येत चाललेले शरद व भगीरथ बोलत असतात. त्यावेळी तिथे रामलाल येतो. त्याच्या नेणिवेला पसंत नसणारी ही गोष्ट. तीच त्या दोघांना परस्परांपासून दूर करण्यासाठी रामलालच्या मुखातून वेगळ्याच रूपात प्रकटते. तो गीतेसाठी शरदला घरी जायला आणि भगीरथास सुधाकराबद्दल सिंधूच्या माहेरी आताच्या आता तार करण्यास सांगतो. मात्र शरद गेल्यावर हाच रामलाल भगीरथास '(तारेची) काही इतकी घाई नाही' असे म्हणून ठेवून घेतो आणि लोक-कल्याणाच्या मार्गावर एक प्रवचन झोडतो! यानंतर चवथ्या अंकातच रामलाल-शरदमधील तो 'पहिल्या स्पर्शाचा' प्रसिद्ध प्रसंग घडतो. असे असले तरी अखेरीस या रामलालचा अत्यहम् त्याच्या कामप्रेरणेवर मात करतो.

सुधाकरची व्यक्तिरेखा जास्त गुंतागुंतीची आहे. तिने तर तर्काच्या पातळीवर

नाटककारालाही चकविलेले दिसते. रामलाल व सिंधू यांच्या संबंधाबद्दल तो जे बोलतो ते त्याच्या नेणिवेचेच आविष्करण आहे. जाणीव कार्यरत असताना त्याची नेणीव ते बोलू शकत नाही. म्हणूनच तिथे जाणिवेला ग्रासून बधिर करणाऱ्या नशेचा आधार मोठ्या चलाखीने घेतला गेलेला!

या नाटकात सुधाकराबद्दल जे जे काही सांगितले गेले आहे ते एकत्र लक्षात घेतले की ध्यानात येते - हा सुधाकर एकाकी, पोरक्या अवस्थेत वाढलेला आहे. त्या अवस्थेत त्याचा आधार रामलाल हाच होता. तो तेव्हापासून त्याच्या नेणिवेत ठसलेला आहे. पुढे सिंधूशी सुधाकराचे लग्न होते तेही या रामलालच्या मध्यस्थीमुळेच. या अशा लौकिक वस्तुस्थितीमुळे आज हुशार, कर्तबगार म्हणून मिरवणारा सुधाकराचा अहम्सुद्धा न्यूनत्वाच्या, परावलंबनाच्या विळख्यात अडकलेला आहे. सिंधू या कामविषयाशी सुधाकर सर्वार्थाने निगडित झालेला आहे. पण रामलालची पितृसदृशता त्याच्या नेणिवेतील अज्ञात व्यवहारातही भागीदारी प्रस्थापित करते आहे. त्याची नेणीव ही भागीदारी त्याच्या सिंधू या कामविषयापर्यंत पोहोचवते आणि त्याच्या तोंडून त्याच्या अपत्याचे पितृत्वही रामलालला देववते.

इथे मुद्दाम लक्षात घ्यायला हवे की एरव्ही सुधाकराच्या मनात रामलाल-सिंधू यांच्याबद्दल संशय नाही. कारण संशय ही जाणिवेची पातळी आहे. अगदी दारूच्या नशेतसुद्धा सुधाकराचे हे बोलणे अकस्मात आणि अनपेक्षित वाटते आणि फ्राईड सांगतो की असे अकस्मात वा अनपेक्षित भासणारे बोलणे नेहमीच नेणिवेतून आलेले असते. जाणिवेचे तर्कशुद्ध कार्य त्याक्षणी ठप्प झालेले असते.

गडकऱ्यांच्या ठळक अशा व्यक्तिरेखांचा हा एक मानसशास्त्रीयदृष्ट्या घेतलेला धावता आढावा. तो त्या त्या व्यक्तिरेखेवरील (जाणिवेचे) पडदे बाजूला सारून तिच्या नेणिवेत उतरण्यास आणि तिचा शोध घेऊन त्या त्या व्यक्तिरेखेच्या कृतिउक्तींची संगती लावण्यास मदत करील असा विश्वास वाटतो.

◆

श्री. जयवंत दळवी यांचे "कालचक्र" : एक बेतलेले नाटक

श्री. जयवंत दळवी यांनी १९८७ साली लिहिलेले 'कालचक्र' सामाजिकतेचा व्यापक संदर्भ घेऊ पाहात असलेले कौटुंबिक नाटक आहे. कुण्या विठ्ठल विश्वनाथ इनामदार आणि त्यांची पत्नी - वये अनुक्रमे ७५ आणि ७० वर्षे- यांची ही कथा आहे. ही कथा फक्त यांचीच न राहता तिला एकूणच 'म्हातारपणाची कथा' असा एक व्यापक सामाजिक संदर्भ लाभावा अशी नाटककाराची अपेक्षा दिसते. पण नाटककारानेच संकल्पिलेला व्यूह त्यात अडचण उभी करताना दिसतो. कारण बाबा आणि आई हे नुसते म्हातारे नाहीत, तर निर्धन म्हातारे आहेत. त्यामुळे हे नाटक होते निर्धन म्हाताऱ्यांचे आणि मग वाटत राहते हे जोडपे सधन असते तर? तर मग त्यांच्याबाबतीत नाटकात दाखविली गेलेली वस्तुस्थिती अशीच दिसली असती का? वस्तुस्थितीचा तोंडवळा कदाचित बदलला असता. काहीही असो, असे प्रश्न सामाजिकतेचा व्यापक परीघ आकुंचित करणारे असतात.

दुसरी एक गोष्ट म्हणजे बाबा आणि आई यांच्या बाबतीत दाखविलेली परिस्थितीच नव्हे तर त्यांची मानसिकता, त्यांच्यातील परस्परसंबंध, भावनिक ताणतणाव, वय आणि दीर्घ सहवास यामुळे निर्माण झालेले निकटत्व, शब्दाने वाच्य होणार नाही असा दोघांत प्रस्थापित झालेला संवाद इत्यादी विशेष नाही म्हटले तरी शिरवाडकरांच्या 'नटसम्राट'मधील आप्पासाहेब आणि कावेरी यांची आठवण करून देतात. 'नटसम्राट' मधील भजी आणि ती बनविणारा तो व्यंकप्पा आणि या नाटकातील वडे आणि ते बनविणारा मंजुनाथ यासारखे सामान्य तपशीलही आपण नोंदू शकतो. मात्र या दोन्ही जोडप्यांतील असे दिसणारे साम्य वरवरचेच म्हणावे लागेल. कारण नाटकात दुर्लक्षित झालेली असली तरी प्रत्यक्ष जीवनातील वास्तव आणि रंगभूमीवरील जीवनातील वास्तव यांच्यामधील एका वेगळ्या पातळीवरील

द्वंद्वाची जशी शक्यता 'नटसम्राट'मध्ये जाणवून जाते तसा काही वेगळा ताण 'कालचक्रा'त जाणवत नाही. अगदी हे बाबा घड्याळजी असले आणि घड्याळ ही कालदर्शक वस्तू असली तरीही. प्रस्तुत नाटकातील 'घड्याळ' ही चीज इतकी सहेतुकपणे योजिली गेलेली जाणवते की ती बाबा इनामदार वा विश्वनाथ इनामदार यांच्या संदर्भात फक्त व्यावसायिक पातळीवरच वावरत राहते. कुठेही द्वंद्वाच्या किंवा आन्तर्नाट्यदर्शनाच्या पातळीवर जात नाही. म्हणजे ती नाटकातील एकूण व्यूहाशी तर्काने संबंध जोडते, नाट्यात्मकतेने नव्हे. थोडक्यात घड्याळ ही वस्तू नाट्यवस्तूत एकजीव होत नाही, परिणामी ती नाट्यवस्तूला काळाचे (किंवा म्हातारपणाचे) आवश्यक ते कलात्मक परिमाण देऊ शकत नाही. फक्त तार्किक अनुमान देते आणि अशा तार्किकतेची अपेक्षा कलाकृतीबाबत केली जात नसते.

म्हातारपण, त्यामुळे येणारी एक शारीर आणि मानसिक कालबाह्यता, तसेच सभोवतालच्या व्यवस्थेत निर्माण होणारा एक विसंगत ताण अशा प्रत्येक व्यक्तीच्या बाबतीत अटळपणे व अपरिहार्यपणे निर्माण होणाऱ्या पीडादायक वस्तुस्थितीचा शोध हे 'कालचक्र'चे केंद्र झालेले नाही. नाटकाचा सारा व्यूह अशा केंद्राचा आभास निर्माण करतो, पण प्रत्यक्षात एका वेगळ्याच केंद्राभोवती तो आकारित होत गेलेला दिसतो. हे केंद्र म्हणजे नाटककाराला जाणवून गेलेली एक नाविन्यपूर्ण, आकर्षक आणि चमत्कृतिजनक कल्पना आहे. ती म्हणजे वृद्ध आई-वडिलांचे दत्तकविधान. निर्जीव यंत्रवत असणारे आणि मनाची भूक भागवू न शकणारे वृद्धाश्रम म्हातारपणावरील इलाज होऊ शकत नाहीत. तिथे म्हातारपण अधिकच दयनीय होते. मग काय करायचे? यावर नवा मार्ग कोणता? दळवींना सुचलेली कल्पना म्हणजे मुले दत्तक जातात तसे आई-वडिलांनी दत्तक जाणे. आणि तिलाच त्यांनी नाटकाचे केंद्रस्थान दिले आहे. या कल्पनेची शक्याशक्यता पडताळून पाहण्याची आवश्यकता नाही. एवढे नक्की की ती असंभवनीय म्हणू अशा कोटीतील नाही.

अशा तऱ्हेचा अपरिचित व अनपेक्षित कल्पनाशय असणारे केंद्र 'कालचक्र'ला नाट्यदृष्ट्या निश्चितच उपकारक ठरलेले आहे. या कल्पनेतच रूढ संकेताला मोठी कलाटणी देईल असे नाट्य सामावलेले आहे. आणि फारसे खोलात न जाता, प्रस्तुत कल्पना (कलात्मक वा नाट्यात्मक) शोधाचा विषय न बनवता जयवंत दळवींनी ती कौशल्याने हाताळली आहे. व्यक्ती, उक्ती, प्रसंग, कृती, वातावरण या सर्वांच्या बाबतीत संवाद व विरोध अशा ताणांचा अवलंब करून 'कालचक्र' ही नाट्यकृती सजत जाताना दिसते.

बाबा आणि आई हे प्रमुख आधार डोळ्यासमोर ठेवले तर वातावरणाच्या दृष्टीने पहिला अंक आणि दुसरा अंक यातील विरोध सहज लक्षात येऊ शकतो. या वृद्ध जोडप्याच्या दृष्टीने पहिला अंक विरोधी तर दुसरा अंक संवादी आहे. पात्र योजनेतही

त्यांची दोन मुले आणि दोन्ही सुना विरोधी गटातील तर राघव, इरावती, बाबूराव संवादी गटातील आहेत. त्यांच्या उक्ती आणि कृतीही आपोआप त्या त्या गटातच मोडतात.

नाट्यदृष्ट्या उठावदार होतील अशीच व्यक्तिदर्शने घडविण्यावर दळवींनी जोर दिला आहे. शरदची पत्नी मीना ही सोशलवर्कर्स कॉन्फरन्ससाठी दिल्लीला गेलेली. म्हणजे सोशल वर्कमध्ये रस असलेली, पण सासू-सासऱ्यांकडे न बघणारी. घरी आलेला शरद हा दीर जेवायला राहणार म्हणून वैतागणारी, डाएटिंगच्या नावाखाली सासूला कमी खायला देणारी, टीव्ही सुद्धा बघू न देणारी लीला ही विश्वनाथची बायको. यातील लीला प्रत्यक्ष रंगमंचावर येणारी, तर मीना न येणारी. या दोघींच्या विरोधात इरावतीचे पात्रचित्रण होते. तिच्या कृती उक्ती बरोबर लीलाच्या कृतिउक्तींशी विरोधी अशा स्वरूपाच्या. विश्वनाथ व शरद यांच्याशी विरोधी असे राघवचे व्यक्तिचित्रण आहे. बाबूरावसारखे पात्र नाटकातला ताण सह्य करणाऱ्या विनोदाच्या दृष्टीने मदत करता करता राघव-इरावती या जोडप्याचा चांगुलपणा अधिक गडद करण्याचे काम करते.

राघव-इरावती यांच्या चित्रणात थोडेफार आदर्श वा कांक्षित चांगुलपणाचे रंग मिसळलेले दिसत असले तरी विश्वनाथ-शरद-लीला यांना थोडाफार न्याय देऊनच त्यांची चित्रणे साधली गेलेली दिसतात. ही माणसे दुष्ट नाहीत, स्वार्थी आहेत. आपल्या वर्तनाची त्यांच्या मनात कुठेतरी बोच आहे. त्यामुळे त्यांची चित्रणे मानवी राहायला मदत झालेली आहे. बाबा-आई यांची चित्रणेही जिवंत झालेली आहेत. नाट्याचा स्पर्श त्यांच्या चित्रणाला वेगळाच उठावही देतो. राघव-इरावती यांच्या घरी असतानाही ज्यांच्यामुळे त्रास झाला त्या आपल्या मुलांसाठी आई जीव टाकताना दिसते. तसेच शरदिनी फातर्फेकरला मनात घोळवणाऱ्या बाबांना बाबूराव आपल्या बायकोच्या सारखे पुढे पुढे करतो असे वाटत असते. अशा छोट्या छोट्या गोष्टी व्यक्तिचित्रणाला मानवी ठेवतात आणि व्यक्तिमत्त्वही देत असतात.

एकंदरीने कल्पनारंजनाला प्राधान्य देणाऱ्या या नाटकाच्या उभारणीत काही ठिकाणी ढिलेपणाही जाणवतो. घड्याळे व तज्जन्य संकल्पना नाट्यवस्तूत कशी मुरलेली, एकजीव झालेली नाही हे याआधी सांगितले आहेच. तसेच विश्वनाथच्या घरातील कुत्रा आणि त्याचे भुंकणे. शरदिनी फातर्फेकरची हकीकतही अशीच एक जागा. या गोष्टी अर्थपूर्ण होऊ शकलेल्या नाहीत. मध्यवर्ती नाट्याला त्या नेमकी काय मदत करतात हे श्रमयुक्त विचार करूनच शोधावे लागते! बाबूरावांना ऐकू येत नाही हे बाबा व आई यांना पटणे ठीक आहे. पण खूप आधीपासून त्यांच्या परिचयाच्या असलेल्या राघवलाही तसे वाटावे आणि बाबूराव आपल्याला फसवत होते असे वाटावे हे आश्चर्यजनकच म्हणावे लागेल. तसेच 'ते घड्याळ सदैव बंद

असते; पण ते त्यांच्या पाडलोसच्या घरातले वडिलोपार्जित घड्याळ आहे' किंवा 'आई.... खंगलेली.... विशेषत:, मनाने! सदैव भ्यालेली, भेदरलेली दिसते. भीती सुनेची आणि भविष्याची! भविष्यात काय वाढून ठेवलं आहे, याची!' अशा दुसऱ्या पानांवर भेटणाऱ्या ज्या नाट्यसूचना आहेत त्या लिहिताना नाटककार दळवींवर कादंबरीकार दळवींनी मात केली आहे असेच दिसते!

एकंदरीने काय जाणवते तर 'कालचक्र' हे जयवंत दळवींनी व्यावसायिक रंगभूमीसाठी तयार केलेले नाटक आहे. एकदा असा हेतु पक्का झाला की मग नाटक बेतण्याची, एका विशिष्ट साच्यात वा नमुन्यात ते बसविण्याची धडपड येते. लोकांची आवड-निवड महत्त्वाची ठरते आणि तिची म्हणून जी काही पथ्ये असतात ती सांभाळण्याची जबाबदारीही येते. नाट्यानुभवाच्या खोलीकडे, संमिश्रतेकडे दुर्लक्ष करणे, तो सोपा सुटसुटीत बनवणे, प्रेक्षकांना विशेष ताण न देणारा ठेवणे आणि प्रयोगाच्या अंगाने आकर्षक व उत्कंठावर्धक राखणे इत्यादी गोष्टी करणे तिथे क्रमप्राप्त होते. 'कालचक्र' मध्ये दळवीनी हे सर्व केलेले आहे. पण ते करताना अतिरेकी नाटकीपणाच्या (melodrama) प्रवाहात सर्व नाटकच वाहवत सोडून दिले असे होऊ दिलेले नाही. ही दळवींची आणि या नाटकाची एक महत्त्वाची उल्लेखनीय बाजू होय.

आणखी एका दिशेने या नाटकाचा अभ्यास फायद्याचा होऊ शकेल. ती समाजशास्त्रीय दिशा असेल. त्या दृष्टीने विचार करू जाता प्रस्तुत नाटकातील वस्तुस्थितीला असलेला सद्य:कालीन वास्तवाचा संदर्भ ठळकपणे जाणवू लागेल. आणि तो निश्चितच काही एक विचारप्रवर्तन करणारा ठरेल.

स्वातंत्र्योत्तर भारतात साधारणपणे पहिल्या पंचवार्षिक योजनेने स्वीकारलेल्या विशिष्ट व्यवस्थेमुळे यंत्रसंस्कृती केंद्रस्थानी आली आणि साहजिकच यंत्रोद्योगास प्राधान्य मिळाले. त्याचा भारताच्या आर्थिक स्थितीवर जो काही परिणाम झाला असेल तो असो, पण कुटुंबजीवनावर आणि पर्यायाने समाजजीवनावर त्याचा विपरित परिणाम झालेला दिसतो. कुटुंबांच्या विभक्तीकरणाची प्रक्रिया फार आधीच चालू झालेली होती. ही प्रक्रिया शारीर होती असे वाटण्याइतपत या प्रक्रियेतील मानसिक विघटन प्रस्तुत काळात होत गेलेले दिसते. कनिष्ठ मध्यमवर्ग असो (उदा. विश्वनाथ) वा उच्च मध्यमवर्ग असो (उदा. शरद) त्यांचा त्यांच्या वडिलधाऱ्या कुटुंबियांबद्दलचा मायेचा झरा या काळात आटत चाललेला दिसतो. आर्थिक मूळ असलेल्या या मानसिक फारकतीतूनच शहरात वृद्धाश्रमाची संकल्पना जन्माला आलेली दिसते. शेवटी अर्थव्यवस्था आणि आर्थिक हितसंबंध ही व्यक्तीच्या मानसिकतेवर मोठा परिणाम करणारी गोष्ट आहे. ती सहजगत्या नि आपोआप व्यक्तीला स्व-केंद्रित करीत जाते. वडिलधारी म्हातारी माणसे फक्त आर्थिक दृष्ट्याच त्यांच्या मुलाबाळांना

ओझी वाटतात, परवडत नाहीत असे नाही तर त्यात मानसिकतेचा भागही मोठ्या प्रमाणात असतो. यात कुणाचे काय चुकते अशा चर्चेचा म्हणजेच तर्काधारे सुटेल अशा स्वरूपाचा हा प्रकार नाही. ही एक वस्तुस्थिती आहे. 'कालचक्र' हे नाटक या वस्तुस्थितीला गोचर करते. बाबा आणि आई या व्यक्ती केंद्रस्थानी राहतात आणि इतर त्यांच्याबाबतीतील वास्तवावर प्रकाश टाकतात. दळवी नुसते वास्तवदर्शन करून थांबत नाहीत- म्हणजे 'काय आहे' हे दाखविण्यावरच थांबत नाहीत तर 'कसे असावे' कडेही ते वळतात. राघव-इरावती हे त्यादृष्टीने त्यांनी निर्मिलेले जोडपे. याबाबतीत ते आईवडिलांच्या दत्तकविधानाची कल्पना मांडतात. ती विवाद्य ठरू शकेल, पण 'कालचक्र' ही नाट्याकृती आजच्या काळातील एका ताज्या व भेडसावणाऱ्या, भेडसावील अशा प्रश्नाला नाट्यरूप देते, समाजदृष्टीसमोर आणते हे महत्त्वाचे!

फक्त इतकेच म्हणतात येईल की पुरेशा गांभीर्याने या वस्तुस्थितीचा शोध 'कालचक्र'मध्ये दळवींनी घेतलेला नाही. तसा वेध घेण्याची क्षमता स्वत:त असल्याचे 'संध्याछाया' सारखे नाटक लिहून त्यांनी याआधीच सिद्ध केलेले आहे. 'कालचक्र' मात्र लोकप्रिय व व्यावसायिक रंगभूमीच्या कलानेच बेतले गेले असल्याने सद्य:कालीन वस्तुस्थितीची जाणीव होते, पण दर्शन होत नाही असा प्रकार झाला आहे. त्याचा प्रत्यय येणे मग दूरच राहते!

◆

'झोंबी' : श्री. आनंद यादव : काही संस्करणे

'झोंबी' म्हणजे कुस्ती. म्हणजेच द्वंद्व किंवा संघर्ष. या कादंबरीत लेखकाने बालवयात शिक्षणासाठी आपल्या वडिलांशी केलेला संघर्ष चित्रित झालेला आहे. शिक्षणाच्या मागे न लागता गुरे-ढोरे सांभाळीत शेतीकाम करून कुटुंबाला मदत करावी असा आग्रह धरणारा बलदंड बाप आणि काबाडकष्ट करता करता शाळेसाठी तळमळणारा मुलगा असे दोन्ही विरोधी ताण 'झोंबी'त दिसतात. बलदंड बाप विरूद्ध (वयामुळे) दुबळा मुलगा असे असल्यामुळे इथे दर्शनी स्वरूपात एकतर्फी संघर्ष जाणवतो. पण निर्धाराचा विचार केला, तर दोन्ही पक्ष तुल्यबळच आहेत.

पण असा संघर्षाचा अनुभव, संघर्षाचा म्हणून समग्र स्वरूपात 'झोंबी'त पेलला गेलेला असल्यामुळे, तो एकेरी किंवा 'एक संबंधबद्ध' झालेला नाही. नुसताच बाप विरुद्ध मुलगा असा न राहता, तो आपोआप दोन पिढ्यातील संघर्ष किंवा जुन्या नव्यातील मूल्यात्मक संघर्ष किंवा दोन दृष्टिकोणातील संघर्ष किंवा दोन जीवनपद्धतीतील संघर्ष असा विस्तारत व्यापक होत होत अनेकपदरी झालेला आहे. हे 'झोंबी'चे एकाच वेळी 'व्यक्तिकथा असूनही केवळ व्यक्तिकथा न राहणे' असे वैशिष्ट्य म्हणून बनलेले आहे.

लेखक आनंद यादव ही आज पन्नाशीत असलेली एक प्रतिष्ठित व्यक्ती आहे. बहुशिक्षितही आहे. ती 'झोंबी'त आपल्या, जन्म ते एस. एस. सी. परीक्षा या काळातील बालरूपाचे व जीवनातील काळाचे चित्रण करते आहे. म्हणजे वर्तमानकाळात राहून भूतकाळातील आनंद यादवांचे दर्शन घडविते आहे. ते घडविताना, जाणिवांचे क्षेत्र विस्तारलेल्या आजच्या आनंद यादवांची छाया, 'त्या' आनंद यादवावर पडू शकली असती. आणि तसे झाले असते तर तो 'त्या' आनंदावर अन्यायच झाला असता. 'आजच्या' आनंदाला बाजूला ठेवून त्या 'कालच्या' आनंदाचे अस्तित्व

शब्दबद्ध करणे, यादवांनी मोठ्या शिताफीने साधलेले आहे. ही सुद्धा तशी मानसिक पातळीवरील एक सर्जनपूर्व 'झोंबी'च म्हणता येईल! या संदर्भात दोन-तीन 'स्थूल' जागांचा निर्देश जाता जाता करता येईल. दुसऱ्या महायुद्धाच्या काळात कागलनजिक पडलेला गोऱ्या सैनिकांचा तळ, गांधीवधानंतर कागल व कागलच्या परिसरात झालेली ब्राह्मणांच्या घरांची जाळपोळ किंवा बालवयातील रा. स्व. संघाचे अनुभव, याबद्दल लिहिताना 'आज'च्या यादवांचे विचार 'काल' वर सहज मात करू शकले असते. पण तसे झालेले नाही. या शिवाय त्या काळातील आनंदाच्या मानसिकतेचे ठेवले गेलेले 'सूक्ष्म' भान तर 'झोंबी'त हरएक ठिकाणी जाणवते.

आपल्या गतजीवनाचा आढावा घेण्यासाठी यादवांनी 'आत्मचरित्रात्मक कादंबरी' या साहित्य प्रकाराचा आश्रय घेतलेला आहे. वास्तविक आत्मचरित्र आणि कादंबरी अशा दोन स्वतंत्र वाङ्मय प्रकारांचा हा संयोग वर वर पाहता चमत्कारिक वाटतो. (एखाद्याला सोईसाठी यादवांनी खेळलेली ही एक चाणाक्ष चाल आहे असेही वाटेल!) कारण आत्मचरित्र हा तसा बव्हंशी बद्ध वा ठाणबंद साहित्यप्रकार. लेखकाच्या जीवनातील स्थलकालाने आणि प्रत्यक्ष घटनाप्रसंगाने आखलेला आत्मशोध आणि स्वदृष्टिजनित सत्य यांचे त्या प्रत्यक्षाशी काटेकोर अनुसंधान ठेवून चित्रण करणारा. याउलट कादंबरीचा मामला. तिथे कल्पनेच्या कलमाचीच अपेक्षा असल्यामुळे मुळातच प्रकृतीने मुक्त वा स्वैर असणारा. 'झोंबी'त आनंद यादवांनी या दोन प्रकारांचा संयोग अर्थपूर्ण बनविलेला दिसतो.

या संयोगातील आत्मचरित्र हा अचल घटक आणि कादंबरी हा चल घटक, यांची एक कौशल्यपूर्ण गुंफण त्यांनी 'झोंबी'त साधलेली आहे. जन्मापासून ते एस. एस. सी. परीक्षा पास होण्यापर्यंत स्वतःच्या जीवनात आणि घरात जे जे घडले त्या निवडक 'प्रत्यक्षा'चा आत्मचरित्रात्मक चौथरा अचल वा स्थिर घटक म्हणून त्यांनी नेमकेपणी सिद्ध केलेला आहे. हे आहे 'प्रत्यक्ष सत्य' आणि त्याला जोड दिली जाते ती संभवनीय भावविलसनाची. म्हणजेच, 'कल्पनीय सत्या'ची. तो आहे चल घटक, मुक्त आणि काहीसा स्वैर असा. त्याच्या प्रसरणाच्या कक्षा संभवनीय शक्यतेने सिद्ध केलेल्या आहेत. परस्परपूरक अशा तऱ्हेने हे दोन्ही घटक एकवटतात आणि 'झोंबी'चे रूप सिद्ध होते. प्रत्यक्ष आणि कल्पना, बांधलेपणा आणि मुक्तपणा, स्थिरता आणि गतिमानता, साक्षात् घटित आणि संभवनीय शक्य घटित-म्हणजे एकाचवेळी चौकट धरून ठेवणे आणि त्याच वेळी ती ओलांडणे अशा एका वेगळ्या संमिश्र संयोगाची जाणीव 'झोंबी' करून देते.

हा विचार अलीकडच्या काळात मराठीत ललित स्वरूपात लिहिल्या जाणाऱ्या सर्वच आत्मचरित्रपर लेखनाला लागू होईल असे वाटते. तिथेही असाच चल व अचल घटकाचा संयोग जाणवतो. एखादे घटित काही बदलता येत नाही. ते स्थिर

वा अचल असते. पण त्या संबंधीच्या मानसिक प्रतिक्रिया मात्र चलच म्हटल्या पाहिजेत. कारण त्यात 'काल' मध्ये 'आज' मिसळतोच मिसळतो. फक्त हे रसायन 'काल'च्या संदर्भात संभवनीय होते की नाही हे महत्त्वाचे असते. त्यासंबंधीची शक्यता असंभवनीय वाटली तर तक्रारी निर्माण होतात. मग ललित आत्मचरित्रपर अशा सर्व लेखनाला कादंबरी म्हणता येईल का? या प्रश्नाबरोबर घाटाचा विचार मनात जागा होतो. तात्त्विकदृष्ट्या आत्मचरित्र आणि कादंबरी हे दोन वेगळे घाट आहेत हे खरे. पण आज अशा घाटाच्या संकल्पनाही मोठ्या लवचिक आणि मुक्त झालेल्या आहेत.

ग्रामीण वास्तवाचे दर्शन हे तर 'झोंबी' चे खास वैशिष्ट्य आहे. कोल्हापूर जिल्ह्यातील कागलसारख्या खेडेवजा गावातील अवघे कृषिजीवन यादवांनी अत्यंत समर्थपणे 'झोंबी'त उभे केलेले आहे. स्वतःच्या मालकीची जमीन नसलेल्या एका शेतकरी कुटुंबात यादवांचा जन्म झालेला आहे. त्यांचे आईवडील, भावंडे, आत्त्या, मामा, मित्र अशा अनेक व्यक्तींबरोबर, मळा आणि गुरेढोरे व निसर्गासह मळ्याचे विश्व यांची त्यात भेट होते. रात्रंदिवस काबाडकष्ट करणारी, नवऱ्याचा जीवघेणा मार खाणारी, मुलांसाठी जीवाची बाजी लावणारी अतिशय सोशिक, पण तितकीच तिखट आई-ताराबाई-वाचकाचे मन सुन्न करून टाकते. शेतीतील कष्टापेक्षा थोरामोठ्यांच्या घरातील उठाबशीची चव असलेला, बायकोमुलांना गुरासारखे बडवून कामाला लावणारा, आनंदाच्या शाळेला जाण्याला सतत विरोध करणारा, परंपरेचे महत्त्व मानणारा, प्रतिकूल परिस्थितीने गांजलेला लेखकाचा बाप हेही असे खिळवून ठेवणारे विलोभनीय व्यक्तिचित्र आहे. या सर्व कुटुंबाचे दैन्य, दारिद्र्य, भूक, श्रम, अडाणीपणा यांचे अतिशय दाहक व भेदक चित्रण प्रस्तुत कादंबरीत आढळते.

हे चित्रण इतके सखोल व उत्कट झालेले आहे की ते फक्त एका कागल गावातील कुण्या जकाते-कुटुंबाचे न राहता प्रतिनिधिक चित्रण बनते. सार्वत्रिक होते.

अशा अत्यंत प्रतिकूल परिस्थितीतही या कादंबरीचा नायक आनंदा टिकून राहतो. नुसता टिकून रहात नाही, तर प्राप्त परिस्थितीवर मात करण्याचा प्रयत्न करीत राहतो. या बाबतीत शाळा आणि शिक्षण हा मार्ग त्याने निवडलेला आहे. त्यापासून तो बाजूला होत नाही. महिन्याला दोन आणे, अशी सहा महिन्याची बारा आणे तुंबलेली फी भरता येत नाही, म्हणून त्याचे शाळेतील पाचवीचे वर्ष वाया जाते. अडचणी रांग लावून त्याच्यावर कोसळत असतात, पण शाळेचे सूत्र तो सोडीत नाही. अखेरीस एस. एस. सी. त तो दुसऱ्या वर्गात उत्तीर्ण होतो. हा साराच अतिशय चटका लावणारा तपशील आहे.

याच्याच जोडीने त्याच्या मनात पडणाऱ्या सौंदर्यदृष्टीचे-कलासक्तीचे प्राथमिक बीज प्रस्तुत निवेदनात दिसते. गावातल्या कुण्या नायकिणीच्या भावाने सांगितलेली

गुलबकावलीची कथा, सौंदलगेकर मास्तरांनी शिकविलेल्या कविता यातून ही ओढ निर्माण झालेली दिसते. चित्रकला त्याला प्रारंभापासून अवगत आहे. पुढे चार अवांतर पैसे मिळविण्याची गरज म्हणून तो नकला करू लागतो. चित्रपटचे चित्रपट, पार्श्वसंगीत व गीते यांच्यासह तो सादर करू लागतो. या वैशिष्ट्याच्या संदर्भात यादवांनी मोठ्या सावधपणाने लेखन केले आहे. अनुभवाच्या अंगाने समृद्ध असला तरी, आपल्या जीवनातील तो काळ फक्त क्षुधेची आणि शिक्षणासारखे (व्यावहारिक) इप्सित साध्य करण्यासाठी संघर्ष करणारा होता हे आजच्या कलावंत आनंद यादवांनी रास्तपणे लक्षात ठेवले आहे!

आजवर यादवांनी केलेले ललित लेखन प्राधान्याने नुसतेच आत्मपर नव्हे तर आत्मचरित्रपर आहे. त्यामुळे त्यात त्रुटित स्वरूपात का होईना कागल या गावाशी निगडित असलेले ग्रामीण वास्तव आणि या वास्तवाचे तपशील आलेले आहेत. यादवांच्या आयुष्यातील घटनाही चित्रित झालेल्या आहेत. तेव्हा कृषिसंस्कृतीशी जोडलेली जीवनपद्धती, तिच्या विशेषांसह आत्मानुभवांच्या द्वारा यादवांकरवी या आधीही चितारली गेली आहे. साहजिकच 'झोंबी'त असा पूर्वोक्त तपशील दिसून येतो. पण 'झोंबी'चे वैशिष्ट्य असे की त्यातील विश्व पूर्वपरिचित वाटत नाही. म्हणजे लेखक आपल्या अनुभवांचे पुनर्लेखन करतो आहे असे वाटत नाही. याचे कारण एकच दिसते - या अनुभवांना यादव 'झोंबी'त एक नवा कलात्मक संदर्भ देऊ शकलेले आहेत. त्यामुळे बाह्यत: परिचित वाटणाऱ्या तपशिलाला एक आंतरिक अशी नवता, अपरिचितता किंवा नवी झळाळी प्राप्त झालेली आहे. आणि ती आस्वादकाला निर्मितीचा अ-पूर्व प्रत्यय देऊ शकते आहे.

इथे आणखी एका विशेषाची नोंद करता येईल. प्रथम दर्शनी 'झोंबी'चा विस्तार प्रसरणशील भासतो. असेही वाटून जाते की एकूण लेखन अगदी रेकत रेकत होते आहे. पण 'झोंबी' वाचीत असतानाच जाणवू लागते की या निवेदनाची गती संथ असली, तरी हा पाल्हाळ वा अतिलेखनाचा मामला नाही. त्याचे कारण त्यामागील अनुभव हेच आहे. कृषिजीवनाशी संबंधित अशी एक सर्वसामान्य वस्तुस्थिती इथे उलगडली जाते आहे. त्या काळाचा संदर्भ मनात ठेवून चहुअंगानी लेखक तिचे अवलोकन करतो आहे. म्हणूनच, भडकपणा, अटीतटीला येणे, निकराच्या नाट्याची पेरणी करणे इत्यादींची मुद्दाम योजना करून निवेदनाला गती देण्याचा मार्ग लेखकाने स्वीकारलेला नाही. लेखक सर्वार्थाने त्याच्या अनुभवांना न्याय देतो आहे. त्यांची गतीच लेखनात पकडण्याचा प्रयत्न करतो आहे. आपोआपच मग बहि:स्थ 'झोंबी'पेक्षा अनुभवदृष्ट्या अंत:स्थ 'झोंबी'ला उठाव मिळतो आणि त्या अनुषंगानेच लेखनाचा एकूण पोत सिद्ध होऊ लागतो.

'झोंबी'ची खरी ताकद ती करू शकत असलेल्या विचारप्रवर्तनात आहे.

'झोंबी'तील जीवनदर्शन वाचकाला अंतर्मुख करते आणि विचारसन्मुख बनविते. घरातल्या बारक्या अनसापासून तो बापापर्यंत सर्वजण दिवसरात्र ढोरमेहनत करीत असूनसुद्धा पोटभर जेवणाला आणि अंगभर कपड्याला महाग का असा प्रश्न वाचकाला सतावतो आणि त्यातून ग्रामीण भागातील आर्थिक दारिद्र्याची जाण होऊ लागते. तिथे मानवी श्रमाला मोल नाही हे समजते. सतत तोट्यात ठेवला जाणारा शेती व्यवसाय-म्हणजे कृषिसंस्कृतीचे सततचे शोषण ही प्रचलित अर्थव्यवस्थेची एक गरज आहे आणि त्यामुळेच दैन्य, दारिद्र्य, उपासमार, लाचारी, अज्ञान, कुपोषण इत्यादी कु-वैशिष्ट्यांचे संमेलन ग्रामीण भागात कायमचे भरलेले दिसते हे भयानक सत्य त्याच्या लक्षात येऊ लागते. भारतासारख्या देशातील शेतीवर अवलंबून असणारी सत्तर टक्के जनता दरिद्री का याचे रहस्यही तो उलगडू लागतो. या गोष्टी अर्थातच सैद्धांतिक स्वरूपात 'झोंबी'त आलेल्या नाहीत. कारण त्या बाल-आनंदाच्या आकलनशक्तीच्या बाहेरच्या आहेत. पण ही जाणीव तिथे जे दाखविले जाते आहे त्याद्वारा वाचकांच्या मनात प्रवर्तित होऊ शकते. 'झोंबी'त एकही खलपात्र नाही, हे या दृष्टीने मोठे अर्थपूर्ण आहे. लेखकाचे वडील हे खलपात्र नव्हे. सर्वबाजूनी कोंडमारा करणाऱ्या कृषिजीवनातील परिस्थितीने असहाय्य, विचारमूढ बनलेला तो एक जीव आहे. मुलाच्या शिक्षणाला तो विरोध करतो त्याचे कारण त्याच्या अडाणीपणापेक्षा त्याच्या अर्थिक दुरवस्थेत सापडणारे आहे. झोंबीत खलपात्र नाही; कारण अशी एखादी खलव्यक्ती यादवांच्या घराच्या दुःस्थितीस कारण नाही. कारणीभूत आहे ती विशिष्ट प्रचलित शोषण-व्यवस्था. विचारप्रवर्तनाच्या सुप्त शक्तीमुळेच 'झोंबी'ला एक वेगळ्या प्रकारचे वजन प्राप्त झालेले आहे.

तेव्हा समाजशास्त्र, अर्थशास्त्र, रूपमार्ग इ. भूमिकेतून स्वतःच्या अभ्यासाच्या शक्यता सूचित करणारी 'झोंबी' ही एक आजची समृद्ध कलाकृती आहे असे विधान करता येईल.

◆

'राक्षस-विवाह' : श्री. के. क्षीरसागर
एक असमर्थ, पण उल्लेखनीय कादंबरी

श्री. के. क्षी. हे मराठी साहित्यविश्वातील एक मोठा दबदबा निर्माण करणारे नाव आहे. सौंदर्यवादाचे ते नुसते पाठीराखे नव्हते, तर आग्रही आणि प्रखर असे प्रचारकच होते. हे अंगीकृत कार्य करताना त्यांनी सामोपचाराच्या - समंजसपणाच्या सौम्य मार्गाचा अवलंब केला, मिळतेजुळते घेत समन्वयाचा प्रयत्न केला असे त्यांचे मित्र वा अनुयायीही कधी म्हणणार नाहीत. उलट समीक्षकाचे आग्रही, मनस्वी, काहीसे आत्मकेंद्रित व्यक्तिमत्त्व प्रकट करणारी, नुसती प्रकट करणारी नव्हे तर अधोरेखित करणारी समीक्षा लिहिणारा समीक्षक अशीच त्यांची प्रतिमा मनावर ठसत जाते. मराठी समीक्षेच्या वाटचालीत एखाद्या ललित लेखकाप्रमाणे ठाशीव आत्माविष्कार करणारा महत्त्वाचा पहिला समीक्षक म्हणजे श्री. के. क्षी. असे म्हणणे वावगे होणार नाही.

यामुळेच की काय परस्परघातक ठरू शकणाऱ्या दोन गोष्टी श्री. के. क्षी. नी यशस्वीपणे एकत्र नांदविल्या आहेत, असे दिसते. तात्कालिक विषयांना महत्त्व असणारे वृत्तपत्रीय स्तंभलेखन आणि सर्वकालिक विषयांना महत्त्व देणारे समीक्षालेखन त्यांनी एकाच तडफेने केलेले दिसते. त्यांच्या सगळ्याच लेखनात प्रकर्षाने जाणवतो तो एक खास त्यांचा असा आत्मरंग. अगदी तुच्छता किंवा गौरव अशी किमानपक्षी वैशिष्ट्ये घेतली तरी ती किती पातळ्यांवर कशी कशी उजळू शकतात हे श्री. के. क्षीं. च्या लेखनानेच मराठी वाचकांना दर्शविले आहे. वामन मल्हार जोशी, न. चिं. केळकर, रा. श्री. जोग, भवानी शंकर पंडित वगैरे समीक्षक सोडाच, पण नवसाहित्याचे समर्थक म्हणून १९५० नंतर आलेले बा. सी. मर्ढेकर, धोंडो विठ्ठल देशपांडे, वा. ल. कुलकर्णी, गंगाधर गाडगीळ वगैरे समीक्षक पाहिले तरी याबाबतीत 'श्री. के. क्षीं. सारखे श्री. के. क्षी. च' असेच म्हणावे लागते.

'राक्षसविवाहा' सारखी एक कादंबरी आणि मूठभर कथा, ललित निबंध लिहून नंतर फक्त समीक्षेकडे वळलेल्या श्री. के. क्षीं. बद्दल एका इंग्रजी समजुतीचा आधार घेऊन कुणी असे म्हणेल की 'अयशस्वी ललित लेखक नंतर समीक्षक होतो.' पण असे म्हणणे तितकेसे योग्य होणार नाही. कारण कथा वगैरे ललित लेखनाचे सोडा,

पण 'राक्षसविवाह' ही कादंबरी उपेक्षित किंवा दुर्लक्षित राहिली असे म्हणता येणार नाही. तिची त्या काळात भरपूर चर्चा झाली. अगदी मोजके लेखन केलेल्या बा. सी. मर्ढेकरानीही तिची दखल घेतलेली आहे. एकच कादंबरी लिहून मोठ्या चर्चेला चालना देणारे 'रणांगण' कर्ते विश्राम बेडेकरच यासंदर्भात आठवून जातात. 'माझे रामायण' कर्ते दत्तो अप्पाजी तुळजापूरकर खूप दूरचे झाले! मराठी साहित्याच्या इतिहासात 'राक्षसविवाहा'संबंधी काही लिहिले गेले नाही असे होत नाही. ही कादंबरी प्रसिद्ध झाल्या झाल्या 'म. सा. पत्रिके'च्या एप्रिल १९४१ च्या अंकात कुण्या अनामिक समीक्षकाने (पृ. ८४वर) लिहिले आहे, 'राक्षसविवाह' ही एक भावकथा आहे. कथावाङ्मयात वैवाहिक जीवनाचे जे प्रश्न उभे आहेत त्यापेक्षा एक निराळाच प्रश्न श्री. क्षीरसागर यांनी या कथेत मांडला आहे. सुशिक्षित, सुसंस्कृत प्रौढ तरुणीही समाजातील चालू विवाहपद्धतींच्या पोलादी चौकटीपुढे अगतिक होतात आणि दैववादी होतात हे कारुण्यपूर्ण दृश्य यमूच्या रूपाने या कथेत वाचकांसमोर उभे केले आहे.... प्रचलित प्रेमकथेपेक्षा या भावकथेचे स्वरूप अगदी निराळे असूनही ते वास्तव आहे.''

कादंबरीच्या प्रारंभी लिहिलेल्या 'पूर्वेतिहास आणि स्वरूप' वरून असे दिसते की मुंबईच्या 'प्रगति' साप्ताहिकातून १९३१ साली 'राक्षसविवाहा'चे लेखन सुरू झाले होते. सात प्रकरणे प्रसिद्ध झाली आणि सरकारी अवकृपेमुळे 'प्रगति' बंद पडले. पुढे सुमारे नऊ वर्षांनी उरलेला भाग लिहून पुरा झाला आणि 'संजीवनी' मासिकातून सर्वच कादंबरीचे पुनर्प्रकाशन झाले. उण्यापुऱ्या १०८ पानांच्या या छोटेखानी 'मनोविश्लेषणात्मक भावकथे'ला जन्मापासून पुस्तकरूपाने वाचकाहाती पडायला सुमारे नऊ वर्षे इतका दीर्घ कालावधी लागलेला दिसतो. याचा उल्लेख इतक्यासाठीच करायचा की यामुळे कादंबरीची एकाजिनसी वीण बिघडण्याचा संभव होता. पण तसे झालेले नाही. कादंबरीची (अत्यल्प घटना-व्यक्तींनी युक्त अशी एकपदरी) वीण आणि तीवरील पकड घट्ट राहिलेली आहे.

१९३० ते ४० या काळातील मराठी कादंबरीत तीन प्रवाह विकसित झालेले दिसतात. पहिला प्रवाह लोकप्रिय रंजक कादंबरीचा. फडके-खांडेकरांच्या तथाकथित कलावादी आणि जीवनवादी बुरख्यात एक उथळ असा रंजनवादच वावरत होता. या दोघात खांडेकर जरासे उजवे, कारण त्यांच्यात भाबडा का असेना, पण एक प्रामाणिक ध्येयवाद होता. पण कलेच्या दृष्टीने तसे दोघेही सारखेच म्हणावे लागते. तसेच फडक्यांनी लिखित आणि खांडेकरांनी अलिखित असे तंत्र कादंबरीलेखनासाठी पक्के करून ठेवलेले होते. त्या काळातील तमाम वाचकवर्ग या दोघांच्या कादंबऱ्यांनी झपाटला होता. बरेच लेखकही या प्रवाहात आपल्या लेखण्या बुचकळत होते. श्री. के. क्षीं. सारखा लेखक या मार्गाकडे वळणे शक्यच नव्हते. ('पूर्वेतिहासा'त तर

त्यांनी स्पष्टपणे लिहिले आहे की, '.... सदर कादंबरी म्हणजे रम्य कल्पना आणि कोटिबाज भाषा येवढ्यावर खुलविलेले वाङ्मय नव्हे!')

दुसरा प्रवाह होता वामन मल्हार जोशी किंवा श्रीधर व्यंकटेश केतकर यांच्या विचारप्रधान आणि चर्चाप्रधान अशा 'तात्त्विक' कादंबरीचा आणि तिसरा प्रवाह दिसतो तो प्राधान्याने स्त्री-पुरुषसंबंधाचे सामाजिकदृष्ट्या विश्लेषण करणाऱ्या विभावरी शिरुरकर किंवा पु. य. देशपांडे यांच्या 'काव्यात्म' कादंबरीलेखनाचा. 'राक्षसविवाह' ही कादंबरी या दुसऱ्या आणि तिसऱ्या प्रवाहाचे मिश्रण म्हणता येईल, कारण 'तत्त्वमयता' आणि 'भावमयता' यांचे एकीकरण करण्याचा प्रयत्न तिच्या लेखनात जाणवतो. स्वतः लेखकाने 'पूर्वेतिहासा'त केलेले काही उल्लेख या संदर्भात मदत करतात.

'प्रस्तुत पुस्तकात भावना व काव्य यांचा रोख एका व्यक्तिचित्राकडे आहे, तर बुद्धी आणि चिकित्सा यांच्या अन्तर्भेदी प्रकाशाचा झोत एका सामाजिक संस्थेकडे आहे (पृ. १६)' किंवा 'तंत्राच्या दृष्टीने हे पुस्तक सर्वस्वी (Subjective) आत्मनिष्ठ व वैयक्तिक आहे, तर हेतूच्या व जीवनविषयक दृष्टिकोनाच्या दृष्टीने ते सर्वस्वी वस्तुनिष्ठ व सामाजिक आहे (पृ. १७)' किंवा 'भाषेच्या दृष्टीने काव्य, कथानकाच्या दृष्टीने भावकथा आणि हेतूच्या दृष्टीने सामाजिक कथा ही या भावकथेच्या रचनेची तीन अंगे होत (पृ. १७).' शिवाय याच पृष्ठावर 'केवळ कला हाच तिचा उद्देश नाही' असे जे श्री. के क्षी. म्हणतात, ते कला म्हणजे फडके- खांडेकरी वळण असे एक सोपे समीकरण मनाशी धरूनच हे स्पष्ट आहे.

'राक्षसविवाह' या कादंबरीची सिद्धता दोन व्यूहांवर आधारलेली आहे असे दिसते, एक आहे विचारव्यूह आणि दुसरा आहे कथात्मव्यूह. अर्थात हे दोन्ही परस्परांसाठी आणि म्हणून परस्परावलंबी आहेत. प्रश्न इतकाच निर्माण होऊ शकतो की ते दोन्ही एकजीव झालेले आहेत का? किंवा 'पूर्वेतिहास आणि स्वरूप'न वाचता, फक्त कादंबरीची संहिता (अगदी परिशिष्टासह) वाचली तर विचारव्यूहाचा शोध लागू शकतो का? याचे उत्तर आधीच द्यायचे झाले तर हे एका मर्यादेपर्यंत झाले आहे. मात्र तेही कथेच्या साधलेल्या विणीतून उकलत जात नाही तर नायक वा नायिकेने प्रसंगी केलेल्या विचारप्रकटीकरणातून!

प्रस्तुत कादंबरीचा विचारव्यूह एका सामाजिक प्रश्नाचा आधार घेत उभा राहिलेला दिसतो. प्रचलित विवाहपद्धती योग्य की अयोग्य? ती वधू आणि वर या व्यक्तिमनांचा कोंडमारा करणारी की विकसन साधणारी आहे? १९३० ते ४० या दशकातील जाणत्या समाजमनस्क लेखकांचा हा एक जिव्हाळ्याचा आणि कुतूहलाचा विषय झालेला जाणवतो. श्रीधर व्यंकटेश केतकर तर कादंबरीकाराच्या आधी एक सामाजिक विचारवंतच आहेत. पण विभावरी शिरूरकर, पु.य. देशपांडे यांच्या लेखनातही या

विषयाने महत्त्वाचे स्थान घेतलेले दिसते. श्री. के. क्षीं.चे स्नेही आणि मराठीतील प्रसिद्ध कवी माधवजूलिअन यांनी त्यांच्या गाजलेल्या 'तेथे चल राणी' या कवितेत तर 'गे लग्नविधी जेथ न जीवैक्यनिशाणी। तेथे चल राणी॥' असे स्पष्टपणे म्हटले आहे.

मानवप्राण्याच्या आजवरच्या वाटचालीतील शिकारी आणि गुराखी या प्रारंभीच्या दोन अवस्थात स्त्री-पुरुष संबंधाचे स्वरूप पशुतुल्य सामूहिक स्वरूपाचे होते. पुढे शेतीचा शोध लागला आणि शेतकरी किंवा कृषिवल ही तिसरी महत्त्वाची अवस्था सुरू झाली. माणूस समूहाने एका जागी राहू लागला. गृहसंस्कृती आणि ग्रामसंस्कृती आकाराला येऊ लागली. व्यक्तिगत आणि सार्वजनिक अशा आचारसंहिता सिद्ध होऊ लागल्या. मग स्त्री-पुरुष संबंधातही काही एका व्यवस्थेची निकड भासू लागली. शेती आणि शेती-उत्पादन यातून 'माझे' पणाच्या स्वामित्वाची कल्पना आधी जन्मलेली होतीच. माझे कुटुंब किंवा आमचे कुटुंब याला विधिरूप देणारी विवाहसंस्था यातूनच पुढे रूढ झाली असे म्हणता येईल. अतिशय जुन्या काळीही ही व्यवस्था माणसाच्या आचारविचाराचा महत्त्वपूर्ण विषय बनत गेली हे अनुलोम विवाह, प्रतिलोम विवाह, गांधर्वविवाह अशा प्रकारगत उल्लेखावरून ध्यानी येते. पण त्यात वर्णसंकल्पना प्रभावी होती. सुदेश ब्राह्मणाकरवी रुक्मिणीने कृष्णाला लिहिलेल्या पत्राचा आधार घेऊन त्याकाळी प्रेमविवाहाची पद्धती रूढ नसली तरी ('गांधर्वा'चेच एक रूप म्हणून म्हणा हवे तर, पण) मान्य होती असे म्हणता येते. तेव्हा विवाहसंस्थेविषयीची चर्चा ही होत होतीच. राक्षसविवाह ही संकल्पनाही तशी प्राचीनच. जुलुमजबरदस्तीने स्त्रीचे अपहरण करून तिच्या मनाविरुद्ध तिच्यावर लादलेला विवाह म्हणजे राक्षसविवाह.

नंतर आधुनिक काळाच्या ओघात बालविवाह, प्रौढविवाह, विधवाविवाह असे विषयही चर्चिले गेले. महाराष्ट्राच्या प्रबोधन काळात या विषयाची चर्चा समाजधुरीणांनी, काही लेखकानी तर केलीच; पण ती अगदी कायदेकौन्सिलापर्यंत पोहोचलेली दिसते. टिळक व आगरकर यांच्यातील वितुष्ट टोकाला नेण्याचे निमित्त 'संमती वयाचे बील' ठरले हा इतिहास आहे.

महाराष्ट्रात स्त्रीविषयक सुधारणांतील एक महत्त्वाचे कलम म्हणून विवाहासंबंधीचा विचार झालेला दिसतो. सामाजिक मान्यता मिळाली नाही तरी परिस्थितीच्या रेट्यामुळे स्त्री-शिक्षण विस्तारू लागले. दृष्टिकोणात बदलही घडू लागले. 'स्त्रियांनी जोडे घालावेत काय?' यासारख्या विषयावर लेख लिहिण्याची पाळी आधीच्या काळी आगरकरांसारख्या विचारवंतांवर आली याची एक खंतही मनोमनी निर्माण झाली. १९२० नंतर बेताबेताने एक नवा अध्याय सुरू झाला. विभावरीसारख्या स्त्रीने स्त्रीची वेगळी दुःखे मांडायला, स्त्रीच्या दृष्टिकोनातून विवाहसंस्थेची चिकित्सा

करायला प्रारंभ केला.

'मी स्त्री-पूजकही नाही किंवा स्त्री-द्वेष्टाही नाही (पूर्वेतिहास-पृ.१५)' असे श्री. के. क्षी. म्हणतात. 'स्त्रियांचे खरे सामर्थ्य न जाणताही त्यांच्याशी जन्म काढता येतो' हेही त्यांना मान्य आहे. पण तिच्या खऱ्या सामर्थ्याच्या आकलनाशी त्यांना कर्तव्य आहे. कारण तीच जीवनोपयोगी बाब आहे. या बाबतीत प्रचलित विवाहपद्धती त्यांना पूर्णत: अमान्य आहे. अनुरूप वधुवरांचा विवाहदेखील त्यांना बहुतांशी राक्षसविवाहच वाटतो. बालविवाह, परिचययुक्त विवाह आणि गांधर्वविवाह यातील दुसरा त्यांना बराच योग्य वाटतो. पण त्यांना सर्वोत्कृष्ट वाटतो तो मानसविवाह (Spiritual marriage). कारण त्यात 'केवळ ध्येयजीवनातील तादात्म्यामुळे झालेले दोन मनांचे मीलन' असते, आणि 'शरीराचे मीलन गौण' याची जाणीव असते.

प्रा. क्षीरसागरांची ही सर्व मांडणी ठीक वाटली तरी 'पूर्वेतिहास' वाचल्यावर प्रचलित विवाहपद्धती विवाहितांचे जीवन व व्यक्तिमत्त्व संपन्न आणि समृद्ध करण्यातील अडथळा ठरते आहे यापेक्षा काही वेगळाच सूर त्यांच्या प्रतिकूल भूमिकेतून ध्वनित होतो आहे असे वाटत राहते.

"बाजारी वधूपरीक्षा, वरपक्षाची जेत्याची भूमिका व अपरिचित वराला एका दिवसात शरीरार्पण यामुळेच मला रूढ विवाह 'राक्षसविवाह' वाटतो" किंवा "आज वीस वर्षांची मुलगी व तीस वर्षांचा मुलगा तोंडओळखही होण्याच्या पूर्वी एका रात्री समोरासमोर दाखल होतात व जे प्रणयाचे व दीर्घ परिचयाचे फळ, ते कच्च्या स्थितीत चाखू लागतात व तोंड कडू करतात" किंवा "विवाहानंतर कित्येक रात्री केवळ परिचयात घालविणारे वधुवर माझ्या माहितीचे आहेत", किंवा "शिवाय प्रीतिविवाहातील भयंकर धोकेही प्रस्तुत लेखक पूर्णपणे जाणून आहे. प्रेमाची वाट ही कड्यावरून चालण्यासारखी आहे. तींतून केव्हा कडेलोट होईल, याचा नेम नसतो. त्यातच अशा अवघड वाटेवरून प्रेमाला, केवळ एकट्यालाच प्रवास करायचा नसतो. तर 'काम' नामक एक शिकारी कुत्राही प्रेमाच्या मागोमाग येत असतो. प्रेम म्हणजे ही एक मोठी शिकारच असल्यामुळे या शिकारी कुत्र्याखेरीज चालणेच शक्य नसते. तर कधी कधी धन्याला धुडकावून देऊन हा मस्त कुत्रा एकटाच शिकार करून टाकतो व विवाह हा प्रेमाचा विषय होण्याऐवजी कामाचे भक्ष्य होतो," किंवा ".... या भावकथेत अपरिचित पुरुषास शरीरार्पण करताना नववधूस केवढे क्लेश होत असतील, याचे हृदयद्रावक वर्णन आले आहे. त्यावरून या अनैसर्गिक मीलनात पुरुषास क्लेश कोणतेच नाहीत, असाही समज होणे शक्य आहे!.... (पण) स्त्री पुरुषांच्या मीलनात केवळ स्त्रीच शरीरार्पण करते असे नसून पुरुषही शरीरार्पण करतो असे प्रस्तुत लेखकाचे मत आहे." असे 'पूर्वेतिहासा'त विखुरलेले जे विचार आहेत ते लेखकावर अन्याय होणार नाही अशा काळजीने

संदर्भासह एकत्र केले की विवाहपद्धतीतील लेखकाला खुपणारा भाग कोणता असावा याचा अंदाज बांधता येतो. स्पष्ट लिहायचे तर स्त्री-पुरुष-संबंधाबद्दल लेखकाच्या मनात काही गैरबंध रुजलेला असावा असे वाटते. याशिवाय व्यक्तिमनांच्या कोंडमाऱ्याची शक्यता वगैरेबद्दल साधी सूचनाही कुठे टिपलेली दिसत नाही! अर्थात् लैंगिक संबंधाविरोधी मतही स्पष्टपणे प्रतिपादलेले नाही. त्याच्या मानसविवाहाच्या संकल्पनेतही शरीरमीलन गौण पातळीवर त्याने मानलेले आहेच! शिवाय मनात आले ते, विचार म्हणून कागदावर उतरविले अशा योग्यतेचा हा लेखक नव्हे. अगदी अहंमन्यतेचा दर्प झणझणावा अशा स्वरूपात त्याचा आपल्या बुद्धिमत्तेबद्दलचा, व्यासंगाबद्दलचा विश्वास 'पूर्वेतिहास' भरच नव्हे तर सर्व कादंबरीभर स्पष्टपणे प्रदर्शित झालेला आहे आणि एखादे बा. सी. मर्ढेकर सोडले तर त्याचा जोराचा प्रतिवादही कुणी केलेला नाही. तेव्हा प्रस्तुत कादंबरीच्या वैचारिक व्यूहासंदर्भात असे म्हणता येईल की स्त्री-पुरुषांच्या लैंगिक संबंधातील नैसर्गिकता लेखक दृष्टिआड करतो आहे. कारण त्याला पीडादायक वाटणाऱ्या या कृतीतच सर्जनाचे बीज रोवले जात असते. मातृत्व किंवा पितृत्व या गोष्टी कदाचित अपघातवजा (accidental) असतील पण त्यात सर्वच प्राणिमात्रांना सामावून घेणारी नरमादी - संबंधातील ही लैंगिक क्रिया आधारभूत ठरते. तिच्याबद्दल आकस कशासाठी मनात ठेवायचा? आणि याला वैध पातळी देऊ पाहणाऱ्या विवाहपद्धतीलाच कशाला वेठीला धरल्यासारखे करायचे? तेव्हा एकंदरीत, श्री. के. क्षी. या भारदस्त समीक्षकाबद्दलचा धाक व आदर मनात जागता ठेऊन असे म्हणावेसे वाटते की, विचारव्यूह उभा करताना काय झाकायचे आणि काय दाखवायचे या संभ्रमात लेखक सापडल्यागत झालेला असावा. एरव्ही विचाराच्या रेषेचा रोख असा विस्कटत, म्हणून विस्कळित होत गेलेला दिसला नसता.

यानंतर लक्षात घ्यावा लागतो तो कथात्मसंघटनेचा व्यूह. तिथे असे दिसते की प्रचलित विवाहपद्धतीचा राक्षसीपणा प्रत्ययकारकरीत्या वाचकांच्या मनावर ठसेल अशी एखादी कथा बेतली जाताना दिसत नाही. एखाद्या सामाजिक प्रश्नाला वा समस्येला कथारूप देताना तिचा सर्वांगीण विचार केला जातो आहे हे वाचकाला पटविणे आवश्यक असते. त्या दृष्टीने व्यक्ती, प्रसंग, वातावरण वगैरेंची गुंफण साधत, त्यातून अंकुरणाऱ्या कथाबीजाला सहज स्वाभाविक वाटेल अशा रीतीने इच्छित ठिकाणी पोहोचवायचे असते. कादंबरी असल्यामुळे भावनांच्या आरोहावरोहावर मोठीच भिस्त ठेवावी लागते. या दृष्टीने प्रस्तुत कादंबरीत करुणरसाला केंद्रस्थान मिळणे अगत्याचे होते. दस्तुरखुद्द लेखकालाही याची कल्पना आहे. (म्हणूनच 'पूर्वेतिहासा'त.... 'या भावकथेत अपरिचित पुरुषास शरीरार्पण करताना नववधूस केवढे क्लेश होत असतील, याचे हृदयद्रावक वर्णन आले आहे' असे तो लिहितो!)

पण दुर्दैवाने परिपोषित कारुण्य यात कुठेही जाणवत नाही. ललित साहित्यात शोकाला श्लोकत्व प्राप्त व्हावे लागते असे म्हटले जाते. बोझंकिटसारखा सौंदर्यशास्त्रज्ञ तर असे सांगतो, की सौंदर्यात परिवर्तित होण्यासाठी तो तो अनुभव किंवा ती ती भावना शोधाच्या मार्गाने फुलविली जाणे आवश्यक असते. असे इथे काहीच होणे किंवा होण्याचा प्रयत्न करणेही होताना दिसत नाही. असे दिसते की लेखकाने विचार-प्रदर्शनाची एक चौकट पक्की केलेली आहे आणि तिच्या आखीवरेखीव कुंपणात तो मर्यादित व्यक्तींच्या मर्यादित प्रसंगगत कृतिउक्तींचे संघटना-विशेष बसवितो आहे.

याची चाहूल कादंबरीच्या प्रत्यक्ष लेखनाच्या प्रारंभापासूनच जाणवू लागते. तिथे भेटते ते एका लग्नसमारंभाचे नकारार्थी वर्णन, निवेदक-नायकाच्या भूमिकेतील रंगरेषा तिथेच पक्क्या होतात आणि शेवटपर्यंत त्यात काहीही बदल होत नाही.

प्रस्तुत कादंबरीसाठी लेखकाने पात्रमुखी पद्धती स्वीकारलेली आहे. त्यामुळे कथेचा व्यूह एकजिनसी होण्यास खूपच मदत झालेली आहे. तसेच केंद्रीभूत विषयही नक्की केला गेला असल्यामुळे विषयांतराला किंवा अवांतर मजकुराला आपोआपच प्रतिबंध झालेला आहे. व्यक्तिरेखाही मोजक्याच आहेत. निवेदक-नायक आणि यमू यांना प्रधान म्हणता येईल, आणि यमूचे आईवडील, भाऊ वगैरे गौण. उठून दिसावेत असे घटना-प्रसंग नाहीत म्हटले तरी चालेल. कारण आहेत ते प्रत्यक्ष घटिताच्या पातळीवरचे नाहीत, तर निवेदनाच्या शाब्दिक पातळीवर वावरणारेच आहेत.

या कादंबरीच्या द्वारा काय सांगायचे आहे हे पक्के झालेले असल्यामुळे आवश्यक अशा कथेच्या स्वाभाविक विकसनात मोठाच अडथळा निर्माण झाला आहे. त्यातील प्रत्येक टप्पा 'घडतो' आहे असे वाटत नाही. तर तो 'घडविला जातो आहे' असेच वाटत राहते. त्यामुळे निवेदक नायक आणि यमू यांच्या भेटीगाठीच नव्हे तर वागणे-बोलणेही ठरविल्याप्रमाणे झालेले दिसते. १९३० ते ४० च्या दरम्यानचा काळ लक्षात घेतला तर एका मध्यमवर्गीय ब्राह्मण कुटुंबात एका तरुणीला व तरुणाला (फक्त चर्चेसाठी का होईना, पण) मिळणारा एकांत हा लेखकानेच बहाल केलेला आहे हे सतत जाणवत राहते. लग्न, लग्नविधी, लग्नसोहळा, त्यात सहभागी होणाऱ्यांच्या क्रिया-प्रतिक्रिया या सगळ्याच गोष्टी एका ठरविलेल्या साच्यातून शब्दरूप घेताना दिसतात. व्यक्तींच्या कृती आणि उक्तींवर लेखकाकडून लादले जात असलेले निर्बंध कादंबरीच्या परिणामकारकतेत आणि वाचकाला पटविण्याच्या (Convince) क्रियेत निश्चितच बाधा निर्माण करतात.

व्यक्तिचित्रणाच्या बाबतीत असे दिसते की निवेदक-नायक हा तरूण पदवीधर

आहे. इतर चारचौघांसारखा सामान्य नाही. या वयातही त्याने बरेच वाचलेले आहे. त्यातून स्वतंत्रपणे विचार करण्याची त्याच्यात कुवत आलेली आहे. त्याला त्याची म्हणू अशी स्वतंत्र दृष्टी आणि मतेही फुटलेली आहेत. प्रचलित विवाहपद्धतींचे वैय्यर्थ्य उमजले आहे. त्यामुळे इतरांसारखा तो अशा सोहळ्यात रस घेऊ शकत नाही. एकूणच, त्याची जगण्याची चाल वेगळी आहे. या दृष्टीने पाहता, त्याच्याठिकाणी एक एकटेपण किंवा पोरकेपण साकळल्यागत झालेले आहे. (त्याचा हा एकटेपणाच लेखकाने अधोरेखित करून शोधाचा विषय बनविला असता तर 'राक्षसविवाहा'चे रंगरूप खासपणे बहरत गेले असते असे वाटते!) त्यामुळे तो थोडाफार सिनिक झालेला आहे. निवेदक-नायकाचे हे असे एक-छापी वैशिष्ट्यच सर्व कादंबरीभर सूत्ररूपाने वावरताना दिसते आणि शेवटालाही संदिग्ध बनविते.

या नायकाचे सर्वस्व म्हणजे कादंबरीची नायिका. इंग्रजी सातव्या इयत्तेत (म्हणजे त्यावेळच्या मॅट्रिकमध्ये) शिकणारी. नायकाची लांबची नातेवाईक आणि विद्यार्थिनीही. तिच्या रूपाचे आणि गुणांचे नायकाने अगदी भरघोस वर्णन केले आहे. फक्त तिच्या सहवासात नायक उमलतो असे दिसते. तिच्या बाबतीत दुसऱ्या प्रकरणाच्या प्रारंभी हा निवेदक-नायक लिहितो, ''मी माझी यमू म्हटले खरे, पण माझी म्हणणे जितके सोपे तितकेच ती 'माझी कोण?' हे सांगणे कठीण आहे. कारण ती माझे सर्व काही होती.... बहीण.... मैत्रिण.... शिष्यीण.... गुरूदेखील होती. ती माझी कोण होती हे ती 'माझी' नव्हेशी होईपर्यंत माझे मलाही पुरते ठाऊक नव्हते....'' असाच काही मजकूर दुसऱ्या परिच्छेदाच्या अखेरीस पुन्हा नायक लिहितो, ''....पण या सर्व विलक्षण नात्यांचा उगम आणि पर्यवसान एकाच गोष्टीत होते; आणि ती म्हणजे यमू माझी होती आणि मी तिचा होतो.'' आता या यमूचे नायकाशी वागणे-बोलणेही अतिशय मोकळे, थट्टामिश्रित हक्काचे वाटेलसे आहे. त्याच्याबद्दल तिच्या मनात विशेष आस्थाही असल्याचे जाणवते. ही सारी परस्परप्रेमाची चिन्हे आहेत हे कुणाच्याही लक्षात येईल. पण नायकाच्या मात्र लक्षात येत नाही. त्याचे कारण लेखकाचे वटारलेले डोळे असावे असेच वाटत राहते. कारण तिच्या आईवडिलांकडून त्यांच्या लग्नाला विरोध झाला नसता हे उघड आहे. पण मग विवाहपद्धतीतील राक्षसीपणाच्या दिग्दर्शनाचे काय झाले असते? तेव्हा तो गप्प राहतो. पण गप्प राहतो ते कृतिदृष्ट्या. तोंडाने लेखकाला अभिप्रेत असणारा युक्तिवाद सारखा करीत असतोच. यामुळे नायकाच्या व्यक्तिरेखेचा कणाच ढेपाळून तो जबाबदारी टाळू पाहणारा एक केवळ वाचिवीर किंवा मुखपंडित झालेला आहे. यमूच्या व्यक्तिरेखेला तर निव्वळ साधनाचे किंवा गिनीपिगचे स्वरूप प्राप्त झालेले आहे. शरीरार्पणाच्या पहिल्या प्रसंगाचा यमूने दिलेला किंवा तिला द्यायला लावलेला लांबलचक कबुलीजबाब म्हणजे या साधनात्मकतेचा अगदी कडेलोट म्हणता येईल.

इथे करूणरसाचे वा हृदयद्रावकतेचे अस्तित्व असेल तर ते फक्त शाब्दिक पातळीवरच असे म्हणता येईल. हा असा सारा कथात्म व्यूहाचा रचला गेलेला बनाव पाहिला की 'भाषेच्या दृष्टीने काव्य, कथानकाच्या दृष्टीने भावकथा आणि हेतुदृष्टीने सामाजिक कथा ही या भावकथेच्या रचनेची तीन अंगे होत' असा जो आराखडा लेखक मांडतो, त्यात फक्त जीव उतरविणे त्याला जमलेले नाही अशी पुस्ती जोडाविशी वाटते.

लेखकाने प्रस्तुत कादंबरीला 'मनोविश्लेषणात्मक भावकथा' असे म्हटले आहे. यातील मनोविश्लेषण 'यमूच्या मनात असा विचार आला की' किंवा 'मला (म्हणजे निवेदकनायकाला) असे वाटले की' अशा सरघोपट पद्धतीचेच असल्याचे दिसते. म्हणजे जाणिवेच्या पातळीवरील विचार-भावना-तरंग शब्दांकित करणे. याचाच अर्थ असा की लेखक नेणिवेचा शोध घ्यायला जात नाही. त्याकडे वळण्याआधी ऐतिहासिक दृष्ट्या महत्त्वाची ठरेल अशी एक बाब इथे नोंदवायला हवी. मनोविश्लेषण या शब्दाला मराठी साहित्यात अगदी साहित्यमूल्याचे किंवा ठळक म्हणू अशा वैशिष्ट्याचे स्थान प्राप्त झाले ते नवसाहित्याच्या काळात-म्हणजे १९५० नंतर. त्या आधी तब्बल दहा वर्षे श्री. के. क्षी. नी आपल्या कादंबरीच्या उपशीर्षकपदी या शब्दाला विराजमान केलेले आहे!

प्रस्तुत कादंबरीत सरधोपट पद्धतीचे मनोविश्लेषण आलेले असले तरी मानसशास्त्रीय समीक्षेला डिवचण्याची क्षमता तीत नक्कीच आहे. कारण तर्काच्या आधारावर ज्या प्रश्नांची उत्तरे सापडू शकत नाहीत अशा साहित्यकृतीतील मोक्याच्या मार्मिक जागा म्हणजे मानसशास्त्रीय समीक्षेला निमंत्रण होय. जाणिवेच्या पातळीवर उत्तरे सापडत नाहीत म्हणून तिथे नेणिवेचा शोध घ्यावा लागतो. प्रस्तुत कादंबरीत पृ. ७२-७३ वर, यमूविषयी आपल्या मनात नेमके काय आहे याची चाचपणी निवेदक-नायक करतो आहे. त्याचा प्रामाणिकपणा गृहीत धरूनच पुढील मजकूर वाचायचा आहे. तो लिहितो, "ज्याला कामुक प्रेम म्हणतात ते मला यमूविषयी कधीही वाटले नव्हते, अशी माझी समजूत अद्यापिही आहे. मग यमूने शरीरार्पण केले किंवा यमूच्या मुग्ध लावण्यराशीत संसारवायूने विकृत वीचि उत्पन्न केल्या तर त्याने माझ्या हृदयसागरात वादळ का व्हावे? ('रम्य कल्पना आणि कोटिबाज भाषा' या जातीच्या अशा भाषासौंदर्याकडे दुर्लक्ष करणेच बरे!) ... तिच्या माझ्या स्नेहाला कामचेष्टांचा संपर्क न व्हावा याविषयीची माझी दक्षता आणि फाजील दक्षता म्हणजेही कामुकतेची कबुली याची जाणीव देण्याकरिता व्रात्य यमूने केलेले बालिश अतिप्रसंग.... यांच्या अनेक आठवणी माझ्या सुप्त मनास जागृत करू लागल्या. मला आठवू लागले की यमूचा लाघवीपणाही माझ्या लाजाळूपणाहून अधिक निर्लेप व निष्पाप असे!.... यमूच्या शरीरापासून सुखाचा अभिलाष माझ्या निर्मळ मनाने केला नव्हता. तरी यमूच्या शरीराचे स्वातंत्र्य नष्ट झाल्याचे न कळण्याइतके मात्र माझे मन अलिप्त

नव्हते हे खोटे नाही. ज्या स्वच्छ व स्वच्छंद जीवन-प्रवाहांचे अवलोकन माझ्या मनाने केले होते त्यापासून मी अलिप्त असलो तरी तो प्रवाह गढूळ झाला आहे हे न समजण्याइतका मी अलिप्त नव्हतो. तो स्वतंत्र रम्य प्रवाह आज कोणत्या आडरानात शिरला? त्या स्फटिकवत ओघात आज कोणता गढूळ रंग दिसू लागला? या प्रश्नांती माझे मन व्यथित झाले.''

वरील अवतरणातील कंसस्थ मजकूर आणि अधोरेखिते प्रस्तुत परीक्षण-लेखकाची आहेत. कादंबरीच्या भाषेबद्दलची चुणुक दाखविणारा कंसस्थ मजकूर सोडून द्यावा. पण अधोरेखितावर वाचकाने क्षणभर रेंगाळण्याचे काम केले तरी त्या मागचा उद्देश त्याच्या ध्यानी येईल. अगदीच थोडक्यात उल्लेख करायचा तर त्यात निवेदक-नायकाच्या नेणिवेत पोहोचविणारे जिने दिसू लागतील. पुरुषाशी लैंगिकसंबंध आलेल्या स्त्रीच्या 'गढूळपणा' विषयीचे त्याच्या मनात रुजलेले मतही कळू शकेल.

यमूबद्दलचे कामुक प्रेम म्हणजे शारीर-लैंगिक आकर्षण नव्हते असे एकीकडे म्हणणे आणि दुसऱ्याच्या ताब्यात तिचे शरीर गेले म्हणजे हळहळत गढूळ झाले म्हणून दुःख करायचे असे हे उलटसुलट विचार निवेदक-नायकाच्या मनात का निर्माण होतात याचे नेमके तर्कसंगत उत्तर देता येत नाही. त्याच्या मनातील जाणिवेच्या पातळीवरचा हा गुंता आहे. तो त्याच पातळीवर सुटू शकत नाही. म्हणून मग त्याच्याच शब्दांचा आधार घेत त्याच्या नेणिवेत उत्तरासाठी उतरण्याची वेळ येते. जाणत्यांच्या मताधारे नेणिवेचा शोध घेतला तर अनेक गोष्टी उलगडू शकतात. शिवाय स्वप्न आणि कलाकृती यांचा जाणिवेपेक्षा नेणिवेशी जास्त निकटचा संबंध असतो असे सिग्मंड फ्राईडचे मत आहे.

या प्रमेयाचे थोडक्यात उत्तर मांडायचे तर फ्राईड आणि ॲडलर या दोघांच्याही मतांची मदत घ्यावी लागते. व्यक्तिमनातील कारकशक्ती म्हणून फ्राईड कामगंड-Sex complex मानतो, तर ॲडलर अहगंड -ego complex मानतो. 'राक्षस विवाह' च्या निवेदक– नायकाच्या नेणिवेत या दोन गंडांतील द्वंद्व जाणवू लागते. कामगंडाच्या संदर्भात त्याच्या ठिकाणी कसले तरी न्यून आहे, diffidence आहे. वास्तविक या कामगंडाच्या अनुरोधाने अवतीर्ण होणारी (अनेकांपैकी) एक क्रिया म्हणजे लैंगिक कृती. ती पूर्णपणे नैसर्गिक आहे. उलट ती नाकारणेच अनैसर्गिक. हा कमकुवतपणा झाकण्यासाठी त्याची नेणीव मग अहंगडाचा आधार घेते. साहजिकच 'जितंमया' च्या अभिनिवेशाने तो फणा उभारतो. तात्त्विक विवेचन, मोठमोठ्या लेखकांच्या उक्ती, आत्मप्रशंसा, आपल्या बुद्धिवैभवाचे- वेगळेपणाचे प्रदर्शन अशा क्लृप्त्यांच्या आधाराने या गंडाने घेरलेला माणूस स्वतःला assert करू लागतो. 'राक्षस विवाह' चा नायक-निवेदक असाच असलेला दिसतो. मुळात गोंधळलेला पण बाहेरून तत्त्वचर्चा करणारा. लैंगिक संबंधाबाबत नेणिवेत काही अढी असलेला

आणि ती झाकण्यासाठी एकूण विवाहपद्धतीचाच फोलपणा पटवू पाहणारा. यामुळेच काहीही न होण्यात याच्या कथेची अखेर होते. ती तर पूर्णपणे नेणिव-नियंत्रित दिसते!

तर 'राक्षस विवाहा'च्या अन्त:स्वरूपाचा धांडोळा घेता उपरिनिर्दिष्ट निरीक्षणे हाती लागतात. असे असले तरी १९३० ते ४० या दशकात अशा व्यूहांना हात घालणे, मुळात घालण्याची इच्छा होणे ही सामान्य गोष्ट नव्हे. त्यासाठी लेखक निश्चितच प्रशंसेला पात्र आहे. यशापयशाची बाब गौण, मोठ्या प्रयत्नाला हात घालणे हेच महत्त्वाचे!

आता या परीक्षण लेखाचा शेवट करताना मनात येणारा एक प्रश्न लिहिण्याची अनावर इच्छा होते आहे. समजा 'राक्षसविवाह' ही कादंबरी अशीच दुसऱ्या कुणी लिहिली असती आणि ती परीक्षणासाठी श्री. के. क्षीं. कडे आली असती, तर विशिष्टगुणमंडित निस्पृह श्री. के. क्षीं. नी तिची कशी संभावना केली असती?

♦

'कुणा एकाची भ्रमणगाथा' : गो. नी. दांडेकर 'चरित्रात्मक' दृष्टिकोणातून

साहित्यकृतीचा आस्वाद किंवा मूल्यमापन करण्याच्या अनुक्रमे आस्वादक आणि समीक्षक यांच्या भूमिकांमागे एकच हेतू असतो. तो म्हणजे त्या त्या साहित्यकृतीतील मर्म पकडणे, ॲरिस्टॉटलच्या भाषेत साहित्यकृतीत बसणारे नेमके सत्त्व पकडणे. हे मर्म किंवा सत्त्व कधीच आस्वादक वा समीक्षक यांनी निश्चित केलेल्या मार्गाला दाद देणारे नसते. एखाद्या वेळी अपघाताने एक मार्ग निघतो.

पण सर्वसाधारणपणे या मर्माला किंवा सत्त्वाला भिडण्याचा रस्ता ती दस्तुरखुद्द लेखनकृतीच दर्शवीत असते. तो नेमकेपणी लक्षात घेणे इतकेच काय ते आस्वादक वा समीक्षक यांचे काम असते.

लिहित्या लेखकाची सर्वसाधारणपणे शिदोरी असते ती त्याचे जीवनानुभव. जे जीवन तो जगलेला असतो त्यातीलच काही सांगण्याजोगे अनुभव त्याने साहित्यकृतीतून सांगण्यासाठी बाजूला काढलेले असतात. एक विशिष्ट रोख देऊन त्यांची संगती साधलेली असते. सांगण्यासारखे अनुभव तो कधीच जसेच्या तसे सांगत नाही. कल्पनेच्या आधाराने त्यांची साहित्यकृतीत एक फेरमांडणी होत असते किंवा लेखकाकरवी त्यांची पुनर्निर्मिती साधली जात असते. कल्पनेच्या आधारावर साधली जाणारी पुनर्निर्मिती म्हणजे बाकी काही नसते. फक्त प्रत्यक्ष जीवनानुभवांचे कलानुभवात रूपांतर होत असते. तसे होत असते म्हणूनच आस्वादक वा समीक्षक यांच्याही अनुभवविश्वात ते समाविष्ट होऊ शकतात. एरवी प्रत्येक अनुभवाला असणारी स्थल-काल-व्यक्ति-सापेक्षता कल्पनेच्या (किंवा प्रतिभेच्या) किमयेमुळे सहजगत्या सर्व-निरपेक्ष होऊन जाते.

तेव्हा साहित्यकृती म्हणजे विशिष्ट नियमांच्या आधारे साधली गेलेली लेखकाच्या जीवनानुभवांचीच एक संघटना असते. काही वेळा असे होते की ही संघटना

वाचकाच्या मनात असे काही प्रश्न उभे करते की ते वावदूकतेने सुटू शकत नाहीत. कसलीही कार्य-कारणभावाची संगतीही तिथे लावता येत नाही. अशावेळी त्या त्या साहित्यकृतीतील विश्वाची नेमकी संगती लावण्यासाठी लेखकाच्या प्रत्यक्ष जीवनाकडेच वळावे लागते. सावरकरांच्या कवितेतील स्वातंत्र्याकांक्षेबद्दलची विलक्षण सखोलता आणि उत्कटता किंवा इंदिरा संतांच्या कवितेतील दुःखाची तलस्पर्शी भेदक अनेकपरिमाणात्मकता यांची नेमकी संगती त्यांच्या जीवनातील अनुक्रमे (अगदी अंदमानातील भीषण शिक्षेपर्यंत पोहोचलेले) क्रांतिकार्य आणि सर्वस्व असलेल्या पतीचा मृत्यू या प्रत्यक्ष पातळीवरच्या घटितांवरूनच लागू शकते. नाथमाधवांच्या लेखनातील अदभुतरम्य पलायनवादी रंजकता नेमकेपणी आपण उलगडू शकतो तेव्हाच, की जेव्हा या कलंदर माणसाचे बिछान्याला खिळविणारे अपंगत्व आपणास समजते. आजच्या दलित साहित्यातील अनेक लेखकांच्या लेखनातील कडवटपणाचा अन्वयार्थसुद्धा त्यांनी प्रत्यक्ष जीवनात भोगलेल्या अन्याय्य वागणुकीच्या आधारेच आपणास लावावा लागतो. इतकेच नव्हे, तर तो योग्य आहे असेही म्हणावे लागते.

या भूमिकेलाच समीक्षेच्या परिभाषेत चरित्रात्मक समीक्षा पद्धती असे म्हणतात. म्हणजे साहित्यकृतीचे मर्म किंवा सत्त्व जाणून घेण्यासाठी लेखकाच्या लौकिक चरित्राचे अनुसंधान ध्यानी घेणारी समीक्षापद्धती. पण हा मार्ग लेखकाचे लौकिक जीवन आणि त्याच्या साहित्यविश्वातील तपशील यांच्यातील वरवरचे साम्य दाखविणे इतका व असा सरधोपट नाही. हा प्रवास 'चरित्र ते लेखन' असा असणे उपयोगाचे नाही. लेखनातील रहस्य वा मर्म वा सत्व उलगडण्यासाठी तो 'लेखन ते चरित्र' असा असला पाहिजे. हा तर या पद्धतीचा सर्वात महत्त्वाचा दंडक आहे.

सी.टी. विंचेस्टर या जुन्या समीक्षकाच्या मते साहित्य लेखकाचे व्यक्तिमत्त्व खऱ्या अर्थाने उलगडत असते. ते लेखकाच्या स्वानुभवातूनच संभवलेले. म्हणून साहित्याचे रहस्य समजण्यास त्याच्या चरित्राची माहिती मदत करणारी ठरते. मुख्य म्हणजे त्याचा जीवनविषयक दृष्टिकोण त्यामुळे समजतो. पण चरित्रविषयक माहितीवर फार जोर दिला जाऊ नये असा विंचेस्टरचा आग्रह आहे. त्यामुळे पक्षपात किंवा पूर्वग्रहदूषितता निर्माण होण्याचा संभव असतो. म्हणून लेखकाच्या व्यक्तिमत्त्वाच्या छटा समजण्यापुरते त्याचे जीवन ध्यानी घ्यावे. त्याच्या जीवनावरून साहित्याचे मूल्यमापन करण्यापेक्षा साहित्यावरून जीवनाचे करणे चांगले. 'It is better to judge the life of the writter by his book than his book by his life.'

मराठीतील एक समीक्षक प्रा. डॉ. रा. शं. वाळिंबे यांनीही या संदर्भात एक मतत्रयी व्यक्त केली आहे. १. कवीच्या व्यक्तित्वाचा परिचय त्याच्या लेखनाच्या रसास्वादास उपयोगी असतो. २. लेखनाचे स्वरूप नीट समजायला कवीचे जीवन समजणे जरूरीचे; पण लेखनावरून लेखकाच्या जीवनाविषयीचे अनुमान करणे

चुकीचे. ३. लेखकाच्या चरित्राच्या माहितीचा समीक्षेत अतिरेक होता उपयोगाचे नाही. आवश्यक असेल तिथेच ती वापरण्यात यावी.

१९५७ साली प्रसिद्ध झालेली गो. नी. दांडेकर यांची 'कुणा एकाची भ्रमणगाथा' ही कादंबरी चरित्रात्मक समीक्षेला आवाहन करणारी आहे. मुळातच या सर्व कादंबरीचा ढाचा स्वगताच्या स्वरूपाचा आहे. हा साराच आत्मगत म्हणून असा संवाद आहे. मनस्वी, कलंदर, स्वनिष्ठ, साधक, अस्वस्थ, रसिक, वावदूक, आत्मशोधक, सौंदयासक्त, जिज्ञासू, सुशिक्षित, सुसंस्कारित अशा अनेकविध घटकांनी युक्त असे निवेदकाचे व्यक्तिमत्व त्यातून जाणवत जाते. सहजगत्या जाणवत जाणारी ही समृद्धी लेखकाच्या जीवनाबद्दलचे कुतूहल जागे करते. हे कुतूहल व्यावहारिक पातळीवरचे नव्हे. तसे सर्वच लेखकांच्या जीवनाबद्दल वाचकांना एक कुतूहल असते. पण इथे वाटणाऱ्या कुतूहलाची पातळी वेगळी. ते कलात्मक म्हणू असे कुतूहल. निव्वळ कल्पित अशा व्यक्तिरेखेबाबत बेतलेली ही समृद्धी असंभवनीय असे वाटू लागते. तसे असते तर कुठे तरी फट जाणवून गेली असती, इतक्या समर्थपणे हे सारे घटकविशेष निवेदकाच्या पिंडात एकजीव झालेले दिसले नसते असे वाटते. नेमके काय आहे याचा शोध घेण्यासाठी लेखकाच्या चरित्राकडे वळले पाहिजे, अशा निर्णयावर मग आपण येऊन पोहोचतो. आणि या गो. नी. दांडेकरांनीच लिहिलेल्या 'स्मरणगाथा' या आत्मवृत्ताकडे वळतो.

दुसरे असे की या कादंबरीच्या उभारणीसाठी जो व्यूह कल्पिलेला आहे तो अगदीच वेगळा, अपरिचित आहे. तो आहे निवदेकाच्या परिक्रमेचा, भ्रमणाचा वृतान्त. हे भ्रमणही दोन पातळ्यांवरचे. नर्मदेची परिक्रमा ही भौतिक वा प्रत्यक्ष पातळी. तिच्या अनुषंगाने उलगडत जाते ते मानसिक पातळीवरील अप्रत्यक्ष भ्रमण. त्यामुळे कादंबरीतील अनुभवांची साखळी सारखी या दोन पातळ्यांवर हिंदकळत राहते. आणि तिच्यामागे जाणवत जातो तो निवेदकाचा आवेग आणि रोख. हे सारे विश्वच सर्वसामान्य वाचकाच्या दृष्टीने अनपेक्षित असे आहे. ती नर्मदामैय्या, तिच्यावरचे आकाश, तिच्या आश्रयाने जोरावलेला निसर्ग, वेगवेगळ्या प्रहरात तिच्या आसमंतात जाणवणारे लावण्य, तिच्या आश्रयाने जगणारे जलचर व भूचर, वेगवेगळे परिक्रमावासी आणि त्यांच्या वेगवेगळ्या लकबा, त्यांना पोसणारे खेडूत आणि मठ, तिथले जीवन अशा तपशीलाने आणि त्यातील वेधक बारकाव्याने प्रस्तुत लेखन नटलेले आहे. प्रस्तुत कादंबरीची ही सारी ऐंद्रिय शिधासामुग्री नुसत्या कल्पनेच्या आधारे इतकी नेटकेपणी व सामग्र्याने उतरणे कठीण आहे. त्यासाठी लेखकाचा प्रत्यक्ष अनुभवच हवा असे वाटू लागते. आणि मग आपण पुन्हा दांडेकरांच्या 'स्मरणगाथे'कडे वळतो.

आणि असे आढळते की निवेदकाची व्यक्तिवैशिष्ट्ये आणि परिक्रमेतील अपरिचित

विविधतापूर्ण अनुभवविश्व यांचा शोध गो. नी. दां. च्या प्रत्यक्ष जीवनचरित्रात लागतो. मनस्वीपणा हा सर्व दांडेकर घराण्याचाच एक विशेष दिसतो. ही सारी माणसे चारचौघांहून वेगळी चाल पत्करणारी दिसतात. ब्रह्मचर्यकल्पनेचेही तसेच. दांडेकरांचा एक चुलत भाऊ आणि दोन काका ब्रह्मचारी राहिलेले दिसतात. एक सद्‌गुरू काका - यशवंत दांडेकर - यानी तर 'सद्‌गुरू स्वयंप्रकाश आत्मा' असे नाव घेऊन भटकेगिरीचा वारसाच गो. नी. दां. ना दिलेला दिसतो. आईने कथानिवेदनाचा तर वडिलांनी गायन, नाट्यगुण, संस्कृत-मराठी पाठांतर, अभ्यासू वृत्ती यांचा वारसा दिलेला दिसतो. परतवाड्याला असताना कुण्या एका इझाबेला नामक ख्रिश्चन मुलीने निसर्गसौंदर्याचा परिचय करून दिलेला दिसतो. माई या बहिणीने अकृत्रिम माया देत देत मोठे मार्गदर्शनही केलेले दिसते. स्वत: पुढे होऊन गो. नी. दां. ना बसणारा तापट वडिलांचा मारही झेललेला दिसतो.

'स्मरणगाथा' या दांडेकरांच्या आत्मचरित्रातून या सर्व गोष्टी समजून येतात. आणि यांचा कादंबरीतील तपशीलाशी असणारा अनुबंधही स्पष्ट होत जातो.

१९३०-३१ सालच्या मिठाच्या सत्याग्रहात भाग घेण्यासाठी मुंबईला घरातून पळून जाणे आणि सत्याग्रहसमाप्तीनंतर घरी न परतता पडेल ती कामे करीत वणवण भटकणे. शेवटी धुळ्याला श्रीधरशास्त्री पाठकांकडे परंपरागत संस्कृत विद्येचे अध्ययन करणे आणि त्यांच्या आज्ञेवरून नर्मदेच्या परिक्रमेस निघणे हा सारा जीवनगत तपशील कादंबरीतही भेटतो. नर्मदापरिक्रमेबाबतचा 'स्मरणगाथे'तील (पृ. ४४० ते ५१० पर्यंतचा) मजकूरही या कादंबरीतील मजकुराशी जवळचा नातेसंबंध जोडत जातो. अर्थात या परिक्रमेत जे जे घडले ते ते, तस्से हुबेहूब, त्याच क्रमाने कादंबरीत आलेले नाही. येऊही शकत नाही. घटना प्रसंगांचा क्रम बदलणे, मोडतोड होणे, नवी जोडाजोड होणे अशा गोष्टी होणे अपरिहार्य असते. तसे कादंबरीत झालेले आहे. कारण उघड आहे. कादंबरीलेखनात एक वेगळाच दृष्टिकोण कार्यकारी होत असतो. तो कादंबरीच्या दृष्टीने घटनाप्रसंगांची अर्थपूर्णता तपासत असतो. आणि कादंबरीरूपात समाविष्ट करून घेताना घटनाप्रसंगांचा स्थूल आराखडा तोच ठेवला तरी त्यांच्या चेहरेपट्टीत आवश्यक ते बदल करून घेत असतो. थोडक्यात त्यांचा संदर्भ बदलतो. मुळात असणारा स्थल-काल-व्यक्ती यांचा संदर्भ नाहीसा होऊन त्यांना एक कलात्मक संदर्भ लाभतो. त्यांना लाभणारे हे नवे रुपडे होय.

स्थूल तपशील वा माहिती यांच्याबाबत प्रश्न निर्माण होत नाही. प्रश्न निर्माण होतात ते कथाव्यूहात उभारल्या जाणाऱ्या भावसंबंधाबाबत. प्रस्तुत कादंबरीतील यशोदेचे प्रकरण हे असे आहे. तिच्या निमित्ताने प्रस्तुत कादंबरीत प्रवृत्ती-निवृत्ती, आसक्ती-अनासक्ती, काम-वैराग्य अशा परस्परविरोधी ताणांचे आणि तेही एका परिक्रमावासी व्यक्तिमनाच्या पार्श्वभूमीवर, मोठे मनोज्ञ दर्शन घडते हे खरे. शरद्-

बाबूंच्या नायिकांच्या वळणातील वाटावी असे बोलणारी व वागणारी ही जी यशोदा आहे तिलाही प्रत्यक्षात काही आधार आहे का, की ती पूर्णपणे कल्पनेतील आहे असा प्रश्न मनाला जाणवून जातो. आणि त्याचंही उत्तर 'स्मरणगाथे'त सापडून जाते. कादंबरीच्या संकल्पात जिच्यातून यशोदा निर्माण व्हावी अशा पूर्वरूपाच्या दोन जागा 'स्मरणगाथे'त सापडतात.

२७१ पानावर जिच्यासंबंधी फारच थोडा मजकूर आलेला आहे अशी गाडगेमहाराजांच्या शिष्यमंडळीत असलेली 'गंगूबाई नावाची एक सकेशा विधवा ब्राह्मणी, गोरीपान, नाकेली, रूपसी,.... तिच्या मुद्रेवर एक विलक्षण शांत, स्निग्ध भाव दिसे,.... दिवसभर ती रसोड्यात राबत असे. सर्वांच्या बरोबर जेवायला बसे. तिनं कधी शिवाशिव मानली नाही, की मी या सर्वांहून काही वेगळी आहे, असा भाव दर्शविला नाही..... काम आवरले, की ती हरिपाठ, गाथा असं काही घेऊन बसे. तिचं बरंच पाठांतर होतं, पण तिनं त्याचं कधी प्रदर्शन केल्याचे मला आठवत नाही'.... यशोदा या व्यक्तिरेखेचे आदिबीज या गंगूबाईत असावे असे वाटते. आणि नंतरचा सर्व विस्तार 'स्मरणगाथे'च्या ४६४ ते ४८० या पानात दांडेकरांना भेटलेल्या एका विलक्षण अशा तरूण परिक्रमावासी स्त्रीबद्दलच्या वृत्तांतात सापडतो. अर्थात् यशोदेची हकीकत वेगळी आणि या स्त्रीची हकीकत वेगळी आहे. पण तपशिलात भेद असले तरी, कुठे तरी या दोघींचे गोत्र एक असल्याचे जाणवत राहते. दोघींच्या स्वभावात व वर्तनात कमालीचे साम्य आहे.

तेव्हा 'कुणा एकाची भ्रमणगाथा' या कादंबरीचा लेखकाच्या चरित्राशी निश्चितच अनुबंध आहे. हे सिद्ध झाल्याने काय होते? यामुळे आपोआप प्रस्तुत कादंबरीचा प्रत्यक्ष जीवनाशी असणारा संबंध प्रस्थापित होतो आणि तिला एक स्वाभाविक अशी convincing quality प्राप्त होते. प्रत्यक्षावर वास्तवाचे कलम करायची आणि जे व्यक्तिगत ते सार्वत्रिक करायची लेखकाची हातोटीही उमजून जाते. आणि या गोष्टी नक्कीच आस्वादाला मदत करणाऱ्या आहेत.

♦

पु. शि. रेग्यांची 'सावित्री' : एक मूर्त स्वात्मसाधनाबंध

पु. शि. रेगे यांची 'सावित्री' ही कादंबरी पत्रात्मक पद्धतीने लिहिलेली आहे. कादंबरीतील सर्व ३९ पत्रे सावित्रीची असून ती तिने तिच्या प्रियकराला लिहिलेली आहेत. लिहिणाऱ्याचा समग्र आत्माविष्कार साधू शकण्याची मोठी शक्यता असणारी पद्धती म्हणजे प्रांजळ पत्रलेखन-पद्धती असे मुळातच म्हणता येते. आणि सावित्रीचे हे पत्रलेखन तर आरस्पानी म्हणावे असे आहे. लेखनाची अत्यल्पाक्षरी आणि चित्रमयी धाटणीही खास तिची म्हणावी अशी उतरलेली असल्याने इतरेजनांना ती अपरिचित वाटली नाही तरच आश्चर्य! हिला 'आत्म' कथा म्हणावे की 'प्रेम' कथा असाही एक प्रश्न यातून उभा राहू शकतो. कारण कादंबरीचा एकूण व्यूह आणि पत्रांद्वारे त्याचे घडत जाणारे दर्शन संकेतातीत असेच आहे. त्यातच ही पूर्णार्थाने मनमोकळी आणि स्वत:चाच शोध घ्यायला निघालेली आनंदभाविनी सावित्री आहे. त्या जुन्या पौराणिक सावित्रीशी जुळणारी आणि न जुळणारीही. सारखीच सामर्थ्यवान, पण सत्यवानाला खेचून आणणारी असली तरी पार सत्यवानमय न झालेली! स्वत:चे खास असे वेगळे आत्मभान राखणारी!

तेव्हा अगदी नितळपणे साकार होत जाणारे असले तरी सावित्री हे किंवा त्यामुळेच बनेलेले एक व्यामिश्र गुंतागुंतीचे व्यक्तिमन आहे. तिचे विचार, वर्तन, भाषा आणि एकूण जीवनसरणी नुसतीच सूक्ष्म व तरल नाही तर शब्दश: अथांग भासेलशी आहे. तिला नेमके काय हवे याचा शोध तिच्या प्रियकराला लागत नाही; तर ती नेमकी काय आहे याचा शोध वाचकाला लागत नाही.

तर्कगत कार्यकारणभावांच्या आडाख्यावर तिच्या कृतिउक्तींची, मनाची संगती लावणे अशक्यप्राय होऊन बसते. मग अशी संगती लावण्यासाठी तिच्या अन्तर्मनाचा शोध आवश्यक ठरतो. आणि तशी एक सूचना खुद्द सावित्रीच्या एका पत्रातूनच

मिळते. ती लिहिते, 'तुमच्या मानसशास्त्रीय परिभाषेत मीही बोलू शकते. माझ्या स्वतःच्या वागण्याची एक सोयीस्कर शास्त्रपूत मीमांसा लावून दाखवू शकते. आईशिवाय मी लहानपणापासून वाढलेली, तेव्हा बापाबद्दल माझ्या मनात एक अधिक उत्कट आसक्ती. ही आसक्ती- हे father fixation - म्हणजे परपुरूषाबद्दल तितकंच आकर्षण कमी. याच भूमिकेवरून मग तुम्ही माझ्या ल्योरेविषयीच्या भावनेची संगती लावू शकाल आणि थोडं पुढं जाऊन, बीनाविषयीच्या माझ्या मातृभावनेचंही स्पष्टीकरण करू शकाल.... पण हे सर्व खरं मानलं तरी यानं आपला प्रश्न सुटेल का?' यामुळे सावित्री म्हणते तसा तिच्या प्रियकराचा प्रश्न सुटणार नाही. कदाचित् तिच्याबाबत निर्माण होणारा वाचकांचा प्रश्नही पूर्णपणे सुटणार नाही. पण मानसशास्त्रीय सूत्रांच्या आधारे काही प्रमाणात का होईना तिच्या मनाचा शोध घेण्याचे काम सुकर होऊ शकेल असे म्हणता येईल.

फ्राईडच्या सूत्रांनुसार 'सावित्री'ची संगती जरूर लावता येते. तसा प्रयत्न पुढे केलेलाच आहे. पण प्रारंभीच हे लक्षात घेणे जरूर आहे की फ्राईडची सूत्रे पुरेशी पडत नाहीत. युंगची सूत्रे त्याबाबतीत जास्त मदत करणारी ठरतात.

प्राधान्येकरून प्रस्तुत कादंबरी म्हणजे सावित्रीच्या नेणिवेचेच विश्व आहे. दुसरे महायुद्ध वगैरेसारख्या तपशिलात्मक घटनांच्या निर्देशापुरते ते जाणीवेच्या किंवा तर्काच्या पातळीवर येते. बाकीच्या सर्व ठिकाणी तर्काला चकविणारी नेणीवच 'दृश्य' होत जाताना दिसते.

मुळात सावित्रीचे मन हे एक सुसंस्कारित मन आहे. ती आईवेगळी असली आणि आईच्या म्हणून होणाऱ्या संस्कारांना पारखी झालेली असली तरी व्यासंगी वडिलांच्या-अप्पांच्या संस्कारांनी तिचे मन संपन्न झालेले आहे. तिचे एकूण व्यक्तिमत्त्वच यामुळे (थोडे फार अकाली म्हणू अशा वयातच) कमाविले गेलेले आहे.

तसेच बाळपणी किंवा बाळपणानंतर तिच्यावर अनुभव दडपण्याचे (Suppression चे) प्रसंग आलेले दिसत नाहीत. एका पूर्णपणे मुक्त अशा पर्यावरणात तिचे मन वाढलेले असल्याने तिच्या नेणिवेत विविधतेची गुंतागुंत नाही. तिच्या एकूण मनाचा कल अन्तर्मुख (Entrovert) असल्याने नेणिवेची खोली आणि उत्कटता मात्र जाणवावी अशी आहे. लक्षात याव्या अशा ठळक विकार, प्रेरणा, प्रवृत्तींच्या नेणिवेतील अनुपस्थितीमुळे तिच्या मनाचा एकूण आविर्भावही फिका, अ-लक्षणीय असा झालेला दिसतो. त्यामुळेच थांग लागावा अशी ठळक, ठाशीव सूत्रे या मनाचा शोध घेताना हाती लागत नाहीत.

मानसशास्त्रीय परिभाषेत सांगायचे तर तिच्याबाबतीत Super Ego चा, म्हणजे 'अत्यहं'चा प्रभाव विशेष कार्यकारी झालेला आहे. इतका की, त्यामुळे id म्हणजे, 'तत्'च्या क्षेत्रातील मूळ प्रवृत्ती, प्रेरणा वा गंड हेही निष्प्रभ झालेले आहेत.

या मनात 'अहम् गंडा' चे, Ego complex चे अस्तित्व आहेच. 'प्रो. गुरूपादस्वामींनी एकदा तुमच्या बक्षिसाच्या निबंधाचा वर्गात उल्लेख केला होता. तुमची त्यांनी स्तुतीही केली. पण दरवर्षी हे बक्षीस कुणाला तरी मिळतं, त्या वर्षी ते तुम्हाला मिळालं एवढाच मी त्यातून अर्थ काढला. तुम्ही कदाचित् आमच्याच वर्गात असता तर या बातमीनं अधिक कुतूहल जागृत झालं असतं! पण तुम्ही पोस्ट-ग्रॅज्युएट स्टूडंट; आम्ही नुकताच कॉलेजात प्रवेश केलेला. गुरूपादस्वामी चांगले शिकवतात नाही? तुम्हाला सांगायला हरकत नाही, -मी फर्स्ट इयरच्या परीक्षेत त्यांच्या हातून तितक्यातले तितके मार्क मिळविले आहेत....' अशा लेखनातून तो सहजगत्या दिसून येतो. अशा इतरही जागा सापडू शकतील. पण तिचा हा अहम्‌देखील अत्यहम्‌ने नियंत्रित असाच आहे. त्यामुळे त्यालाही जाणवेल न जाणवेल अशी एक तरलता प्राप्त झालेली आहे. सार्वत्रिकता तर आहेच आहे. या कादंबरीतील प्रत्येक पत्रावर खास सावित्रीचा सहजगत्या जाणवेल असा जो ठसा दिसतो त्याचे मूळ तिच्या या अहम्‌गंडातच सापडते. पण हा अहम् मात्र अत्यहम्‌ने वेष्टित किंवा प्रभावित असाच!

कामप्रेरणा तर प्रस्तुत कादंबरीच्या सर्व व्यूहाचीच मूलाधार आहे. पण तिचेही आविष्कृत रूप फार वेगळे दिसते. एक तर सावित्रीच्या ठिकाणी असणाऱ्या Father fixation मुळे, म्हणजे पितृगंडामुळे इतर पुरूषांबद्दलचे (तीच म्हणते त्याप्रमाणे) आकर्षण मुळातच कमी आणि त्यातही जोरावलेला अत्यहम्. त्यामुळे तिच्या कामगंडात एक वेगळीच समावेशकता निर्माण होऊन त्याच्या कक्षा रुंदावलेल्या दिसतात. या स्वरूपाच्या कामगंडाचे मराठी साहित्यात इतरत्र दर्शन घडत नाही असे म्हणावेसे वाटते. हा गंड इथे त्याच्या ऐंद्रिय कडा राखूनही खऱ्या अर्थाने 'कामा'च्या म्हणजे 'इच्छिण्या'च्या आणि 'इच्छित' आत्मसात करण्याच्या पातळीवर गेलेला दिसतो. ही आत्मौपम्याची पातळी असेही म्हणता येईल. 'मोर हवा तर आपणच मोर व्हायचं. जे जे हवं ते ते आपणच व्हायचं' हा त्याचाच शाब्दिक आविष्कार. याच्या जोरावरच ल्योराला नुसते तिच्या अन्तर्विश्वात स्थान लाभत नाही तर समरूपत्वच लाभते. हा सारा आत्मविस्ताराचा आणि आत्मसमावेशकतेचा मामला आहे. 'माझ्या जागी तिला ल्योरेला समजा' असे सांगणेही यातूनच संभवलेले. बीनाच्या बाबतीत असणाऱ्या मातृभावनेची निर्मितीही यातूनच झालेली!

एजवर्थ ही मानसशास्त्रदृष्ट्या आप्पा या व्यक्तिरेखेपेक्षा लक्षणीय अशी व्यक्तिरेखा आहे. सावित्रीच्या संदर्भात ती आप्पाशी समकक्ष आहे. त्यामुळे तीही पितृगंडाच्या कक्षेत येते. मुख्य म्हणजे निव्वळ व्यासंगाशी समरूप झालेल्या आप्पांच्या दर्शनापेक्षा एजवर्थचे दर्शन खूपच 'मानवी' human असे आहे. या व्यक्तिरेखेबाबत जाणवते ते ॲनिमा आणि ॲनिमस्‌चे सूत्र. अनुक्रमे प्रत्येक पुरुषात वसणारे स्त्रीत्व आणि

तसेच प्रत्येक स्त्रीत वसणारे पुरूषत्व. या एजवर्थला पुढचा जन्म कुर्गी स्त्रीचा घ्यावासा वाटतो हे या दृष्टीने मोठे अर्थपूर्ण आहे. त्याच्यातही एक 'सावित्री म्हणजे daughter fixation' आहे. आप्पांच्यानंतर तोही कालवश होतो. (सावित्री यानंतरच खऱ्या अर्थाने मुक्त होते!) मृत्युपत्राद्वारा तो आपली सर्व मिळकत सावित्रीलाच देतो. (इथे खरे तर ती न देणेच अनैसर्गिक झाले असते!)

सावित्रीच्या ठिकाणी भिन्न लिंगियाबद्दलचे आकर्षण आहेच. तिच्या सर्वच पत्रांतून एक अंतस्त्राव म्हणून ते पाझरताना जाणवते. त्याची वाट पाहणे, तो आला नाही म्हणून कष्टी होणे, तो येऊन गेल्याने पराकाष्ठेचा आनंद होणे इ. सर्व भाव तिच्या या आकर्षणातूनच जन्मलेले आहेत. २१ क्रमांकाच्या पत्रात तर त्याच्याबद्दलच्या या आकर्षणाची जाणीव काव्यरूपात, म्हणजे नितळ पारदर्शी अनुभवनकथनाच्या स्वरूपात व्यक्त झालेली आहे. अशा आकर्षणाचा तिला आधी आलेला एक अनुभवही तिची नेणीव त्याच्यापासून दडवून ठेवीत नाही. प्रतिमांच्या भाषेत तो व्यक्त होतो. पत्र क्रमांक ४ मधील सात ओक्कांच्या टेकड्यांतील मैत्रिणीच्या भावाबरोबर अनुभवलेला भुलभुलैय्या ही पौगंडावस्थेतील आकर्षणाचीच (Calf Love) एक झलक आहे. हा अनुभव मोठ्या सूचकतेने व्यक्त केल्यावर 'माझ्या साध्या लिहिण्याचा तुम्ही भलताच तर नाही ना अर्थ केला? मला उगाच भीती वाटते. मी लिहिलं ते सर्व विसरून जावं' असे त्यानंतरच्या पत्रात ती लिहिते. त्याचे पत्र आल्यानंतरच्या उत्तरात लिहिते, 'तुमच्या कालच्या पत्रानं मला खूप धीर आला. माझी सारी भीती निरर्थक होती तर!' याबरोबरच 'आता मला एकदम इकडे करमेनासे झालं आहे. तुम्हाला थोडे दिवसांसाठी इकडे नाही का येता येणार?' हेही लिहिलेले आहे. आणि शेवटी तर लालूच दाखवल्यागत हे नेणिवेतील आकर्षण असे व्यक्त होते, 'तुम्ही या. मी पर्यटनसहाय्यक होईन.' म्हणजे नेमके काय असे खोलात उतरून कोणी पुसलेच तर नि:संकोचपणे सावित्रीची नेणीव म्हणेल, 'पर्यटन म्हणजे कामनगरीचे पर्यटन. दुसरे काय असणार?'

म्हणूनच पुढे एका पत्रात ही नेणीव अशी प्रकट होताना दिसते, 'तुम्ही मला उचलून, ओढून न्यायला हवं होतं - होय, हे मी अगदी खरं खरं लिहिते आहे.' यामुळेच ती तुलनेसाठी (त्यातून जमल्यास त्याचा मत्सर जागा करण्यासाठी) प्रा. जोशी या चलाख पुणेरी प्राध्यापकाचे व्यक्तिदर्शनही घडवते. जोशी हे तसे सर्वगुणसंपन्न असूनही तिच्या कामप्रेरणेला उत्तेजित करू न शकलेले केंद्र! पण असे असूनही तिचा अहम्च तिला तिच्या प्रियकरापासून दूर ठेवताना दिसतो. याच ३५ व्या पत्रात ती लिहिते, 'मला जो प्रतिसाद हवा होता तो मिळाला नाही. तो मिळाला असता तर मी तुमच्याबरोबर कुठेही आले असते, तुमच्यासाठी काहीही केलं असतं.' पुढे लगेच यावर 'जन्माला येतानाच प्रत्येक मुलगी आपल्या आईला आणि बापालाही

सोडण्याची तयारी करून आलेली असते' अशी टिप्पणीही तिचा अत्यहम् करतो.

याच पत्रात प्रारंभी तिने लिहिलेला मजकूरही तिच्या मनोदर्शनाच्या दृष्टीने अर्थपूर्ण असाच उतरलेला आहे. ती लिहिते, 'तुम्हाला प्रेम हवं आहे, आणि मला नको आहे का? मी सहा वर्षं तुम्हाला काय दिलं? मी फक्त मला जे हवं होतं- अजूनही हवं आहे- त्याच्या नावात गुरफटून राहिले नाही इतकंच. तुम्ही मला उचलून-ओढून न्यायला हवं होतं,- होय, हे मी अगदी खरं खरं लिहीत आहे. विश्लेषणानं काहीच साधत नाही. आपण आपणालाच पारखे होतो.'

तिला तिचे आत्मरूप वाटणाऱ्या बीनाला त्याने पत्र लिहावे असा तिचा आग्रह आहे. ल्योरेने (स्वत:तच पार निमग्न असणाऱ्या) 'नार्सिसस् आणि एको' यांचे कथानक तिला बॅलेसाठी सुचविलेले असल्याचे ती आवर्जून सांगते. 'मला एकेकदा वाटतं की, आता आपली भेट व्हायचीच नाही..... नाही झाली तर मीच ल्योरे म्हणून समजा'. असे लिहितानाच ती पुढे ३६ व्या पत्रात लिहिते, 'बीना तुम्हाला लिहिणार म्हणते,.... ल्योरेलाही तुम्हाला लिहायला सांगू का?.... मग मात्र तुमची सगळीकडून कोंडी होईल.' असे लिहिल्यावर तिचा कामजन्य मत्सर जागा होऊन ती कंसात पुढील शब्द लिहिते, 'की ती लिहितेच आहे तुम्हाला?'

पण सावित्रीच्या या गंडावरही तिचा अत्यहम् प्रभाव राखून आहे. त्यामुळे तोही स्वयंप्रेरणेने फोफावेल तसा फोफावत नाही.

सावित्री म्हणजे समग्रतेची ओढ असलेल्या व्यक्तिमनाची साकार, शब्दरूप झालेली स्वात्मसाधनेची प्रक्रिया Individuation Process- आहे असे दिसते. या सर्व प्रक्रियेचे विवेचन डॉ. म. सु. पाटील यांनी 'नवसमीक्षा' या ग्रंथात अदिबंधांचे स्वरूप स्पष्ट करताना चांगल्या तऱ्हेने केलेले आहे.

कार्ल युंग मानवी मनाचे जाणीव, (Consciousness) वैयक्तिक नेणीव (Personal unconsciousness) आणि सामूहिक नेणीव (Collective Unconsciousness) असे तीन स्तर कल्पितो. त्याच्या मते जाणीवयुक्त मन इतर दोन स्तरांच्या मदतीने प्रतिमाप्रतीकांची निर्मिती साधीत असते. व्यक्तिगत इच्छाआकांक्षांनी युक्त अशा वैयक्तिक नेणिवेच्या पातळीशी घातलेल्या मेळातून होणारी निर्मिती दिवास्वप्नासारखी होते. ती समग्र व्यक्तिमनाचा आविष्कार साधू शकत नाही आणि माणसाला तर समग्रतेची ओढ असते. त्यासाठी जाणिवेला सामूहिक नेणिवेच्या स्तराशी जुळवून घ्यावे लागते. आणि हे करताना त्या व्यक्तीला आपल्या व्यक्तिमत्त्वाची फेररचनाच करावी लागते. यात ते व्यक्तित्व अधिकाधिक सुजाण, समृद्ध व अर्थगर्भ - म्हणजेच पक्व होत जाते. यालाच युंग 'स्वात्मसाधनेची प्रक्रिया' असे म्हणतो.

सामूहिक नेणिवेचे क्षेत्र हा मातृकोष होय. तो पूर्णपणे सहजप्रवृत्तींनी युक्त असा

आहे. माणसाचे मूळ निसर्गसिद्ध रूप त्यात सामावलेले आहे. हे सर्व क्षेत्रच आदिम आणि चैतन्यमय आहे. शारीरदृष्ट्या ही बाल्यावस्था म्हणता येईल. पुढे माणूस सामाजिक व्यक्ती किंवा त्याच्या समाजाचा एक घटक म्हणून जगू लागतो. तेव्हा या आदिम क्षेत्राचा त्याच्या विचार वा वर्तनावरील प्रभाव कमी होत जातो. समाजमान्य आचारविचार, चालीरिती, परंपरा यांना प्रतिसाद देत तो सांकेतिकतेत गुरफटत जातो. सहजप्रवृत्तींनी युक्त अशा मातृकोषाशी, त्या चैतन्यमय निर्मितिकेंद्राशी असणारा त्याचा संपर्क संपुष्टात येतो. जाणिवेच्या पातळीवरील त्याचे असे परंपरामान्य संकेतशरण जीवन म्हणजे पितृकोषातील जीवन होय. यात माणसाची निर्मितिक्षमता कुंठित व्हायला लागते. अशा आवर्तात सापडलेला माणूस आणि त्याचा समाज चैतन्यहीन आणि स्थितीशीलही व्हायला लागतो. ही चाकोरीबद्ध चौकटीची कोंडी उमगलेल्या जाणिवेला हरवलेल्या चैतन्याच्या आणि निर्मितिक्षमतेच्या प्राप्तीसाठी पुन्हा त्या आदिम सहजप्रवृत्तिमय मातृकोषाकडे वळावे लागते. एक नवा प्रतीकात्मक जन्म घ्यावा लागतो. ही जाणिवेचा स्तर आणि सामूहिक नेणिवेचा स्तर यांच्या मेळाची परिणती होय.

अप्पा, एजवर्थ आणि त्यांच्या अनुषंगाने जे जे येते त्या साऱ्यांतून उभा राहतो तो सावित्रीचा पितृकोष. त्या द्वारा स्पष्ट होत जातो तो तिच्या भद्र संस्कारजन्य व्यक्तित्वविकसनाचा आलेख. साधारण किंवा असाधारण अनुभवांच्या डोळस स्वीकाराने व्यक्तित्वसंपन्न होत जाणारी, स्वतंत्रपणे अनुभवांची संगती लावीत विकसनक्षम जीवन जगू पाहणारी आणि प्रत्यक्षात स्वतःच्या कलाने जगणारी सावित्री या कादंबरीतील पत्रांतून साकार होत जाते. यामुळेच तिचे घडत जाणारे दर्शन जसे अनपेक्षित आहे तसेच ते असांकेतिक असेही आहे. नैसर्गिक रिवाजांना प्राधान्य देऊ पाहणारे आहे. त्यांच्या आधारावरच स्वतःचे नव्याने पुनर्गठन करू पाहणारे आहे.

'मी कशी वाढले ते माझं मलाच ठाऊक नाही, आईविना आणि सदा कामात गर्क असणाऱ्या आप्पांच्या सान्निध्यात' असे पहिल्याच पत्रात लिहिणारी सावित्री ही मातृकोषाला फार लवकर दुरावलेली आहे. नैसर्गिकरीत्या सहजप्रवृत्तींच्या कलावर होणारी प्राथमिक, पण आवश्यक वाढ तिच्याबाबतीत झालेली नाही. म्हणूनच ती नंतर म्हणते, 'मी पहिल्यानं काय शिकले असेन तर स्वतःला विसरायला.' तिचे 'मोर हवा तर आपणच मोर व्हायचं. जे जे हवे ते ते आपणच व्हायचं' हे तत्त्वज्ञान यामुळेच स्वतःकडे वळविणाऱ्या प्रक्रियेतून वाढीला लागलेले आहे.

'मागचं आठवत नसतं आणि पुढच्याचा सोस नसता तर किती बरं झालं असतं', 'माझ्याबद्दल मी काहीच लिहिलं नाही म्हणून तुम्ही म्हणाल. पण मी अजून भोवताली पाहतेच आहे', '(एजवर्थच्या पत्रातील काही भाग पत्रात टिपल्यानंतर) मी यावर कोणतं भाष्य करणार? मला फक्त एकच ठाऊक आहे की, ज्यात कदाचित

या सर्वांचा समावेश होऊ शकेल; स्वत:ला विसरणं हे साधलं की स्थलकालादी बंधनंच उरत नाहीत. पूर्वी कुणी याला 'समर्पण' म्हटलं: एजवर्थ तेच निराळ्या भाषेत सांगत आहेत,' 'स्वत:ला विसरणं म्हणजे काय याची खरी प्रचीती मला तिच्या (ल्योरेच्या) संगतीत आली. लहानपणी मला एकेकदा दुसऱ्यासारखं व्हावं असं खूप वाटायचं. मग एकदा माझ्या मनात विचार आला की ते दुसरं माणूस 'दुसरं' कशावरून, आपणच का नाही? मला मग या खेळात खूप गंमत वाटायची. मी वेगवेगळी रूपं घेई. स्वत:कडे दुसऱ्याच्या दृष्टीनं पाही. लहानपणचा हा अनुभव केव्हाच विरून गेला होता. लहानपण संपल्यावरही हा अनुभव उलगडून दाखविणारी अशी ही ल्योरे आहे' - वर्तमानकालस्थित स्वत:च्या विसर्जनाबद्दलचे सावित्रीच्या पत्रात विखुरलेले असे उल्लेख तिच्या मातृकोषाच्या ओढीच्या दृष्टीने अर्थपूर्ण आहेत. राजम्मा आणि तिचे विश्व हा मातृकोषाचा व्यूह; तर ज्याला सावित्री पत्रे लिहिते आहे आणि ज्याने तिची कामप्रेरणा चाळविली आहे असा 'तो' तिच्या या 'स्वात्मशोधा'च्या प्रक्रियेतील प्रमुख सूत्र वा आधार आहे असे जाणवते.

लच्छी आणि मोर (अत्यहम्), 'गाणारे झाड' हे नाटक (अहम्), 'चौरपञ्चशिका' हा बॅले (कामप्रवृत्ती) यांना प्रस्तुत कादंबरीत प्रतिमांचा दर्जा लाभलेला आहे. आणि त्या प्रतिमा प्रस्तुत प्रक्रियाच आविष्कृत करताना दिसतात. कादंबरीच्या प्रारंभी राजम्माने सांगितलेली लच्छी आणि मोर यांची कथा आहे. पण ती सरळ निवेदनात्मक स्वरूपात. कादंबरीच्या अखेरीसही तीच कथा येते. पण वेगळ्या दृश्य स्वरूपात तिची सूचना आहे. निमित्त आहे 'एजघरा'च्या उद्घाटनाचे. सावित्री सांगते, तेव्हा 'राजम्माच अखेर आमच्या कामाला उपयोगी पडली.' तिच्या त्या लच्छीच्या गोष्टीवरील नाचाचा प्रयोग त्यावेळी करायचा आहे. त्याला 'पार्श्वसंगीत, पार्श्वशब्द राजम्माचे' आहेत म्हणजे आधारभूत अशा पार्श्वभागी राजम्माच आहे. आणि त्या प्रयोगात बीना, ल्योरे, स्वत: सावित्री आणि 'तो' असा सर्वांचा सहभाग अपेक्षित आहे. 'त्याच्या'कडे तर मोराची भूमिका दिलेली असून त्याला 'नाचण्याचे संपूर्ण शिक्षण देण्याची व्यवस्था' करण्यात येणार आहे. आणि या प्रयोगासाठी जी तारीख ठरलेली आहे ती आहे १५ ऑगस्ट १९४७. या दिवसाला 'स्वातंत्र्यदिन' अशा अर्थाचा एक वेगळा संदर्भ आहे. इथून पुढे भारतावरील परकीयांची पकड नाहीशी होऊन त्याच्या स्वाभाविक क्रियांना वाव मिळणार आहे. आणि हा अर्थ सावित्रीला अभिप्रेत असणाऱ्या मुक्तविकसनालाही मदत करणारा ठरतो. (म्हणजे आता तिचे बद्ध विकसन संपुष्टात आले!)

मेजर अग्निमित्र सेन हा - बंगाली - भारतीय डॉक्टर आणि एक जपानी नर्स यांचे लग्न, त्यांना बीनासारखे झालेले अपत्य, त्या उभयतांचा मृत्यू, त्यातही मेजर सेन यांचे अचानक नाहीसे होणे या कादंबरीत सांगितल्या गेलेल्या घटनांनाही एक

वेगळाच संदर्भ या पत्रातून प्राप्त होताना दिसतो. या घटना नेताजी सुभाषचंद्र बोस आणि जपान यांच्या प्रत्यक्ष स्वातंत्र्यलढ्यातील हातमिळवणीचे सूचन करतात. बीनाचा जन्म म्हणजे स्वातंत्र्याची चाहूल आणि तिचे संगोपन सावित्रीसारख्या सामान्य भारतीयाच्या हाती येणे ही कादंबरीगत वस्तुस्थितीही या संदर्भात अर्थपूर्ण ठरते. यापेक्षाही, आप्पा आणि एजवर्थ यांच्या मृत्यूने पितृकोष ढिला होऊन खिळखिळा होत चाललेल्या सावित्रीचा अन्त:संघर्ष आणि भारताच्या सीमेवरील युद्ध या कादंबरीच्या दोन ताणांतील संवाद विशेषत्वाने जाणवेल असा आहे. यानंतरच सर्वार्थाने स्वतंत्र झालेले सावित्रीचे मन (या आधी उल्लेखिलेल्या) ३५व्या पत्रात स्वत:ची कैफियत सादर करते आणि ३७ व्या पत्रापासून 'माझा हरवलेला गिटार मी पुन्हा वाजवीत आहे.... राजम्माच्या मांडीवर डोकं टेकून मी तिची नवी सुधारलेली गोष्ट ऐकत आहे.... जपानहून परत आल्यावर पुन्हा दारातला बहरलेला चाफा मी पाहत आहे' असे सांगत पुढील पत्रांतून स्वातंत्र्याचा मुक्त आनंद उधळते आहे.

'.... स्त्रीप्रतिमेत, मातृप्रतिमेत वा वृद्ध आप्ताच्या प्रतिमेत अवतरणाऱ्या पात्राभोवती एक गूढतेचे वलय असते. ती बरीचशी तर्कातीत वाटतात. त्यांचे सारेच काही कळते असे नाही' हे डॉ. म. सु. पाटील यांचे मत सावित्रीला लागू पडणारे आहे. (याचा निर्देशही त्यांनी केलेला आहे.) राजम्मा, ल्योरे, बीना ही तिच्या सहजप्रवृत्तींचीच चित्ररूपे आहेत. तसेच तिच्याबाबतीत 'ॲनिमस्'चे (स्त्रीमधील पुरुषप्रतिमा) सूत्रही विशेषत्वाने जाणवणारे आहे. 'या प्रतिमेच्या मुशीत ती तिच्या सहवासात येणाऱ्या पुरुषांचा अनुभव घेते, त्यांच्यावर ही प्रतिमा प्रक्षेपित करते.' आप्पा, एजवर्थ, नामुरा अशा 'वृद्ध आप्त' किंवा 'गुरु'च्या रूपाने सावित्रीची ही प्रतिमा आविष्कृत होते. तर 'त्याच्या' बाबतीत ती 'जिवलग मित्र' किंवा 'त्राता' या रूपाने प्रकट होते असे म्हणता येईल.

प्रस्तुत कादंबरीतील कुर्ग आणि जपान हे स्थलविभागही नुसती भौगोलिक स्थले म्हणून आलेली नाहीत. ती म्हणजे सावित्रीच्या नेणिवेतील विसाव्याची स्वर्ग-स्थले आहेत. कुर्ग ही नीलगिरी पर्वतराजीतील निसर्गरम्य भूमी, तर जपान हा उगवत्या सूर्याचा प्रसन्न देश-दोन्ही अगदी 'आनंदभाविनी' स्थळे! तिच्या नेणिवेत रुजलेली!!

कलानिर्मितीच्या प्रेरणांचा चर्चेच्या रूपात शोध घेण्याचे काम प्रस्तुत कादंबरीत सावित्रीचा अत्यहम् करताना दिसतो. अल्पकाल टिकणाऱ्या (गणेश वा दुर्गा अशा) मूर्तींच्या निर्मितीतही कलावंत आपले कसब ममत्वामुळे पणाला लावतो हे सावित्रीचे मत कलावंताच्या अहम्गंडावरच बोट ठेवते. 'अनुभव आणि विकसन' की 'अनुभव : विकसन' (अनुभव म्हणजेच विकसन) या वादात दुसऱ्या अर्थाच्या बाजूने पडणारा कौल तर सावित्रीच्या रूपानेच मूर्त होतो.

तिरूपेटहून पत्रलेखनाला प्रारंभ होतो आणि तिथूनच लिहिलेल्या पत्राने 'सावित्री' या पत्रात्मक कादंबरीची अखेर होते. म्हणजे वर्तुळ पुरे होते. जाणीव जाणिवेत आणि नेणीव नेणिवेत विरुन जाते.

'सावित्री' या कादंबरीचे श्रेष्ठकनिष्ठत्व जरी अशा मानसशास्त्रीय मीमांसेच्या आधारे स्पष्ट करता आले नाही तरी सावित्री या व्यक्तिमनातील अंतस्तरांच्या गुंतागुंतीची यामुळे संगती लावता येते असे दिसून येईल. आणि अशी संगती प्रस्तुत कादंबरीच्या आस्वादास नक्कीच उपकारक ठरेल असा विश्वास वाटतो.

◆

'दूर गेलेले घर' : लक्ष्मीकांत तांबोळी

१९८० ची ही कादंबरी, पण आजही ती वाचताना 'जुनी' वाटत नाही. वाचकाचे अवधान खेचून घेणे आणि त्याचे कुतूहल शेवटपर्यंत टिकविणे ही एक अवघड गोष्ट प्रस्तुत कादंबरीला जमलेली आहे असे दिसते. हे तिचे मोठेच यश मानावे लागेल.

तशी वरवर पाहता या कादंबरीची वीण एकपदरी आहे. ही प्रल्हादाची कथा आहे. ती सुद्धा त्याचे समग्र जीवन उलगडणारी नव्हे. त्याच्या व्यक्तिमत्त्वातील एक असाधारण असा विशेष लेखकाने आपल्या निवेदनासाठी निवडलेला आहे. त्या विशेषाच्या अनुषंगाने प्रल्हादाबाबतची आवश्यक अशी इतर माहिती प्रस्तुत कादंबरी आपल्याला देते. पण प्रल्हादाचे शिक्षण कसे झाले? जिंतूरसारख्या खेडेगावातून तो मुंबईला पोहोचला कसा? तिथे एका कॉलेजात प्राध्यापक झाला कसा? सुधा त्याला कुठे व कशी भेटली? परिचय, प्रेम व विवाह हे क्रम त्यांनी कसे पार केले? वगैरे वगैरे प्रल्हादाच्या जीवनाच्या दृष्टीने महत्त्वाच्या ठरतील अशा घटना-प्रसंगांबद्दल लेखकाने मौन धारण केलेले दिसते. आणि ते सर्वथा योग्य असेच आहे. कारण जीवनाच्या दृष्टीने अशा तपशिलाची नोंद महत्त्वाची असली तरी लेखकाला जे सांगायचे आहे त्या दृष्टीने या नोंदी अनावश्यक आहेत, त्या समजल्या नाहीत तरी चालण्यासारखे आहे. उलट त्यांच्या सविस्तर निवेदनामुळे जे सांगायचे त्यात अडथळाच आला असता. 'काय सांगावे' या पेक्षा 'काय सांगू नये' याची उमज लेखकाला असायला हवी असे म्हटले जाते. या दृष्टीने लक्ष्मीकांत तांबोळी यांचे लेखन यशस्वी झाले आहे असे दिसते. त्यामुळे कादंबरीला आशय व आविष्कार यांच्या बाबतीतील नेमकेपणा व प्रमाणबद्धता हे दोन विशेष प्राप्त झाले आहेत. आशयाची आविष्कारावर आणि आविष्काराची आशयावर चांगली पकड राहिलेली

आहे. अशी एक गोळीबंद रूपसिद्धी गवसल्यामुळे 'दूर गेलेल्या (या) घरा'त स्वत:ची अशी एक परिणामकारकता निर्माण झालेली आहे.

'वरवर पाहता या कादंबरीची वीण एकपदरी आहे' असे या आधी म्हटले ते ही प्रल्हादाचीच कथा असल्यामुळे. ती परिणामकारक वा उठावदार करण्यासाठी त्याला संवादी वा विरोधी उपकथांची जोड वगैरे दिलेली नाही. तसा चुलत्यामागे संस्थान सांभाळणारा सदाशिव प्रल्हादाच्या विरोधी व्यक्तिरेखा म्हणता येईल. कारण या धर्मसंस्थानाचा त्याग करणारा प्रल्हाद आणि स्वीकार करणारा सदाशिव असा हा विरोधी ताण आहे. पण उपकथा सांभाळील अशी क्षमता सदाशिव या व्यक्तिरेखेत दिसत नाही. दुसऱ्या बाजूचे तो दिग्दर्शन करतो इतकेच!

हा प्रल्हाद म्हणजे नेमके काय असा प्रश्न हातात घेऊन या कथाविश्वाचा शोध सुरू केला की कादंबरीची वीण अनेकपदरी असल्याचे दिसू लागते. जुन्या सांकेतिकतेचा विरोधक, नव्या पिढीचा प्रतिनिधी, अंधश्रद्धेला भीक न घालणारा, बुद्धिप्रामाण्य मानणारा, मूळच्या स्वतंत्र विचारसरणीला शहराच्या वास्तव्याने धार चढलेला, बुद्धी व भावना यांच्या ओढाताणीने ग्रस्त झालेला इत्यादी अर्थपर्याय त्याच्याबाबतीत जाणवू लागतात. आणि यातील प्रत्येक पर्यायाच्या विरोधातील वस्तुस्थितीही जाणवू लागते. यातून मग अनेकविध द्वंद्वांचीही जाणीव होते.

प्रत्यक्षात झालेले चित्रण, कालबाह्य आचारविचारांनी युक्त असे नरहरी-धर्मसंस्थान आणि त्याचा वारसा अमान्य करणारा प्रल्हाद यांचे आहे. विचाराने हा वारसा प्रल्हादाने तोडलेला असला तरी भावनेने तो त्या गुंतवळ्यातून निघू शकत नाही असेच यात दिसते. परंपरा आणि नवता, संकेतशरणता आणि स्वातंत्र्यासक्ती, जुने आणि नवे, किंवा विचार आणि भावना यापैकी कोणत्याही एका चौकटीत न बसणारा प्रल्हादाच्या व्यक्तिमत्त्वातील हा संघर्ष आहे आणि त्यामुळेच खऱ्या अर्थाने तो कलात्मक कुतूहल चाळविणारा बनला आहे. या कादंबरीतील बाकीची जी पात्रे आहेत त्यांची बाजू आणि कामगिरी आखून दिलेली आहे. त्यांच्याबाबतीत प्रल्हादाप्रमाणे चौकटीबाहेर जाणे असला प्रकार संभवतच नाही.

श्रद्धा आणि बुद्धी यांच्या द्वंद्वात सापडलेला प्रल्हाद इतकेच ही कादंबरी दाखवत नाही. या द्वंद्वासह प्रल्हादाची संपूर्ण बनावट किंवा घडण 'भारतीय' आहे ही महत्त्वाची गोष्ट इथे जाणवते. ती लक्षात घेतली की या कादंबरीचा एक अंत:स्तर उलगडू लागतो. आणि त्यातच या कादंबरीचे खरे सामर्थ्य सामावलेले आहे असे वाटते. हा स्तर आहे भारतीय ग्रामजीवनाचा. ग्रामीण जीवनाचे बाह्य घटक म्हणजेच ग्रामीण जीवन नव्हे. ग्रामीणता ही खास कृषिसंस्कृतीतून घडलेल्या भारताचे एक तत्त्वज्ञान आहे. जीवनविषयक दृष्टिकोण आहे, वर्तनपद्धती आहे. शहरातसुद्धा बुवामहाराजांचे मठ असले तरी नरहरी संस्थानाला जसे जिंतूर परिसरातील सांस्कृतिक

जीवनात मोक्याचे स्थान आहे तसे या शहरातील महाराजांना वा मठांना प्राप्त होऊ शकत नाही. काळ्या शेतजमिनीतील हे अविभाज्य सांस्कृतिक वैभव डांबरी शहरजमिनीत रुजू शकत नाही. प्रल्हादाची घालमेल ही खेड्यातून शहराच्या आश्रयाला गेलेल्या विस्थापिताची घालमेल आहे. ती अशीच होत राहणार.

प्रल्हादाचे मुंबईहून येणे आणि परत मुंबईस जाणे यांना प्रस्तुत कादंबरीत रचनादृष्ट्या जशी अर्थपूर्णता प्राप्त झालेली आहे तशीच आशयदृष्ट्याही. या येण्या-जाण्यामधील चारदोन वीत लांबीरुंदीचा जो अवकाश आहे तो भावनेने खेड्याशी जखडलेला, पण विचाराने शहराची वाट धरलेल्या विस्थापित भूमिपुत्राचे व्याकूळ अंतरंगच उघडे करतो. भूतकाळ आणि वर्तमानकाळ यांचा एक विलक्षण एकत्रित काला तिथे अनुभवास येतो.

हे सगळे अल्पविस्तारात, जेवढ्यास तेवढे अशा रीतीने, फापटपसारा टाळून, भडक होऊ न देता- मोजक्या व्यक्ती व घटनाप्रसंगांनिशी लक्ष्मीकांत तांबोळींनी साध्य केले आहे. इतकेच नव्हे, तर 'दूर गेलेले घर' म्हणजे प्रल्हादाचा (किंवा प्रल्हादासारख्यांचा) दूर गेलेला नुसता भौतिक निवारा नव्हे तर दूर गेलेला मानसिक निवाराही आहे याची समर्थ सूचना ते देतात. म्हणूनच लक्ष्मीकांत तांबोळी धन्यवादास पात्र आहेत.

◆

अरुण साधू यांची 'शापित' कादंबरी : अधुरी शोकांतिका

अरुण साधू यांनी १९८० साली लिहिलेली ही कादंबरी आहे. आज इतक्या वर्षांनंतरही ही कादंबरी वाचवते. नुसती वाचवतच नाही तर वाचकाला ती आजही खिळवून ठेवते. 'शापित'चे हे यश निश्चितच लक्षणीय म्हणावे असे आहे. म्हणूनच आजही तिच्याबद्दल बोलावे, लिहावे अशी एक योग्यता तिला प्राप्त झालेली आहे. तसे पाहायला गेले तर या कादंबरीत अगदी नवे म्हणावे असे काय आहे? हरिभाऊ आपट्यांनी 'काळ तर मोठा कठीण आला' मध्ये हाताळलेल्या विषयाचीच इथे अरुण साधू यांनी पुन्हा हाताळणी केलेली आहे. म्हणजे महाराष्ट्रातील (किंवा कोणत्याही राज्यातील) ग्रामजीवनाची दुष्काळात होणारी प्रचंड फरफट. शि.म.परांजपे यांच्या 'खडी फोडणाऱ्याची गोष्ट' या गोष्टसदृश ललित निबंधातही असेच चित्रण वाचनात येते. याच्या जोडीलाच जोतीराव फुले किंवा कृष्णराव भालेकर वगैरेंचे ललितेतर लेखन लक्षात घेतले तर 'शापित' मुळे एक कलाबाह्य सत्य लक्षात येऊ लागते. ते म्हणजे गेल्या शंभर वर्षात, म्हणजे भारताच्या स्वातंत्र्यपूर्व आणि स्वातंत्र्योत्तर काळात इथल्या ग्रामीण जीवनात फारसा फरक झालेला नाही. विशेषत: परावलंबनाच्या बाबतीत तो शंभर वर्षांपूर्वी जसा होता तसाच आजही तो परावलंबी आहे. शहरी जीवनाबाबत मात्र असे झालेले नाही. तिच्यात कालोचित परिवर्तने होत गेलेली आहेत.

१९७३ च्या महाराष्ट्रातील दुष्काळग्रस्त परिस्थितीची पार्श्वभूमी 'शापित' या कादंबरीला आहे. मराठवाड्यातील बीड या जिल्ह्याच्या ठिकाणाजवळच्या रांजणगाव या खेड्यातील कुण्या वामन नावाच्या शेतकरी कुटुंबात जन्मलेल्या, मॅट्रिक पास झालेल्या एका तरुणाची ही सकृद्दर्शनी कथा आहे. यात वामनबरोबरच त्याची आजी आहे. आई, वडील व चुलता तुकाराम आहे. बायजा, शंकर आणि एक तान्हे अशी

भावंडे आहेत. शेजारी सोनबा आणि त्याची १४-१५ वर्षांची मुलगी रुक्मिणी आहे. 'शापित' ही या साऱ्यांची सकृद्दर्शनी कथा म्हणण्याचा तात्पर्यार्थ असा की कथेचा दृश्य पदर या साऱ्यांबद्दल व्यक्ती म्हणून काही तपशील जसा सांगत जातो, तसा अदृश्य पदर त्यांना, त्यांच्या कथेला प्रतिनिधित्व देऊन त्यांच्यासारख्या असंख्य दुष्काळग्रस्तांची सामूहिक कथा सूचित करतो. कादंबरीकार म्हणून अरुण साधू यांनी मिळविलेल्या या यशाची नोंद ही करायला हवी.

दुष्काळामुळे अन्नान्न झालेल्या परिस्थितीवर मात करण्यासाठी 'जगायला' म्हणून रांजणगाव, तिथले घर, तिथली शेती सोडून इतर असंख्यांबरोबर बाहेर पडलेला हा वामनचा परिवार आहे. त्यांच्या कुळातला तो पहिला मॅट्रिक; पण त्याला नोकरी नाही. त्या सर्व परिसरातील अशी सर्व माणसे 'जगायला' म्हणून गाव सोडतात, पण ती जिल्ह्याचे केंद्र असलेल्या बीडकडे वळत नाहीत. तर ती औद्योगिक केंद्रे असलेल्या पुण्यामुंबईची वाट धरतात ही वस्तुस्थितीही पुरेशी बोलकी आहे. बीड काय किंवा परभणी, नांदेड, औरंगाबाद काय, मराठवाड्यात कुठे 'जगायला' जाणे कामाचे नाही याची या सर्वांनाच जाणीव आहे. प्रस्तुत कादंबरीत दाखविली आहे ती वामनच्या रांजणगाव ते मुंबई या वाटचालीतील मानसिक व शारीरिक फरफट. या दोन्ही आघाड्याही अरुण साधू यांनी चांगल्या सांभाळल्या आहेत.

वामनची ही वाटचाल म्हणजे भुकेच्या एका प्रचंड आंधळ्या बोगद्यातली वाटचाल आहे. 'कशासाठी? पोटासाठी' या ओळीतील सर्वांगीण दाहकतेचा अनुभव देणारी आहे. अन्न, वस्त्र आणि निवारा या माणसाच्या मूलभूत गरजा. पण इतर दोन्ही गरजांना सहजपणे निष्प्रभ करणारी खरी मूलगामी व प्रभावी गरज अन्नाचीच या सत्याची जाणीव करून देणारी ही वाटचाल आहे. अपमान, अवहेलना आणि नकार यांचा अनुभव देणारी एक प्रसंगमालिका या वाटचालीच्या निमित्ताने भेटते. उपासमार आणि कुपोषण यामुळे हगवण होऊन वामनचा तान्हा भाऊ रस्त्यातच प्राण सोडतो. अत्यंत आजारी झालेल्या आईला-सारजेला तशीच सोडून बाप ज्ञानबा, (रुक्मिणीला सोडून तिचा बाप) सोनबा शंकर या लहान भावाला घेऊन पुढे निघून जातात. वामन आपल्याला सोडायला तयार नाही असे पाहून एका रात्री आसन्नमरण झालेली सारजाही कुठेतरी परागंदा होते. उरतो तो बायजा (बहिण) आणि रुक्मिणीसह देशोधडीला लागलेला वामन. शरीर तर ढेपाळत चाललेले असतेच, पण मनाच्याही चिरफळ्या उडत जातात.

दुष्काळी कामाची पाहणी करायला आलेले गुलहौशी पत्रकार, सेवाभावाचे प्रदर्शन करणाऱ्या उच्चभ्रू तरुण-तरुणींचा तांडा यांची कथेत नेमक्या जागी पेरणी

केली गेलेली आहे. त्यामुळे दुष्काळग्रस्तांचे दुःख अधिक विदारक होत जाते आणि वामनच्या मनावर उठणारे ओरखडेही जास्त जास्त खोल होत जातात. शोषण तर पावला पावलावर ठिय्या मारून बसलेले दिसते. अत्यंत अपुरी मजुरी, तीही वेळच्यावेळी न देणे, माणसाला अडवून जितके पिळता येईल तितके पिळणे अशा गोष्टी तर वामन सर्रास पाहतो, अनुभवतो. पण अत्यंत किरकोळ अधिकारपदावर असलेल्या तिथल्या लोकांच्या रुक्मिणीकडे वळणाऱ्या कामुक नजराही त्याला दिसतात. नुसत्या दिसतातच नव्हे तर विनाविरोध सहन कराव्या लागतात. असे दिसले की ते ठिकाण सोडणे इतकाच पर्याय त्या सर्वांच्या हाती असतो आणि ते त्याचाच अवलंब करतात!

हे असे दुर्दैवाचे दशावतार आपल्यालाच का भोगावे लागतात असा प्रश्न या चरकात पिळल्या जाणाऱ्या प्रत्येकाला जाणवेल याचे अरुण साधू याना भान आहे. ग्रामीण पार्श्वभूमीवर याचा ते परंपरागत मार्गाने विचार करतात. पृ.२८वर असा उल्लेख आहे.... "ज्ञानोबाला वाटलं, आपण मागच्या जन्मात काही तरी मोठं पाप केलं असलं पाहिजे. आपण दोघांनीही. त्याशिवाय का ही अशी अवस्था या जन्मात आली असती! आपल्या पोरांनीही. सोनबानंही मागल्याजन्मी पाप केलं असलं पाहिजे. सगळ्यांनीच, ज्यांची ज्यांची शेतं पिकली नाहीत आणि ज्यांना जगायला बाहेर पडावं लागतं आहे, त्या सर्वांनीच. म्हणजे काय?" पण वामनचे वडील ज्ञानबा यांच्या या विचाराला विवेकाचा कोलदांडा हा आहेच. कारण या पुढे असा मजकूर येतो, "या जगात सगळे पापी लोकच वावरताहेत की काय? काही थोडे विहीरवाले जमीनदार आणि दुकानदार सोडले, तर सगळे पापी? हे कसं शक्य आहे?"

पुढे दौंडजवळच्या नारायणबाबांच्या आश्रमात गुरुवारी झुणका-भाकरीची सोय झालेल्या वामन व रुक्मिणी यांच्या संवादांतून हाच विचार विस्तारलेला आहे. तिथे पुण्य म्हणजे काय हा रुक्मिणीचा प्रश्न आहे. तिला (म्हणजे तिच्यासारख्या असंख्य ग्रामीणांना) समजेल असेच परंपरागत उत्तर वामनचे आहे. ते कर्मकांडासंबंधीच आहे. "पुन्यं कशासाठी, का करावं लागते, रे वामन?" या रुक्मिणीच्या प्रश्नावर डोकं खाजवून वामन उतरतो, "दानधर्म करावं लागतेत, होम-हवन करावं लागतेत, भटजी लोकांना दक्षना द्यावी लागते, देवाची पूजा करावी लागते- आणखी काय काय करावे लागते...." तेव्हा हे सारे पैसेवाल्यांचे काम, गरिबांचे नव्हे हे स्पष्ट करून लेखकाने तिचा प्रश्न शब्दांत असा बसवला आहे. "याचा अर्थ पुण्य ही एक विकत घेण्याची वस्तू आहे, पैसा जवळ असला की पुण्य विकत घेता येतं, देव एवढा अन्यायी असेलच कसा?" (पृ.९०)

'शापित' च्या एकूण रचनेमागच्या वैचारिक आधारातील कच्चा दुवा इथेच

आहे. वामनच्या रूपाने अरुण साधूना मर्यादित स्वरूपात जाणवलेल्या या प्रश्नाचे योग्य विस्तारित रूप असे की दुष्काळात ग्रामीण भागच का भरडला जातो? शि.म. परांजपे यांनीही अशा स्थितीत शेतमालक खडी फोडायला रस्त्यावर येतो या वास्तवाचे दिग्दर्शन केलेले आहे. पण असे का या प्रश्नाने त्यांनाच नव्हे तर अरुण साधू यांनाही सतावलेले दिसत नाही. अवर्षणाचा दुष्काळ वास्तविक सर्वत्रच पडत असतो. पण शहरांच्या दिनचर्येवर त्याचा फारसा प्रभाव पडलेला दिसत नाही. दुष्काळ फंड वगैरेना थोडी फार, तीही आपल्या मगदुरानुसार मदत करणे इतकाच बोजा तिथल्या लोकांवर पडतो. पण ग्रामीण भागातला नुसता शेतमजूरच नव्हे तर शेतमालकही रस्त्यावर येतो. लेकीसुनांसह दुष्काळी कामांवर राबू लागतो. याची संगती कशी लावायची?

पारतंत्र्याच्या काळात इंग्रजांच्या शोषणनीतीवर हा अन्याय ढकलता येत होता. पण स्वातंत्र्य मिळाल्यानंतरही अशी परिस्थिती का असावी? आपल्या देशाने पत्करलेल्या नियंत्रित अर्थव्यवस्थेत याचे कारण सापडते का या शक्यतेचा शोध अरुण साधूनी घ्यायला हवा होता. कारण या काळात औद्योगिक प्रगतीसाठी आवश्यक असलेल्या भांडवलाच्या संचयासाठी शेतीचे क्षेत्र निवडले गेलेले दिसते. त्यामुळे खिसा आणि पत या दोन्हींच्या बाबतीत भारतातला शेतकरी घसरणीला लागलेला दिसतो.

वामन सवर्ण म्हणजे चांगला शहाण्णव कुळी मराठा आहे. जातीमुळे प्राप्त होणाऱ्या सामाजिक दर्जाची त्याला जाणीव आहे. म्हणून आपण भिकारी गणले जाणे त्याला अतीव खेदाचे वाटते. मुंबईला तो त्या चष्मेवाल्या कार्यकर्त्याला हेच सांगतो आणि काम मागतो. पाऊसपाणी झाल्यावर परत आपल्या गावी जाण्याचे स्वप्न इतरांप्रमाणे तोही पाहात असतो. मुंबईत त्याला रोजंदारीच्या स्वरूपाची दोन तीन चिल्लर कामे मिळतात. रुक्मिणीशी लग्न करायचे तो ठरवतो आणि त्याच संध्याकाळी दादर चौपाटीवरून परतताना गुंड त्याला मारहाण करून रुक्मिणीला पळवून नेतात आणि त्याची ही कथा संपुष्टात येते. उरलेसुरले भावविश्व आणि आशा संपुष्टात येतात.

वामन व रुक्मिणी यांच्यातील प्रेमबंधाचा विकास हे या वैराणातील एक सुखद सूत्र आहे. स्थळ काळाचे भान ठेऊन अरूण साधूनी त्याचे मोठ्या संयमाने चित्रण केलेले आहे. जाणता वामन निग्रहाने असे आकर्षण दडपण्याचा प्रयत्न करतो. रुक्मिणी ही तर पोरसवदा आहे. तिला कशाचीच माहिती नाही. मोकळी, अल्लड आहे. मुकादम ऑफिसच्या कामासाठी म्हणून आपल्याला कशासाठी बोलावतो हेही तिला कळत नाही. वामन तिला म्हणूनच 'भैताड' अशी शिवी देत असतो. एकदा ती व वामन एका मळ्यातील बंद घरात चाललेली एका जोडप्याची कामक्रीडा

फटीतून पाहतात. तेव्हापासून ती हळूहळू बदलत जाते. तिच्या रूपामुळे त्यांच्यावर वाईट प्रसंग येतात. शेवटी तर ती गुंडाकडून पळविली जाते. थोड्या फार रोमँटिक ढंगाने हा प्रेमसंबंध विकसित होत जातो हे खरे! पण तो सह्य होत जातो हेही खरे!! कारण त्यातील कोवळीक, निरागसता आणि नैसर्गिकता त्याला उत्तानतेकडे झुकू देत नाही.

वामन हा दर्शनी पातळीवर 'शापित'चा नायक आहे. तशीच रुक्मिणी ही नायिका आणि परिस्थिती हा खलनायक. कथाव्यूहाच्या थोडेसे पोटात डोकावले की दुष्काळ हाच इथे सर्व काही किंवा केवल सूत्रधार आहे हे लक्षात येऊ लागते. त्याच्या सर्वग्रासी क्रूर तांडवाचे सादपडसाद कादंबरीभर सर्वदूर घुमत राहिलेले दिसतात आणि तोच वामन-रुक्मिणीसारख्या जित्याजागत्या माणसांना कळसूत्री बाहुल्या बनवून टाकताना दिसतो. आपल्या इच्छेप्रमाणेच त्यांच्या कृतिउक्तींना मूळ स्वभावाचा त्याग करून आकार देताना दिसतो. म्हणूनच पायपिटीत पार ढेपाळलेल्या सारजेला मागे एकटी सोडून ज्ञानबा एका पोरासह निघून जातो. रुक्मिणीला सोडून तिच्यावर अतिशय प्रेम असणारा तिचा बाप सोनबाही त्याच्यासोबत जातो. किंवा वामन-रुक्मिणी भाकरी गाठोड्याची चोरी करतात! इतकेच नव्हे तर आपल्या विळख्यात असलेल्या सर्वांना स्वतःची स्वतंत्र व्यक्तिवैशिष्ट्ये टाकून एका समान वखवखलेल्या लाचार पातळीवर आणण्याचे काम हा दुष्काळ बजावताना दिसतो. मुंबईत वामनला घडत असलेले जीवनाचे दर्शन याच्या अगदी उलट आहे. तिथला पैसा दुष्काळग्रस्त शेतकऱ्यांना भिकाऱ्याच्या पातळीवर आणणारा आहे. त्याला यातली विषमता जाणवून जाते आणि एका क्षणाला (आणि त्या क्षणापुरताच) "त्याला कचकचून राग आला..... सगळ्या दुष्काळी लोकांनी मुंबईवर चाल करून या शहराचं निसंतान करून टाकायला पाहिजे. दहा लाख, पन्नास लाख - एक कोटी. आपल्या गावी भाकरीच्या तुकड्याविना लोक मरतात आणि इथं एवढा पैसा? असं कसं राहू शकतं हे जग?" (पृ. १०९ - ११०)

मार्गदर्शक वाटाड्या म्हणून लेखक बजावीत असलेल्या भूमिकेचा इथेच उल्लेख करायला हवा. आपल्याला नेमके काय सांगावयाचे किंवा दाखवावयाचे आहे या बद्दलचे त्याचे भान पक्के आहे. त्यामुळे रांजणगावात मागे राहिलेली नानी आणि तुकारामकाका यांचे काय झाले हे तो सांगत बसत नाही. तसेच ज्ञानबा, सोनबा आणि शंकर नेमके कुठे गेले, सारजेनेही आत्महत्त्या केली की ती देशोधडीला लागली याच्या तपशीलात स्वतःही गुंतत नाही आणि वाचकालाही गुंतवत नाही. एका भयानक दाहक अशा वास्तवाचे दर्शन त्याला घडवायचे आहे. त्या पार्श्वभूमीवरच्या मानवी हतबलतेचे आणि उलट असे दर्शन घडवायचे

आहे. त्या दृष्टीने असा तपशील सांगणे अपरिहार्य नाही याची त्याला जाणीव आहे. आखून घेतलेल्या क्षेत्रातील व्यक्ती, स्वभाव, प्रसंग, भावना यांचे दर्शन मात्र तो नेमकेपणी आणि नेटकेपणी घडवितो. त्यात हातचे राखूनही ठेवीत नाही आणि हात सैलही सोडीत नाही. फिल्मी सनसनाटीचा किंवा सदिच्छापूर्तीचा मोह सहजतेने आवरतो.

'शापित' हे या कादंबरीचे शीर्षक. ते खरेतर कादंबरीतील जीवनाचे - त्यातील व्यक्तींचे, परिसराचे विशेषण आहे. शाप आहे अवर्षणजन्य दुष्काळाचा. असंख्य दुष्काळग्रस्तांचा म्हणजेच शापग्रस्तांचा प्रतिनिधी आहे वामन. एक शापजनित दुर्दैव त्याच्या मागे हात धुवून लागलेले आहे. स्थलांतर करून, मुंबईला येऊनही तो त्या दुर्दैवाच्या पाठलागातून सुटत नाही. या दुर्दैवाशी त्यांचा संघर्ष चालू आहे. प्रत्येक टप्प्यावर तो हरतो आहे. त्याचा जगण्यासाठी आवश्यक असलेला एकेक आधार छेदला जातो आहे. घरचे दारिद्र्य, शिक्षण असून नोकरी नाही, इच्छा व तयारी असून काम नाही अशा घेऱ्यात त्याचे दैव त्याला गुंतवते. पुढे दुष्काळ, त्याखातर स्वग्रामत्याग. त्या पायपिटीत प्रथम बापाचा आणि नंतर आईचा आधार छेदला जातो. त्यांचे नेमके काय होते हे त्याला न कळण्याची दक्षताही त्याचे दैव घेते. अशाही परिस्थितीत तो कंबर कसतो. बस्तान बसवू पाहतो. रुक्मिणीच्या आधाराने नवे उभारीचे जीवन सुरू करण्याचा संकल्प सोडतो. पण तो संकल्प सिद्धीप्रत जात नाही. रुक्मिणीच्या अपहरणाच्या रूपाने दैव त्याच्यावर शेवटचा प्रहार करते आणि त्याला नेस्तनाबूत करून टाकते.

तेव्हा 'शापित'चा नायक हा प्राक्तनाशी किंवा दैवाशी झुंज घेणाऱ्या गटातला आहे. अशा नायकांचा शोकांत हा ग्रीक शोकांतिकांच्या गटातला मानला जातो. तेव्हा तत्त्वदृष्ट्या 'शापित' ही शोकांत कादंबरी या गटात मोडू शकेल. पण तत्त्वदृष्ट्याच. कारण दैवाशी दोन हात करताना घुसळला जाणारा मानवी अस्तित्वाचा तळ, पराभूत होतानाही इतरांना आकर्षित करील अशी नायकाची धीरोदत्त गुणसंपदा, असहाय्यता किंवा अगतिकता यावर मात करणारी त्याची हिंमत, जीवघेण्या एकतर्फी संघर्षाच्या दर्शनाने आस्वादकाच्या मनावर येत चाललेले भीतीचे दडपण, ज्यांची उत्तरे सापडत नाहीत अशा प्रश्नांच्या प्रचंड विळख्यात त्याला खिळविणे, जीवनव्यवहाराविषयीच्या त्याच्या आडाख्यांचा चोळामोळा करून त्याला अन्तर्मुख बनविणे इत्यादी जी काही ग्रीक शोकांतिकेची वैशिष्ट्ये सांगण्यात येतात त्यांची प्रतीती 'शापित'च्या आस्वादातही येते असे म्हणणे म्हणजे घोड्यावर अंबारी चढविल्यासारखे होईल. 'शापित' ही कादंबरी हतबल करणाऱ्या अनाकलनीय भव्यतेचा अनुभव देत नाही. त्याचे कारण त्यात कल्पिलेल्या कथाव्यूहाच्या एकेरी साधारणत्वात सापडते. मानवी स्वभावातील आणि व्यवहारातील वैचित्र्यपूर्ण गुंतागुंत

आणि यशस्वी शोकांतिकेच्या दृष्टीने आवश्यक असणारे विशेष पेलेल असे कथेचे जाळे विणण्याचा लेखकाने प्रयत्नच केलेला नाही. आपल्याला झेपेल असे एक लक्ष्य नक्की केले आणि झेपेल अशा परिघात कथेचा संसार त्याने थाटला आहे.

हा संसार मात्र अरूण साधूनी नेटकेपणी व टापटिपीने मांडलेला आहे!

♦

मराठी कादंबरीला नवे परिमाण देणारी तारा वनारसे यांची 'श्यामिनी'

रामायण, महाभारत या संस्कृत आर्ष महाकाव्यांतील कथाभाग घेऊन कथात्मक वा नाट्यात्मक 'पौराणिक' लेखन करणे मराठी साहित्यात नवीन नाही. असे विपुल साहित्य या प्रांतात सहजगत्या डोकावले तरी आढळते. मध्ययुगातील पंडिती साहित्य प्रामुख्याने यावरच आधारलेले आहे. नंतरच्या अर्वाचीन काळात अशा कथांना थोडीफार लौकिक जाणिवांची जोड देऊन कथा-कादंबऱ्या-नाटके लिहिली गेली. 'सौभद्र' हे नाटक कौटुंबिक वळणाचे उत्तम उदाहरण आहे. खाडीलकरांनीही असे कथाभाग निवडून त्यांना समकालीन राजकीय वास्तवाचे रंग देण्याचे प्रयत्न केले. वाचकांना काहीतरी बोध करण्याबाबत अशा कथा मोठ्या उपयोगी ठरल्या. मात्र त्यातून कथागत व्यक्तींना दिले जाणारे सांकेतिक रंग पक्के होत गेले. कथांचा व्यूह आणि रोखही समान राहत गेले.

वि. स. खांडेकरांसारख्या लेखकाने कच-देवयानी-ययाती यांची कथा बेतताना त्याग आणि भोग या संकल्पनांतील स्पर्धा योजिली. तीही निकालनिश्चिती आधी पक्की करूनच! चिकित्सक आणि बुद्धिवादी म्हटल्या जाणाऱ्या महाराष्ट्रातील वाचकवर्गाने 'ययाती'तील (स्थूल) द्वंद्वाचे मनसोक्त स्वागत केले. त्यानंतरही निर्माण झालेल्या पौराणिक व ऐतिहासिक ललित साहित्याबाबत मराठी वाचकांनी एक सूत्र सातत्याने राखलेले दिसते. ते म्हणजे आपल्या आवडीनिवडी सांभाळणाऱ्या आणि लोकोत्तर म्हटल्या जाणाऱ्या व्यक्तिजीवनाच्या खोल गाभ्यात न उतरता, थोडेफार वरवरचे रुचकर बांधकाम करणाऱ्या साहित्याला मान्यता देणे. त्यातल्या त्यात वर्ण्य व्यक्ती एखाद्या कर्णासारखी किंवा थोरल्या माधवराव पेशव्यांसारखी 'बिचारी' असेल तर गहिवर आणखीन मोठा! त्याबाबतीत त्यांचे जीवन 'शोकात्म नायक' म्हणून उंची गाठते का, याकडे पार दुर्लक्ष. परिचयाचे किंवा नव्याने परिचित होणारे

घटनाप्रसंग किंवा व्यक्ती, त्यांचे मान्य लोकोत्तरत्व फुंकर घालून रंजकपणे लफ्फेदार भाषेच्या साहाय्याने मांडलेले असले म्हणजे झाले. अशा उदात्तीकरणाची अपेक्षा, की आपणच उदात्त झाल्यागत वाटून डोळा पाणी यावे! अर्थातच अशा लेखनाला विराट लोकप्रियता लाभून त्यांच्या आवृत्तीमागून आवृत्ती निघाल्या नाहीत तर नवल!

या समकालीन वस्तुस्थितीला छेद देईल अशी एक कादंबरी मुंबईच्या 'मौज प्रकाशन गृहा' ने प्रकाशित केली आहे. लेखिका आहेत तारा वनारसे, आणि कादंबरीचे नाव आहे 'श्यामिनी'. रामायणातील उपेक्षित आणि उपहासाला पात्र झालेल्या शूर्पणखा नावाच्या राक्षसिणीच्या जीवनावर लिहिलेली ही कादंबरी आहे. ही शूर्पणखा दस्तुरखुद्द वाल्मिकी ऋषींच्यासुद्धा उपहासाला पात्र झालेली आहे. त्यांनी 'रामायणा'च्या 'अरण्यकांडा'तील सतराव्या सर्गात तिचा हिडीसपणा जितका अधोरेखित करता येईल, तितका केलेला आहे. "मोठे, पसरट आणि कुरूप मुख.... बेडौल सुटलेल्या पोटाची.... कुरूप आणि भयंकर डोळे.... तांब्यासारखे लाल केस.... बीभत्स आणि विक्राळ रूप.... भैरवनाद करणारा आवाज.... क्रूर व हजार वर्षांच्या वृद्धेसारखी.... बोलण्यात दुष्टपणा व कुटिलता.... दुराचारिणी.... तिचे दर्शन मनात घृणा निर्माण करणारे...." असे तिचे रामाच्या रूपाशी तुलना करत करत वाल्मीकींनी रूपवर्णन केलेले आहे. मग हाच धडा नंतरच्या सर्व मराठी कवी-लेखकांनी तिच्या बाबतीत गिरवला आहे, असे दिसते.

कवी गिरीशांनी १९२५ साली लिहिलेली 'शूर्पणखा' या शीर्षकाची कविता हाच सूर लावणारी आहे. 'रामा, मन गेले तुझ्यावर जडून' असे घोकत आलेली 'शूर्पणखा राक्षसी' रामाला, 'मी प्रभावशालिनी सती; का सीतेवर धरिशी प्रीती? जिवलगा तिला चल सोडून' असे म्हणते. सीतेच्या हसण्यामुळे ती चिडते आणि सीतेला 'धावे खायास मायाविनी;' पुढे 'लक्ष्मुमणाने तों येऊनी - परतवीली नाककान कापून! रामा, मन गेले तुझ्यावर जडून ॥' असा कथाभाग घडतो.

याचेही मूळ 'अरण्यकांडा' च्या सतराव्या सर्गातच आहे. अनुरक्त शूर्पणखेला तिथे राम म्हणतो, "माझी प्रिय पत्नी जिवंत आहे. तुझ्यासारख्या स्त्रीसाठी सवत असणं दुःखदायक नाही का?" तो तिला लक्ष्मणाचे नाव सुचवितो. मग 'संभाषणचतुर सुमित्राकुमार लक्ष्मण' खट्याळपणे हसून त्या सुपासारखी नखे असलेल्या (शूर्पनखी) राक्षसीला खोडकरपणे म्हणाले, '... मी... श्रीरामाच्या अधीन आहे. माझी बायको होऊन तू दासी होउ इच्छितेस का?' ....मग सीतेला खायला आलेल्या तिला केवळ आपल्या हुंकाराने अडवून राम कोपाने लक्ष्मणाला म्हणतो, 'सुमित्रानंदना, क्रूर कामे करणाऱ्या अनार्यांशी थट्टाविनोददेखील करता कामा नये.' त्यानंतर लक्ष्मण तिचे नाक-कान कापण्याचे काम करतो.

पुढे सर्ग वीसमध्ये रामाने सर्व राक्षसांना मारल्यानंतर खर या आपल्या भावाकडे

गेलेली शूर्पणखा, "नाकापासले आणि कानाजवळचे रक्त सुकून गेल्यामुळे ती डिंक आलेल्या वेलीसारखी दिसत होती" असे तिचे वर्णन केलेले दिसते.

तेव्हा शूर्पणखाच नव्हे, तर एकूणच राक्षस आणि राक्षसिणी (रामाच्या भाषेत, 'क्रूर कामे करणारे अनार्य') यांच्याबद्दल वर्णनाचा असा एक ढाचा वाल्मिकींनी तयार केलेला दिसतो; त्याचे अनुकरणच नंतर होत गेले. मग त्यांच्या वर्गात मोडणारा आणि त्यातील नायकाचे गुणवर्णन करू इच्छिणारा कवी याहून वेगळी वाट चोखाळेल तरी कशी?

-तर अशा शूर्पणखेला केंद्रस्थान देऊन श्यामिनी या कादंबरीची तारा वनारसे यांनी उभारणी केलेली आहे. ती करताना मराठी कादंबरीच्या विश्वातील उपेक्षित आणि अवमानित व्यक्तींच्या सहानुभूतीपर उद्धरणाचा किंवा उदात्तीकरणाचा रूढ सोपा मार्ग त्यांनी अवलंबलेला नाही. तशी कथेची बाह्य स्थूल चौकट त्यांनी कायम ठेवलेली आहे. पण मूळ कथेला त्यांनी एक अगदीच वेगळा वैचारिक आणि भावनिक संदर्भ दिलेला आहे. मूळ चौकटीला वेगळी परिमाणे प्राप्त झालेली आहेत, तर बारीकसारीक तपशिलाच्या जागाही नव्या प्रकाशझोतात झळाळून निघाल्या आहेत. आणि हे सारे पटेल (convincing) अशा स्वरूपात होत गेलेले आहे. कुरूप 'शूर्पणखे'ची सुंदर 'श्यामिनी' होणे ही यातीलच एक अद्भुत प्रक्रिया. शूर्पणखेसंबंधीच्या एकूण पौराणिक वास्तवावर अगदी तद्विरोधी असे केले गेलेले कल्पक नावीन्याचे कलम बेमालूमपणे एकजीव झालेले आहे. आणि एक आकर्षक व डेरेदार असा कादंबरी-वृक्ष साकार झालेला आहे.

या कथेकडे किंवा एकूण रामायणाकडेच तारा वनारसे यांनी एका अगदी वेगळ्या दृष्टिकोनातून पाहिले आहे, आणि त्यातून या कथेला एक अगदी अ-पूर्व असा सांस्कृतिक संदर्भ प्राप्त झालेला आहे. कादंबरीच्या अखेरीला जोडलेल्या 'निवेदना'त लेखिका लिहिते, "रामायणात वर्णन केल्याप्रमाणे ती जरी कोणी कर्कशा स्त्री असती, तरीसुद्धा तिला दिल्या गेलेल्या अवहेलनेचे समर्थन करता आले नसते. तिच्या जागी एखादी आर्य स्त्री असती, तर तिचीही हीच दशा झाली असती का, असाही प्रश्न अनेकदा डाचत राहिलेला होता.... शूर्पणखा ही लंकेच्या सम्राटांची, रावणरायांची बहीण. ती दंडकरण्यात कशी प्राप्त झाली? लंकेहून आपल्या भावंडांकडे-खर-दूषणांकडे- ही राजकन्या काय निमित्ताने आली असावी? ती सहजगत्या भटकत पर्णकुटीत येऊन ठेपली असेल, आल्या आल्या तिचे मन रामचंद्रांवर जडले असेल, आणि पहिल्याच भेटीत, सीता-लक्ष्मण समवेत असताना, तिने आपले प्रेम रामचंद्राजवळ बोलून दाखविले असेल- हे सुसंगत वाटेना. तिची आणि रामचंद्रांची भेट कुठे, कशी झाली असेल? त्यांना एकमेकांची भाषा अवगत नसणार. ती परस्परांशी कशी बोलली असतील? ती खरोखरच कुरूप, निबर, बेढब अंगलटीची

होती की, पाहणाऱ्यांच्या पूर्वग्रहदूषित डोळ्यांना तिचे सौंदर्य म्हणजे एका राक्षसीचे मायावी रूप भासले? नाक-कान छाटल्याने चेहरा भुंडा, अवलक्षणी झालेला; त्या मुलीच्या आयुष्याचे पुढे काय झाले असेल? - मनाला एक हळहळ वाटत राहिली ती म्हणजे लंकेच्या त्या दुर्दैवी राजकन्येचे खरे नावही आपल्याला माहीत नाही.''

तारा वनारसे यांच्यात वसणाऱ्या लेखिकेचे कुतूहल चाळवणारी आणि तिला अधिकाधिक खोलात उतरवणारी ही प्रश्नावली आहे. काव्यगत व्यक्तिजीवनाबद्दलही सहानुभूतिपूर्ण विचार कसा केला जाऊ शकतो, याचीही ती मार्गदर्शक ठरावी. या कथेचे मर्म मात्र त्यांनी गाठले आहे ते 'अवाल्मिकी रामायणा'च्या चिंतनातून.

त्या संदर्भात त्या लिहितात, ''त्या कथेच्या निमित्ताने रामायणाची पुनः पुन्हा पारायणे करताना वाल्मिकींनी प्रत्यक्ष वर्णन न केलेल्या, पण त्यांच्या ओळींआड दडलेल्या काही कल्पना, घटना ध्यानी आल्या; त्यांना मी 'अवाल्मिकी रामायण' म्हणते. एका प्रचंड सामाजिक विच्छेदनाचा इतिहास या महाकाव्यामध्ये प्रच्छन्नपणे सामावलेला आहे.'' मग त्यांनी राम-सीतेला त्यांच्या दैवतस्थानावरून खाली उतरवले आणि त्यांच्या पार्थिव मानवरूपाचा, कृतिउक्तींचा शोध घेतला, अन्वयार्थ लावण्याचा प्रयत्न केला. ''....या दृष्टीने विचार करताना आर्य-अनार्यांच्या पौराणिक वैराला निराळे, रोकडे स्वरूप प्राप्त झाले. तो दोन भिन्नवंशी मानवसमूहांचा सत्तासंघर्ष होता. आर्यांची आक्रमक वृत्ती, त्यांचा आत्मगौरव, त्यांचा अवैध वर्णविद्वेष यांचे भान विशेषत्वाने आले.'' यातूनच लेखिकेला उत्तरभारतातील आर्यांच्या वसाहतवादी विस्तारशीलतेचे भान येत गेले, आणि शूर्पणखेच्या कथेला एक नवा सांस्कृतिक संदर्भ प्राप्त झाला. तिला एक निश्चित असे वैचारिक आणि भावनिक परिमाण प्राप्त झाले. कथा विस्तारत गेली. ती फक्त शूर्पणखा किंवा तिच्या राजेपद भोगणाऱ्या भावंडांची कथा राहिली नाही. ती धनुष्यबाणासारख्या नव्या शस्त्रांच्या आधारे आर्यांनी नमविलेल्या अनार्यांची शोकांतिका झाली.

तारा वनारसे यांनी 'श्यामिनी' चा कल्पिलेला व्यूह इतका व्यापक आणि अभेद्य असा आहे. एखाद्या मूळ पौराणिक किंवा ऐतिहासिक कथेची मांडणी करताना ललित-लेखकाला असणाऱ्या स्वातंत्र्याचा त्यांनी गैरवापर केलेला आहे किंवा अगदी अनिर्बंध स्वातंत्र्य घेतले आहे, अशीही कुणाला तक्रार करता येणार नाही. मूळ कथेतील घटिते त्यांनी जशीच्या तशीच ठेवली आहेत. पण त्या कथेला नवा प्राणवायु पुरवून नवी दिशा देत नवी वीणच सिद्ध केलेली आहे. त्यामुळेच वाल्मिकी आणि अवाल्मिकी अशा दोघांचाही आधार घेत त्या वाचकांचा विश्वास सहजतेने संपादतात आणि रूढार्थाने अपौराणिक वाटेल, अशी ही श्यामिनीची कथा सार्वकालिक करण्याचे यश मिळवतात.

एवढेच नव्हे तर, अशोकवनात असताना सीतेच्या मनात निर्माण झालेल्या

भावोर्मींना शब्दबद्ध करताना लेखिकेने खऱ्या अर्थाने नेमके 'वास्तव' पकडलेले आहे. "अकलंक शीलाच्या तेजाने कामांध माणसाला नमविता येते ही अशीच एक भोळी, भ्रामक कल्पना. सम्राट रावणांच्या बदलंड पौरुषापुढे आपल्या पावित्र्याची, अवचिल पतिनिष्ठेची यत्किंचितही मात्रा चालली नसती, हे सीता मनोमन जाणून होती. त्यांच्या मनात अधम हेतु असता, तर तिच्यावर बळजबरी करून त्यांना आपली वासना शमवता आली असती. त्यांना कसलीच आडकाठी नव्हती. सीता पूर्णतया असहाय होती, सर्वस्वी त्यांच्या स्वाधीन होती. पण त्या परिस्थितीतही रावणराय आपले दाक्षिण्य विसरले नाहीत. त्यांनी सीतेचे पातिव्रत्य कधीच धोक्यात आणले नाही. लंकेला येऊन पोचल्यावर तर त्यांनी ज्या सन्मानाने तिला वागविले, त्यावरून तिची त्याबाबतीत पुरी खात्री पटली."

यामुळेच त्या काळी वाल्मिकी सांगत असलेली घटिते आणि अवाल्मिकी सुचवत असलेला निष्कर्ष आपल्याला मान्य करावा लागेल, अशा रीतीने लेखिका पेश करते. "जानपदातल्या आपल्या कुटुंबातल्या माणसांची उत्तरेकडून आलेल्या आर्यांनी वाताहत केली, ही शोकवार्ता जेव्हा लंकाधिपती सम्राट रावणाकडे पोचली, तेव्हा त्यांनी पहिला प्रश्न केला तो म्हणजे, 'ही कोण माणसे? कुठून आली? त्यांची शस्त्रास्त्रे काय?"

-शत्रूजवळ असलेल्या आयुधांना विशेष महत्त्व होते. "आपल्या लाडक्या, कोवळ्या वयाच्या बहिणीची घायाळ अवस्था पाहून रावणराय अतिशय व्यथित झाले; श्यामिनीला त्यांनी आपल्या मुलीसारखे अंगाखांद्यावर खेळवले होते. त्यांच्या हृदयाच्या एका अतिकोमल भागाला रामाने जखम केली. केवळ रामाशी युद्ध करून, त्याचे रक्त सांडून त्या अघोरी कृत्याची भरपाई होणार नव्हती. रावणांसारखाच त्याच्या जिव्हारी घाव लागायला हवा होता. त्यासाठी रामाला जे अतिशय प्रिय, ते हिरावून नेण्याचा घाट त्यांनी घातला; त्यांनी कपटनीतीने सीतेचे पर्णकुटीतून अपहरण केले आणि तिला लंकेला नेले. लंकेमध्ये त्यांना आपल्या सत्तेचे पाठबळ होते. -उर्वरित रामायण घडले ते सीतेमुळे नाही, तर 'शूर्पणखे'मुळे. उत्तर-दक्षिणेच्या संघर्षात आर्यांच्या विजिगीषू, धडाडणाऱ्या, दंष्ट्राकराल रथचक्राखाली श्यामिनी आणि सीता, दोन अजाण राजकन्या भरडल्या गेल्या."

आणि त्यातही "लंकेच्या त्या राजकन्येचे खरे नावही इतिहासाने नमूद केलेले नाही. 'शूर्पणखा' या नावाने, एक निर्लज्ज, हिंस्त्र राक्षसीण म्हणून ती जनमानसात केवळ एक उपहासाचा आणि कुचेष्टेचा विषय तेवढी होऊन राहिली आहे."

तेव्हा सीतेचे अपहरण रावणाने केले, ते त्याच्या बहिणीवर राम-लक्ष्मणाने केलेल्या अत्याचाराचा सूड म्हणून. सीतेबद्दलची अभिलाषा हे त्याचे कारण नव्हते. अशोकवनातील सीतेच्या मनाचा शोध घेताना लेखिका लिहिते, "तिच्या हृदयाला

अखंड लागून राहिलेला घोर वेगळाच होता. राजकन्येच्या अपमानाचा सूड घेण्यासाठी ही माणसे आपले नाक-कान कापून आपल्याला विद्रूप करतील की काय, अशी धास्ती तिच्या जिवाचे पाणी-पाणी करीत राहिली.'' पण रावणाने असे काही केले नाही. कारण राक्षस म्हटल्या जाणाऱ्या त्याच्या कुळात स्त्रीची अशी विटंबना मान्य नसावी! 'स्त्रीदाक्षिण्य'या शब्दाबाबत विचार करताना लेखिकेने 'स्त्रीसंबधी दक्षिणापथात रूढ असलेला आचार' असा जो अर्थ सूचित केला आहे, तो व्युत्पत्तिदृष्ट्या योग्य वा अयोग्य असेल; पण रामायणातील सीतेच्या संदर्भात जे काही घडलेले दिसते, त्यावरून त्या शब्दाचा हाच सामाजिक अर्थ असावा, असे वाटू लागते.

या श्याामिनीच्या कथेची अखेर करताना लेखिकेने लिहिले आहे- ''श्यामिनीची कथा संपली. काळ्या वर्णाची असून एका गोऱ्या, विवाहित तरुणावर प्रेम करण्याचा, ते व्यक्त करण्याचा अक्षम्य अपराध तिने केला होता. त्या अमर्यादेकरता मिळायला हवे ते शासन तिच्या वाट्याला आले - तिचा वंश गुलाम झाला, पायाखाली तुडवला गेला. तिची माणसे मूक झाली. हजारो वर्षांची जतन केलेली परंपरा धुळीला मिळाली. तिच्याबरोबर तिची भाषाही नामशेष झाली....''

अशी एक प्रचंड जीवघेणी शोकांतिका लेखिकेने शूर्पणखेच्या कथेला दिलेल्या एका नव्या कोऱ्या परिप्रेक्ष्यातून 'श्यामिनी'च्या रूपबंधात साकार झाली आहे.

जानकी, श्यामिनी आणि अर्यमा या तीन व्यक्तींना केंद्रस्थानी ठेवून त्यांच्याच नावांनी लिहिलेली तीन प्रकरणे प्रस्तुत कादंबरीचा आकारबंध सिद्ध करतात. विंध्याचल ओलांडून दक्षिणापथात संचार करून आलेली एकमेव व्यक्ती म्हणजे अगस्ती ऋषी. त्यांचा निरोप व आशीर्वाद घेऊन वनवासाच्या शेवटच्या वर्षात राम-लक्ष्मण-सीता दक्षिणेत उतरतात आणि पंचवटीत आश्रम स्थापून वास्तव्य सुरू करतात, इथून या कथेचा प्रारंभ होतो. आणि सीतेला (तसेच 'रावणायण' या काव्यासह अर्यमाला) आपल्या उदरात घेणाऱ्या भूकंपाने कथेची अखेर होते. उत्तरेत स्थिरावलेल्या आर्यांची परंपरा सांगणाऱ्या आणि दक्षिणेतील 'राक्षसां'बद्दल मनात आकस बाळगणाऱ्या राम-लक्ष्मणांच्या भूमिकेमुळे प्रारंभापासूनच भावी विध्वंसाची बीजे पेरली जातात. 'राक्षसां' कडून पुढे केला गेलेला मैत्रीचा, स्वागताचा हात स्वीकारला जात नाही. काही घटनाप्रसंग घडत जातात. राम-लक्ष्मण त्यांच्या आर्यत्वाबद्दल ठाम असतात. ऊलघाल होत असते ती सीतेचीच. पण तीही काही करू शकत नाही. या दक्षिणवासी काळ्या लोकांशी ती काही संबंध जोडू पहात असते, पण 'त्या भुरट्या माणसांपासून जपून रहा बरं' असा उपदेश राम करीत असतो. पुढे श्यामिनीचे एकतर्फी प्रेमप्रकरण सुरू होते. त्याचे पर्यवसान तर तिच्या घोर विटंबनेत होते. ती प्रत्यक्ष आणि सीता अप्रत्यक्ष अशा होरपळल्या जातात. युद्धात राक्षसांचा नुसता पराभव होत नाही, तर त्यांच्या सर्व संस्कृतीचाच पार विनाश

होतो. तेव्हा कादंबरीचे सर्वच कथन म्हणजे एक अटळ अशा शोकांताच्या दिशेने होणारी वाटचाल होत जाते. या वाटचालीला जशी सीता, श्यामिनी आणि अर्यमा या व्यक्तिमनांतून दिशा गवसते तशी इतरेजनांच्या बाबतीत समूहमनांतून गवसते. या दोन्ही ताणांची लेखिकेने साधलेली एकत्र वीण कमालीची परिणामकारक होत जाते. हे सारे साधत असताना कथेच्या व्यूहात दक्षिणापथाच्या कुवार निसर्गाला फार चांगल्या तऱ्हेने सहभागी करून घेतले गेले आहे. लेखिकेची अन्तर्भेदी समावेशक दृष्टी आणि सरावलेला हात यांचा तिथे सारखा प्रत्यय येत राहतो.

या सबंध कादंबरीत लेखिका एक महत्त्वाची कामगिरी बजावते आहे. ती निवेदिका तर आहेच, पण नुसती निवेदिका– म्हणजे हे हे असे घडले असे सांगून बाजूला होणारी– नाही. तसे तिचे काम अवघड आहे. कारण तिला नुसती शूर्पणखेची कथा सांगायची नाही, तर आर्य-अनार्य संघर्षाचा एक वैचारिक व्यूह वाचकांच्या मनात संक्रांत करायचा आहे. त्यातही वैचारिक व्यूह म्हटले की अडचणींत भर पडत जाते. कळत न कळत एका अंगाला कलणे येते. त्यामुळे वर्ण्य जीवनदर्शनात कमी-अधिक दाबाचे पट्टे निर्माण होतात आणि निवेदनाचा तोल जाऊ लागतो. प्रसंगी निवेदकाचे वकिलातही रूपांतर होऊ शकते. या कादंबरीच्या उभारणीत निवेदिकेने तोलही चांगला सांभाळला आहे. एक तर हा संघर्ष भडक होणार नाही, याची काळजी घेतलेली आहे आणि दुसरे म्हणजे वैचारिक व्यूह कलात्मक व्यूहावर कुरघोडी करता कामा नये, याचे जागते भान ठेवलेले आहे. नाहीतर १२६-१२७ पृष्ठांवरील श्यामिनीचे नाक-कान छाटण्याचा अति महत्त्वाचा प्रसंग धारदार असूनही इतका संयमित उतरला नसता. तसाच प्रेमाचे गाढ संबंध असूनही सीतेला रामाच्या क्रोधाबद्दल वाटणारा मानसिक वचक. त्याचा क्रोध म्हणजे त्याच्या 'राजसी अस्मितेचाच एक उद्रेक.' विराध राक्षसाचे रामाने काय केले हे तिने प्रत्यक्षात अनुभवले होते. पृ. ३४-३५ वरील हा सर्व मजकूरही भडक, अतिरंजित होऊ शकला असता. तसाच प्रकार अशोकवनात एक रात्री भेसूर झालेली श्यामिनी सीतेला येऊन भेटते, तो प्रसंग. लेखिकेने कल्पिलेल्या विचारव्यूहात जेत्याबद्दल कटुभाव आणि जितांबद्दल सहानुभूती उघड उघड आहे. पण त्याचा उपद्रवकारक संसर्ग निवेदनाला झालेला नाही. कलावंत आणि निर्मिती यांच्या एका आदर्श संगमाचा प्रत्यय 'श्यामिनी' देते.

एका विलक्षण रम्यभीषण वातावरणाची निर्मिती हेही या निवेदनाचे वैशिष्ट्य आहे. सहजगत्या जानकीच्या पहिल्या प्रकरणापासून हे वातावरण अंग धरू लागते, श्यामिनीच्या प्रकरणात त्याला बाळसे चढते आणि कादंबरीची अखेर ओलांडून ते भारावलेल्या वाचकाच्या मनात वसतीला येते. त्यामुळे सीतची पर्णकुटी काय, तिथला तो पाषाणगोल काय, श्यामिनीची राजधानी काय, गोदावरीचा तीर काय, अशोकवन काय किंवा नंतरचा उद्ध्वस्त दक्षिणापथ काय - सारी स्थले या

वातावरणाने उजळून निघाली आहेत. इतकेच काय तिथे घडणारे छोटे-मोठे प्रसंग, त्यात ज्यांचा सहभाग आहे, अशा छोट्या-मोठ्या व्यक्ती या वातावरणात न्हाल्यागत झालेल्या आहेत. 'केसाच्या पिवळ्या वळ्या' आणि 'चेहऱ्यावर असंख्य सुरकुत्यांच्या जाळ्या' असलेली गूढ शकुनिमाय, पाषाणगोलाचा पूजाविधी, चर्मवाद्ये, कंठ्यसंगीताची वेगळी स्वरावली, बेभान नृत्य इत्यादी अपरिचित घटक त्यात भर टाकत जातात. त्यामुळेच की काय शूर्पणखेच्या या कथेला एका आदिम, भव्यदिव्य अशा प्राक्कथेची पातळी लाभलेली आहे. तीमधील सारा छोटा-मोठा तपशील लौकिक असून अलौकिक चिन्हमय झालेला आहे. त्याला लवचिक अशा सार्वकालिक अनेकार्थतेचे सामर्थ्य प्राप्त झालेले आहे.

राम, लक्ष्मण, खर, रावण, काही ऋषी यांची व्यक्तिचित्रणे त्यांची ओळख करून देण्याइतपतच मर्यादित राहिली आहेत. त्याचे कारण या कथेतील त्यांच्या सहभागाला असणाऱ्या मर्यादा असाव्यात. पण सीता, श्यामिनी, तिच्या परिवारातील स्त्रिया व मुली, शकुनिमाय, बारकूसारखा सीतेने जवळ केलेला, मोडकी-तोडकी गीर्वाण भाषा जाणणारा काळा अनार्य, आर्यभाषा आणि अनार्यभाषा उत्तम तऱ्हेने जाणणारा म्हणून उत्तम दुभाषा झालेला शौनक ऋषी व त्यांची अनार्य पत्नी यांचा पुत्र अर्यमा व त्याचा सोबती कोका ही सारी व्यक्तिचित्रणे आपापल्या वैशिष्ट्यांसह मोठी ठसठशीत आणि जिवंत झालेली आहेत. वाचकाच्या स्मरणात दीर्घकाळ रेंगाळण्याचे सामर्थ्य त्यांच्यात नक्कीच उतरलेले आहे.

भाषा हे निवेदनाचे नुसते साधन वा वाहन राहिलेले नाही तर एक अविभाज्य अंग बनलेले आहे. तळीच्या बारीकसारीक रंगरेषा स्पष्टपणे दिसाव्यात अशा जलौघाप्रमाणे या कादंबरीची भाषा काम करताना दिसते. रामायणासारख्या आर्ष महाकाव्याचा आणि त्यातील एका संदिग्ध अनुत्तरित कथाभागाचा गुंता सोडवताना त्याला सर्वस्वी योग्य असेच अनलंकृत, सोपे, ताजे आणि टवटवीत रोखठोक रूप ती धारण करते, प्रसंगानुसार कठोर होतानाही ती आपला मूलग्राही हळुवारपणा, नाजूक तरलपणा सोडत नाही. गोतांबील, लुटकली, जिगजिगून, अभंड, निरीहपणे असे नवे अपरिचित शब्दही भेटतात. व्यक्ती, प्रसंग, एखादा प्रश्न किंवा तत्त्वविचार उलगडताना ती त्यांचीच काया धारण करते आणि त्यांना अन्तर्बाह्य नेत्रविषय बनवते. 'अनुभवाना साक्षात करते ती काव्यात्म भाषा', असे म्हटले जाते. 'श्यामिनी'ची भाषा याहून वेगळे ते काय करते?

भाषेच्या बाबतीत निर्माण होणारा जो प्रश्न वाल्मिकींना सुचला नाही, तो कदाचित अवाल्मिकीच्या मदतीच्या जोरावर लेखिकेने चलाखीने-कलात्मक चलाखीने म्हणा हवे तर-सोडवला आहे. पूर्णपणे भाषाभिन्नत्व असलेल्या आर्य व अनार्य यांच्यात संवाद तरी कसा साधला गेला? -यासाठी आर्यांकडे किरकोळ कामे करीत,

त्यांची भाषा जुजबी स्वरूपात अवगत करणाऱ्या अनार्य काळ्या 'बारकू'ची योजना कथाभागात प्रारंभी झालेली आहे. त्यानंतर दुभाषा म्हणून येतो तो शौनक -पुत्र अर्यमा. तो संस्कृतही जाणतो आणि देशी अनार्य भाषाही. श्यामिनीवर अबोल प्रेम करणारा हा अर्यमा जेव्हा हतबल होत्साता नाहीसा होतो, तेव्हा संवाद ही प्रक्रिया थांबते आणि त्यातूनच पृष्ठ १२३ ते १२७ दरम्यानचा कर्ण-नासिकाच्छेदाचा जीवघेणा प्रसंग घडतो. भाषा नावाच्या साधनाचे सामर्थ्य दाखवणारा असा कथाभाग दुर्मिळच म्हणायला हवा! लेखिकेने त्याला जाणून त्याची यथायोग्य बूज राखली आहे, हे निरीक्षण मात्र इथे नोंदवायला हवे!

एक मात्र खरे की, एखाद्या रूपगर्विता नागिणीसारखी आत्ममग्न वळसे घेत तारा वनारसेंची भाषा मार्गक्रमण करते. ती आकर्षक आहे, लोभस आहे, तत्क्षणी अर्थप्रतीती देणारी आहे. पण त्याबरोबरच ती वाचकांचे जमिनीवरचे पाय अधांतरी नेणारी आहे. त्यांना एका अगदी वेगळ्या वातावरणातल्या अपर विश्वात नेण्याची तिच्यात क्षमता आहे. भाषा या परिचित द्रव्याचा किती अमोल उपयोग होऊ शकतो याचे 'श्यामिनी' हे एक उदाहरण आहे असे म्हणणे, ती काळजीपूर्वक वाचणारा वाचक तरी वादग्रस्त मानणार नाही असे वाटते. थोडक्यात यथायोग्य वातावरणाची निर्मिती आणि संगोपन साधणारे आणि एका कथेला प्राक्कथेचे रूप देणारे मूलद्रव्य 'श्यामिनी' तील भाषा बनलेली आहे, असे (वाटल्यास अतिशयोक्त) विधान करण्याचा मोह आवरत नाही. किंवा लेखिकेच्या मनात रुजलेल्या त्या 'अवाल्मिकी रामायणा'तील श्यामिनीच्या कथाभागाचा हा काव्यात्मक आविष्कार तर नव्हे? -थोडक्यात सांगायचे तर कथागत अनुभवाला भिडवणारी एक रमणीय, पण कारुणिक कविता वाचल्याचा आनंद 'श्यामिनी' देते!

'श्यामिनी' ही कादंबरी म्हणजे एक साक्षात कारुण्यानुभव आहे. सीता आणि श्यामिनी या दोन व्यक्तिरेखा प्रत्यक्षात त्याच्या दिमतीला तैनात केलेल्या आहेत. सीता हे स्त्रीत्वाचे सगळे गुणवैभव सांभाळणारी गृहिणी आहे. रामाबद्दलचा भयमिश्रित आदरभाव आणि तिला 'देवीराणी' म्हणणाऱ्या लक्ष्मणाबद्दल बंधुभाव ती सतत सांभाळते आहे. सायलीच्या वेलीला 'मालिनी' आणि नंदिनी गायीला कधी सखूबाई अशा नावाने ती हाकारते आहे. अचेतन गोष्टींना मानवी नावे देऊन त्यांच्याशी भावनिक संबंध जोडणे ही तिची प्रकृती आहे. पंचवटीच्या परिघातील खरराजाच्या परिवाराशी संबंध जोडण्यास ती अनिच्छ आहे असे नव्हे, पण आपले युवराज्ञीपद आणि उच्चकुलीन आर्यत्व यांचा आब ती सर्वप्रथम राखते आहे. ती कनवाळू आहे, प्रसंगी भावविवशही आहे. पण इथे ती जशी आहे तशी ती कमालीची मनोज्ञ आहे. आपल्या नवऱ्यावर पत्नीपणाचा अधिकार सांगू पाहणाऱ्या त्या अनार्य श्यामिनीचा तिला राग येतो, पण नंतर श्यामिनीबाबत जे काही घडले त्याबद्दलचे अपराधीपण

तिच्या मनावर जडले आहे. अशोकवनातील वास्तव्यात काय किंवा वाल्मिकींच्या आश्रमातील वास्तव्यात काय, तिचे 'सीतापण' तिला सोडून गेलेले दिसत नाही.

अशीच श्यामिनी. ती फक्त गृहिणी नाही इतकेच. राजकन्या असल्याचा आब राखतच तीही जगते. कुठेच उतणे नाही किंवा मातणे नाही, कृष्णवंशीयातील सौंदर्य तिला दैववशात लाभलेले असून ती कलाविदही आहे. सर्वांत महत्त्वाचा विशेष म्हणजे ती तिच्या अन्तःस्फूर्तीशी कमालीची प्रामाणिक आहे. म्हणून आपल्या अन्त:करणाने दिलेला प्रेमाचा कौल प्रमाण मानून रामाचा अनुनय करण्यात होणारे मर्यादांचे उल्लंघनही ती जुमानत नाही. अर्यमा नाही तर अतिसामान्य बारकूच्या भाषेचा आधार घेऊन ती रामासमोर स्वत:ला पेश करण्याचा प्रयत्न करते. आपली भावना व्यक्त करण्याचे एकमेव उपयुक्त साधन म्हणजे भाषा, तिची उणीवही ती जुमानत नाही. इतके प्रेमविद्ध होऊनही तिची आत्मप्रतिष्ठा, आत्मसन्मानाची जाणीव शाबूत आहे. त्यामुळेच अपमानाचा जाब विचारण्यासाठी ती आवेगाने सीतेवर धावून जाते आणि मग पुढचा अनवस्था प्रसंग घडतो. त्यानंतर ती काळोखातच विलीन होते. पुन्हा उगवते ती विच्छिन्न अवस्थेत अशोकवनात. एका काळोख्या रात्री, सीतेला भेटण्यासाठी- भिवविण्यासाठी नव्हे. आपल्यावर झालेल्या अवहेलनापर अन्यायाचा बदला तशाच रीतीने सीतेवर घेण्याचा ती तिच्या रावणरायाकडे हट्ट धरीत नाही. आणि नंतर तिचे काय होते याचे स्मरण इतिहासाने किंवा महर्षी वाल्मिकीकृत रामायणानेही ठेवलेले दिसत नाही.

तेव्हा सीता आणि श्यामिनी (या दोन्ही विशेषनामांच्या प्रारंभी योगायोगाने, भाषाशास्त्राची परिभाषा वापरायची तर, ऊष्मा -sibilant- आहे) या दोन तुल्यबळ आणि म्हटल्या तर एकाच नाण्याच्या दोन बाजू असणाऱ्या व्यक्ती या कथेतील कारुण्याचा भार पेलताना दिसतात. ते जडावून एका जागी स्थिर राहत नाही. गती घेते. त्यासाठी 'श्यामिनी'च्या कथेतील इतर व्यक्ती, प्रसंग, वातावरण, निसर्ग, भाषा असे कार्यरत झालेले घटक मदत करतात. त्यांना कार्यरत करणे ही लेखिकेचीच कामगिरी!

हे कारुण्य नुसत्या भावनिक पातळीवरच वावरत नाही. नाही तर ते एखाद्या लाटेसारखे आले आणि ओसरून गेले, असे झाले असते. आर्य-अनार्य संघर्षाची आणि आर्यांच्या वसाहतवादी वांच्छेची वैचारिक पातळीही त्याला चिकटते आणि ते अधिक घट्ट, अधिक स्थिर होते. मग ही शोकात्म कहाणी फक्त सीतेची किंवा श्यामिनीची राहात नाही. श्यामिनीच्या रूपाने ती होते अनार्यांची. मागास नसणाऱ्या, अनेक प्रकारांच्या वैभवाची निर्मिती करणाऱ्या व त्यांचा उपभोग घेणाऱ्या, स्वत:चे सुराज्य चालवणाऱ्या, स्वत:चे विधी जपत प्रजेला संतुष्ट ठेवणाऱ्या एका स्वागतशील प्रगत मानवसमूहाची ती शोकांतिका होते. अनार्य असणे हा त्यांचा एकच अपराध.

तसेच ती एका सीतेचीही कहाणी नाही. इतिहासाला किंवा खुद्द कवी वाल्मिकींनाही जिचे फारसे महत्त्व वाटलेले दिसत नाही अशा इतरांच्याही जीवनसरणींचा, श्रद्धांचा आदर करणाऱ्या, त्यांची कणव बाळगणाऱ्या, आर्यांतील अल्पसंख्य असणाऱ्या/ असू शकणाऱ्या उदारमतवाद्यांचीही ती शोकांतिका आहे. अतिरेकी अंध अभिमानवाद्यांसमोर ज्यांना मूक राहावे लागते त्या तडफडणाऱ्या मूठभर स्वकीय अगतिकांचीही आहे. तेव्हा हा एक असा अनेकपदरी व्यामिश्र स्वरूपाचा कारुण्य-कल्लोळ श्यामिनीची कथा वाचकांच्या मनात जागा करते. असेही वाटते की, अशा संस्कृतिसंघर्षाची जागा संस्कृतिसंगमाने घेतली असती तर? अशा वेळी समंजस विधायक प्रवृत्तींनी अतिरेकी विध्वंसक (पण सामान्यांच्या दृष्टीने उत्तेजक व आकर्षक) वृत्तीवर मात केली असती तर? - असे वाटणे हा लेखिकेने जाग्या केलेल्या अवाल्मिकी विचारसरणीचा परिणाम तर नसेल?

(रामायणाच्या 'अरण्यकांडा'तील नवव्या सर्गात सीता रामाला असे म्हणताना आढळते, "शस्त्राचा संपर्क शस्त्र धारण करणाऱ्याच्या हृदयात विकार उत्पन्न करतो... त्याप्रमाणेच आपण धनुष्य घेऊन कोणत्याही प्रकारे वैरभाव नसताना दंडकारणातल्या राक्षसांचा वध करण्याचा विचार मनी आणू नये, हेच माझे आपणास सांगणे आहे. वीरवरा, एखाद्या निरपराध्याला मारणे जगातल्या कुठल्याही माणसाला आवडणारे नाही. आपले मन आणि इंद्रिय यांच्यावर ताबा असणाऱ्या क्षत्रिय वीराने वनातल्या, संकटात सापडलेल्या प्राणिमात्रांचे रक्षण करावे एवढेच धनुष्य बाळगण्याचे प्रयोजन. कुठे शस्त्रास्त्रे बाळगणे आणि कुठे वनवास!... क्षत्रियांचा कठोर हिंसाधर्म... आणि... प्राणिमात्रावर दया... हे दोन्ही एकमेकांविरुद्ध भासतात... तेव्हा आपण अयोध्येला परतल्यावरच पुन्हा क्षात्रधर्माचे पालन करावे. राजत्याग करून वनवास पत्करल्यावर आपण जर मुनिवृत्तीने राहिलात, तरच त्यामुळे माझ्या सासुसासऱ्यांना अक्षय प्रसन्नता लाभेल." सीतेच्या या उद्गारांवर टिप्पणीची जरुरी नाही. लेखिकेने याचा योग्य वापर केलेला आहेच.)

-तेव्हा काहीही असो, पण व्यक्तिशः आणि समूहशः एका व्यापक कारुण्याचा अनुभव ही कादंबरी देते, इतके इथे आपण नक्कीच म्हणू शकतो!

असे बरेच काही कौतुकास्पद घटक आणि त्यांची जुळणी या कादंबरीत असली तरी एक डाचणारे अंग जाणवतेच. त्याचा उल्लेख करायलाच हवा. ते म्हणजे कादंबरीतील शेवटचे 'अर्यमा' हे प्रकरण. असे वाटते की त्याने या कादंबरीच्या रूपबंधात आणि आशयबंधात घुसखोरी करण्याची आगळीक केलेली आहे.

उच्चारण्यास कठीण म्हणून सर्वच अनार्यांकडून एरी एमा म्हटला जाणारा आणि सोमंतल्लीचा युवराज असणाऱ्या अनार्य संतालीचा आतेभाऊ जो अर्यमा, त्याच्या नावावर शेवटचे प्रकरण मोडते. त्यात प्रस्तुत कादंबरीच्या कथाव्यूहाचे

काही उत्तरकालीन टप्पे भेटतात. वाल्मिकींच्या आश्रमात लव-कुशासह निवास करणारी सीता, वाल्मिकी रचित असलेल्या काव्यबद्ध रामकथेचे लव-कुशांनी केलेले गायन, त्यातील अनार्यांच्या गैरचित्रणाबद्दल मौनीबाबा म्हणून तिथे वसतीला आलेल्या अर्यमाने मौनव्रत मोडून व्यक्त केलेला विरोध, त्याची वाल्मिकी व सीतेशी झालेली भेट, वाल्मिकींपासून प्रेरणा घेऊन त्याने 'रावणायण' लिहिण्याचा सोडलेला संकल्प, त्यासाठी सोबतीला असलेल्या मूकबधिर अनार्य कोकाला (जो आर्यांच्या आक्रमणानंतर मुकाट झालेल्या अनार्य दक्षिणापथाचे प्रतीकही होऊ शकतो) बरोबर घेऊन 'रावणायणा' चे कथाक्षेत्र असलेल्या दक्षिणापथात आगमन, तिथे त्याला दिसून आलेला विराट उजाडपणा, त्याने संस्कृत आणि अनार्यांची भाषा या दोन्हींत सुरू केलेली काव्यरचना, रचनेच्या वाढत्या भराबरोबर कोकाला फुटू लागलेले बोलणे (हेही प्रतीकात्मक), आणि पुढे प्रचंड भूकंप होऊन तिकडे सीता आणि इकडे अर्यमासह श्यामिनीची कहाणी यांना भूमीने दिलेली उदरसमाधी, भ्रमिष्ट झालेल्या कोकाचा वेडाचार, 'रावणायणा'चे वेडेवाकडे निवेदन आणि एक दिवस तेही काळाच्या ओघात नाहीसे होऊन जाणे असा एक क्रम त्याबाबत सांगता येईल. आधीची कथा आणि ही कथा यात निश्चितच एक संबंध आहे. पण तो विशेषत्वाने तर्कबद्ध आहे असे वाटते. नवनिर्मितीचा तो एक कलापूत धुमारा वाटत नाही. आधीची दोन प्रकरणे आणि हे प्रकरण यात एक फट जाणवत राहते.

"श्यामिनीची करुण कहाणी गाणारा कवी कोणी झाला नाही, असेच काही म्हणता येणार नाही: कोणी एक झाला होता खरा: पण त्याचे हृद्‌गत स्वगतच राहून गेले...." या आधीच्या प्रकरणाच्या अखेरच्या ओळीतून जाणीवपूर्वक झालेली या 'अर्यमा' प्रकरणाची निर्मिती हे त्याचे कारण असावे. तार्किक किंवा गणिती बेरजेच्या व्यवहारात कला समाविष्ट होत नाही हेच खरे! " 'अर्यमा' हे मात्र नंतर सुचलेले, उपसंहाराचे प्रकरण", अशी लेखिकेने 'निवेदना'त कबुलीही दिलेली आहे. ती बोलकी आहे.

काहीही असो. 'श्यामिनी' ही एक निर्विवादपणे समर्थ कादंबरी आहे. नुसत्या आनंदापेक्षा अधिक काही देण्याची, वाचकाला अन्तर्मुख करण्याची तिच्यात क्षमता आहे. तिची निर्मिती केल्याबद्दल लेखिका तारा वनारसे आणि अतिशय देखण्या स्वरूपात तिला पेश केल्याबद्दल मौज प्रकाशन गृह यांचे विनासंकोच अभिनंदन केले पाहिजे, आभारही मानले पाहिजेत.

◆

'गणुराया' आणि 'चानी' : खानोलकरी वाण

'गणुराया' ही चिं. त्र्यं. खानोलकरांची एक छोटी कादंबरी. ही कोण्या एका गणेश बा. धोंड नामक तरुणाची कथा आहे. कोकणातून नोकरीसाठी मुंबईला आलेला हा गणुराया सचिवालयात नोकरी करता करता तिथेच काम करणाऱ्या कुण्या बेबी देशमुखवर प्रेम करतो. घरी जास्त पैसे धाडायला हवेत म्हणून मास्तरकी, शिकवण्या करतो. बेबीच्या वडिलांकडे दहा हजार रूपये हुंडा मागतो तेही घरी हवेत म्हणून. पुढे वडिलांच्या पत्रामुळेच दहाचे पंधरा हजार करतो. शेवटी बेबीच त्याचा त्याग करते आणि गणुराया त्याच्या वडिलांनी कोकणात गावी पाहिलेल्या मुलीशी लग्न करायला रुकार देतो.

हा गणुराया या कादंबरीचा मध्य आहे. त्याच्या चित्रणात खानोलकरांनी वेगळी वाट शोधण्याचा प्रयत्न केला आहे. समुद्रकिनाऱ्यावरील बेबीबरोबरच्या पहिल्या प्रसंगातच त्याचे वेगळेपण लक्षात यायला लागते. प्रेमातही हळवेपण टाळणारा तो आहे. त्याला आवडतो काळाठिक्कर समुद्र. त्याचे बोलणेही सरळ चाकोरीतील नाही. बोलता बोलता बेबीला तो सरळ म्हणतो, 'मी तुला या भर समुद्रावर मिठीत घेतली तर-' किंवा 'मी तुझ्यावर इथल्या इथं बलात्कार केला तर-' इथून पुढचे सर्व कादंबरीभरचे त्याचे बोलणे व वागणे या पंथातीलच आहे. बेबीची रोजची भेटही त्याला नकोशी वाटते. 'का म्हणून उद्या यायचं आपण? दररोज भेटूच नये आपण! कंटाळा च्यायला!' असे त्याचे म्हणणे आहे. त्याच्या साऱ्याच वृत्ती आत वळलेल्या आहेत. या वृत्तींचा सुगावा लावायच्या प्रयत्नातही तो दिसत नाही. त्याला सारखा आठवणारा व अध्यात्माच्या नादाने परागंदा झालेला त्याचा बालमित्र लखू भेंडे, त्याच्यासाठी व्याकूळ झालेली बेबी, बाळोबांच्या चिथावणीने भेंडे सावकाराशी ईर्षा करणारे व त्याच्या पैशाची सारखी प्रतीक्षा करणारे त्याचे खास कोकणी वडील,

चाळीतील त्याच्या शेजारचे नोकरदार जोडपे व त्यांच्या मुलांना मारणारी म्हातारी नोकराणी, पैसे मिळविण्याचे सल्ले देणारे रात्रीच्या शाळेतील लटपटे नाडकर्णीमास्तर, बेबीचे सरळमार्गी सज्जन आईवडील या साऱ्यांशी निकटचा संबंध येऊनही तो अलिप्त आहे. मनाने वा भावनेने तो कुठेच गुंतताना दिसत नाही. जणू काही त्याला आत कुठेतरी या साऱ्यांचे वैय्यर्थ्य पटलेले आहे. यापैकी कुणीच त्याच्या मनात अनुकूल वा प्रतिकूल संवेदनांना जन्म देऊ शकत नाही.

हा गणुराया कृतिशील असूनही कृतिशून्य आहे. शेजाऱ्याच्या मुलांना मारणाऱ्या म्हातारीला तो दम देतो. सकाळी सातपासून रात्री अकरापर्यंत शाळा, शिकवण्या करून पैसे मिळवितो व ते घरी धाडतो. कोकणातल्या घराशी पत्राने संबंध ठेवतो. बेबीच्या वडिलांना भेटून सरळ हुंडा मागतो. दहा हजाराचे, घरी हवेत असे कळल्यावर वाढवून पुढे पंधरा हजारही करतो. ते पैसे घरी पाठवतो. पण या कृतीतही तो मनाने गुंतत नाही. त्यात एक थंड, कोरडा अलिप्तपणा आहे. करायलाच हव्यात म्हणून तो या कृती करतो इतकेच! लहानी या बहिणीच्या शिक्षणाबाबत तो आग्रही दिसतो. पण हा आग्रहही आत्मप्रेरणेतून निर्माण झालेला दिसत नाही. त्याबाबतीतही लहानीचे शिक्षण थांबविण्याचा अधिकार वडिलांना पोहोचत नाही आणि त्याला स्वत:लाही पोहोचत नाही, अशी त्याची उदासीन भूमिकाच आहे.

या अशा वृत्तीमुळेच तो बेबीचा नकार जिरवू शकतो. तिने नाकारले असले तरी तिचे पंधरा हजार रुपये जास्त राबून परत करायचे ठरवू शकतो. वडिलांनी सुचविलेल्या गावाकडच्या ना देखल्या ना पाहिल्या मुलीशी लग्न करायला रुकार देऊ शकतो. ना खंत ना खेद अशा जाणीवेचाच तो धनी झालेला आहे.

या वेगळ्या गणुरायाची काहीणीही वेगळ्या म्हणजे धावत्या सूत्रमय शैलीत सांगितलेली आहे. एक बेबी सोडली तर इतर पात्रांचे व्यवस्थित रेखाटनही नाही. प्रसंग आहेत, पण ते उभे करताना त्यांच्या कडाच काढून ठेवल्या आहेत. कुठेच अवतरणचिन्हांचा वापर केलेला नाही. माणूस आणि त्याचे बोलणे यातील भेदाची रेषा पुसण्याचा खानोलकरांचा हा प्रयत्न चांगला आहे.

या कथेची सारी चौकटच उत्तम तऱ्हेने उभी करण्यात खानोलकर यशस्वी झाले असते तर बहार झाली असती. चाळीतील नोकरी करणारे जोडपे आणि त्यांची मुले मुंबईतील उद्ध्वस्त गृहजीवन दाखविण्याच्या दृष्टीने ठीक असली तरी गणूच्या कथेला त्यांची कसलीही मदत होत नाही. गणूच्या लहानपणाच्या आठवणीही सरधोपट आहेत. आजच्या गणूला योग्य तऱ्हेने उभे करण्याच्या कामी त्या असफल ठरतात. हा भूतकाल कथेतील वर्तमानकाळाला कसलीही खोली वा मिती (dimension) देऊ शकत नाही. तसेच शिवलीलामृत, गुरूचरित्र यासारख्या

परंपरेने फलदायी मानल्या गेलेल्या ग्रंथांचे उल्लेख. तेही आशयाला कसलीच मदत करीत नसल्यामुळे उपरेच राहतात. असेही वाटते की यामुळे प्रस्तुत कादंबरीची परिणामकारकता हरवते.

पण अधिक खोलात उतरून 'गणूराया'चा व्यूह न्याहाळल्यावर लक्षात येते की हा सारा नवा अस्तित्ववादी बनाव आहे. इथे जुने कादंबरी-विषयक संकेत चालणार नाहीत. गणूरायाच्या उक्ती व कृतीत अनपेक्षित विक्षिप्तपणा आहे. कारण तो परात्मभावप्रेरित न-नायक आहे. त्याच्या आणि या सर्वच कादंबरीमागे 'आता आणि इथे'ला महत्त्व देणारा अस्तित्ववाद उभा आहे. जीवनातील सर्वच संकेतांची मोडतोड इथे अभिप्रेत आहे. जीवनाच्या नानाविध क्षेत्रातील संकेतांमधील निर्जीवता, वैय्यर्थ या तत्त्वज्ञानाने अधोरेखित केलेले आहे. याची जाणीव झाल्यामुळेच हा गणूराया प्रवाहापासून परात्म (alienate) झालेला आहे. जसा तो तसाच त्याच्याभोवती विणला गेलेला कादंबरीचा व्यूह, साऱ्यांचे स्वरूप मूलतः अपरिचित, घोटाळ्यात टाकणारे. प्रस्तुत कादंबरीबद्दल तक्रार इतकीच होऊ शकते की तिचा विस्तार अल्पावकाशी झालेला आहे. त्यामुळे nothingness, boredom, absurdity यासारखी प्रस्तुत लेखनसंप्रदायातील सूत्रे जाणवायला हवीत तशी जाणवत नाहीत. आणि ही सर्व रचना गणुराया नावाच्या न-नायकाच्या जीवनासंबंधीचे अस्तित्ववादी reporting वाटते! आणि मुख्य म्हणजे प्रवाहापासून किंवा सभोवतालापासून तुटलेल्या परात्मभाव प्रेरित न-नायकाच्या जीवनाला आपापतः वेटाळून बसलेल्या कारुण्याची अनुभूती 'गणुराया' देत नाही. ही किमया खानोलकरांना 'एक शून्य बाजीराव' या नाटकाच्या लेखनात गवसलेली दिसते.

'चानी' ही खानोलकरांची लोकप्रियता लाभलेली एकमेव कादंबरी म्हणता येईल अशी. या कादंबरीमुळे त्यांचे नावही सर्वतोमुखी झाले. या कादंबरीवर व्ही. शांतारामांनी चित्रपटही काढलेला दिसतो.

ही एक शोककथा आहे. चानी नावाच्या एका असामान्य रूप लाभलेल्या ग्रामीण मुलीच्या जीवनाची परवड खानोलकरांनी अतिशय भेदकपणे या कादंबरीत टिपलेली आहे. कोण्या गोऱ्या सोजिराने एका खेड्यातील स्त्रीवर केलेल्या बलात्कारातून चानीचा जन्म झालेला. त्यामुळेच तिला अतिशय आकर्षक रूपसंपदा लाभलेली. आठवल्यांसारखा स्वच्छतेचा अत्यंत भोक्ता असलेला शिक्षक काय किंवा गावातील रंगेल श्रीमंत अप्पा बामण काय सारे तिच्यावर केंद्रित होतात. गावाकडून तिला कधीही कसलीही सहानुभूती प्राप्त होत नाही. ती सततच सर्वांकडून पापी व व्यभिचारी म्हणून झिडकारली जाते आणि अखेरीस जगदंबेचे देऊळ बाटविल्याच्या आरोपाखाली साऱ्या गावाकडून मार मिळल्यानंतर तिला नादी लावणाऱ्या अप्पा बामणाकडूनच तिची हत्या होते.

ही तिची कहाणी खानोलकरांनी दिनू नावाच्या एका नऊ दहा वर्षांच्या मुलाच्या तोंडून सांगितलेली आहे. हा दिनू देखील कहाणी सांगायच्या वेळी मोठा झालेला आहे. म्हणजे या कहाणीचे स्वरूप स्मरणाचे आहे. या आहेत चानीबद्दलच्या दिनूच्या आठवणी. त्या फार सुरेखरीत्या गुंफल्या गेल्या आहेत. निवेदक असलेल्या मोठ्या दिनूने छोट्या दिनूच्या वयाचे आणि मनाचे भान साक्षेपाने राखले आहे. विशेषत: लहान दिनूच्या दृष्टीने न समजल्या जाणाऱ्या म्हणजे लैंगिक आकर्षणबाबतच्या गोष्टींबद्दलचे निवेदन उदाहरण म्हणून देता येईल. त्यात प्रौढ वाचकाला समजायला हवे ते समजले जातेच, पण प्रौढांच्या भाषेत ते शब्दबद्ध मात्र केलेले नाही. शिवाय छोट्या दिनूच्या ठिकाणी एक अकाली प्रौढत्व येत चालल्याचे उल्लेखही कथेत आढळतातच! या निवेदनाद्वारे आजचा मोठा दिनू पुन्हा एकदा त्याचे बालपणच जगतो आहे. त्याचे हे बालपणही शाळा, घर आणि गाव या त्रिकोणातच सामावलेले आहे. आणि या साऱ्या गोष्टी अनुभविण्याची त्याच्या ठिकाणी एक अतिशय तरल, उत्कट पण अलिप्त संवेदनक्षमताही वास करते आहे.

त्यामुळे दिसते असे की चानीच्या निमित्ताने तो स्वत:चीच कथा सांगतोय. खरे तर दिनूची आजी आणि तिच्या घरासहित घरची सारी मंडळी यांचा चानीच्या कथेशी तसा प्रत्यक्ष संबंध येऊ शकत नाही. पण या साऱ्या मंडळींचे चित्रण उपरे वाटत नाही. ते अर्थपूर्णच वाटते. कारण या मंडळींच्या चित्रणाशिवाय दिनू उभा राहू शकत नाही. आणि दिनू धडपणे उभा राहिला नाही तर मग चानी कशाच्या आधारावर उभी राहणार? तेव्हा असा हा एक आधाराधेय संबंध मोठ्या समर्थपणे खानोलकरांच्या लेखणीने 'चानी'त पेललेला आहे.

चानी ही खरोखरच सर्वार्थाने चानी म्हणजे खारोटीसारखी आहे. ती इतकी पोरकी आहे की तिला कुणीच नाही. म्हणजे अगदी पोरकेपणाही नाही. जन्मापासून एक शाप तिच्या माथ्यावर गोंदला गेला आहे. त्यामुळे माणसांनी नाकारलेली ही चानी सर्वार्थाने निसर्गकन्या बनलेली आहे. एखादी खार भावावी किंवा हरणी भावावी तशीच ती दिनूला भावते आणि त्याच्या मनात प्रवेशते. तिने हाकारल्यावर शेळी येते, जा म्हटल्यावर जाते ते उगीच नव्हे. कुणी न शिकवता ती सुरेख चित्रे काढते, तिच्या हातांच्या पंजाचा ठसाही चित्राचे अंग बनून जातो. यातही आश्चर्य वाटण्याजोगे काही नाही. किंवा वाटलेच आश्चर्य तर ते केवळ माणूस असणाऱ्यांना वाटावे!

माणसाचा मतलबी समजूतदारपणा नसलेले तिचे बोलणे-वागणे, उन्हा-पावसासारखे स्वच्छ नि नितळ आहे. अप्पा बामणाने पायी घातलेल्या पैंजणाबद्दल ती आजीलाही स्पष्टपणे सांगते. ती कमालीची धीट, निर्भय आहे. खरे तर तिच्या स्वभावाची ही वैशिष्ट्ये आहेत असे म्हणणेही चुकल्यागत वाटावे इतके हे विशेष

चानीबाबत अंगभूत झालेले आहेत. तिला सारखे फसविणाऱ्या, मारहाण करणाऱ्या आणि अखेरीस तिची हत्याही करणाऱ्या अप्पा बामणाच्या पौरुषावर ती अनुरक्त आहे. दिनूला न आवडणाऱ्या आणि न उलगडणाऱ्या या कोड्यातच तिच्या ठिकाणी वसणाऱ्या आदिम निसर्गावेगाचे रहस्य दडलेले आहे. म्हणूनच या चानीत राजपुत्राशी नाते जोडू पाहणाऱ्या परीचे रूप फक्त दिनूलाच भावत नाही तर वाचकांनाही भावू लागते.

या चानीचे आणि दिनूचे भावसंबंध शब्दाने सांगता येणार नाहीत अशा अकृत्रिम ढंगाने खानोलकरांनी भावगोचर केलेले आहेत. शेणाची टोपली डोक्यावर घेऊन शाळा सारवायला आलेल्या चानीकडे दिनू अभावितपणे आकर्षित होतो आणि हे आकर्षण अधिकाधिक दाट होत जाते. त्या दोघांत भावाबहिणीचे नातेच निर्माण होते. या चानीखातर दिनू धाकट्या मामाकडून गुरासारखा मारही खातो.

आजूबाजूची मने नि परिसर जाणून घेण्यास अतिशय उत्सुक असे मन या दिनूला लाभलेले आहे. त्यातूनच इतर व्यक्ती, तिथला परिसर आणि तो यांच्यात एक गूढ रहदारी चालू होते. अगदी जिवाच्या आकांताने त्याच्या जाणिवेच्या कक्षेत येणाऱ्या प्रत्येक गोष्टीत तो शिरतो आणि त्या त्या गोष्टीने जन्माला घातलेल्या संवेदनांनी फडफडत राहतो. यामुळेच त्याने दाखविलेल्या प्रत्येक व्यक्तीला स्वत:चा स्वतंत्र चेहरा प्राप्त झालेला आहे. साऱ्या घरावर हुकूमत ठेवणारी त्याची प्रेमळ, कामसू आजी; जनावरांना विलक्षण प्रेम लावणारा मोठा मामा, तिरसट स्वभावाचा कोपिष्ट धाकटा मामा; कसलाच वेगळेपणा नसलेली मोठी मामी; जन्मभर कुचंबल्या अवस्थेत काढणारी व काव्यात बोलणारी धाकटी मामी या घरातील व्यक्तींबरोबरच आठवले मास्तर, गंगाराम होडीवाला, अप्पा बामण अशा गावातील व्यक्ती तो सहजतेने जिवंत करतो. साळूसारख्या मांजरीशी वा घरच्या आंधळ्या होऊ लागलेल्या गाईशीही तो आपल्याला असाच भावनेने जोडतो.

बेदरकार वागणारी मनस्वी चानी काय किंवा गुदमरलेले मन कवितांच्या ओळींतून व्यक्त करणारी धाकटी मामी काय-दिनूला या दोघीही पाप-पुण्याच्या विचारापर्यंत पोहोचवितात. पापाच्या सांकेतिक कल्पनेतील वैय्यर्थ्य दिनूला या दोघींच्या संदर्भातच जाणवून जाते. दिनूची धाकटी मामी हे या कादंबरीतील एक अतिशय चटका लावणारे व्यक्तिमत्त्व आहे. ही माणसांच्या व्यावहारिक चौकटीत कोंबलेली एक निसर्गकन्याच आहे. चानी मुक्त तर ही बांधलेली. तिचाही तिच्या परिसराशी एक गूढ अनाकलनीय संबंध जुळलेला आहे. या संबंधाच्या मुकाट दाबापोटीच ती कवितेतून बोलते. त्यासाठी तिची थोरली जाऊ तिला एकदा सडकून रागावतेही. एकटा दिनूच काय तो तिच्या या अलग विश्वाच्या काठापर्यंत पोहोचलेला दिसतो. तोच तिच्या गुणगुण्याला शब्दबद्ध करतो.

'कळशी ग बाई । तुझा दोर माझ्या हाती
मना रे बापुड्या । तुझा दोर कुण्या हाती ॥'
किंवा 'शेजीबाई ग भरल्या । भरल्या या घरामध्ये
कामधंद्यात रमून । दु:ख ठेव मनामध्ये ॥'

असे धाकट्या मामीने सहजतेने साधलेले सुरेख नि रेखीव आकार दिनूने टिपलेले आहेत. शेवटी जाणवते ते एकच - चानी काय किंवा धाकटी मामी काय हे सारे शापग्रस्त जीव आहेत. नियतीच त्यांच्या विरोधात उभी आहे. थोडक्यात, या दोघीही माणसांच्या पसाऱ्यातील misfits आहेत. म्हणूनच त्यांची होणारी ससेहोलपट वाचकाला खिन्न खिन्न करते.

'चानी'ची कादंबरी म्हणून एकूण बांधणी परंपरागत म्हणजे traditional आहे. त्यात कसलाही नवा प्रयोग खानोलकरांनी केलेला नाही. पण अतिशय सूक्ष्म व प्रभावी असे कथासूत्र, त्याला लगटूनच अंगासरशी प्रगट होणारे सामाजिक अंधश्रद्धाळू जाणिवांचे अन्त:सूत्र, प्रतिकात्मकतेची अकृत्रिम मिती (dimension) लाभलेली दाणेदार, जिवंत चित्रमयी भाषा आणि या साऱ्यांना एका मुशीत एकसंध करणारी समर्थ कलादृष्टी यामुळे परंपरागततेच्या निबर निर्जीव कडा ते अलवार नि सजीव बनवू शकले आहेत. इतकेच काय पण परंपरागत घाट आंधळ्या कारागिरीने पत्करला नाही तर त्याला एखादा लेखक कशी नवी झळाळी देऊ शकतो नि त्या घाटाला ताज्या टवटवीत चैतन्याचे संपुष्ट कसे बनवू शकतो याचे उदाहरण म्हणजे 'चानी' ही कादंबरी आहे असे कुणीही बेलाशक म्हणावे!

♦

श्री. पु. भा. भावे यांची कथा 'सतरावे वर्ष' : एक पौंगडावस्थेतील प्रेरणाव्यूह

'१७ वे वर्ष' या कथेचे केंद्र बबन हा मुलगा आहे. हा बबन एका सुखवस्तू मध्यम वर्गातील असून त्याने नुकतीच वयाची १६ वर्षे पुरी केली आहेत. तो मॅट्रिकच्या वर्गात शिकतो आहे. हुषार, सद्वर्तनी आहे. अभ्यास व वर्तन या दोन्ही क्षेत्रात त्याला वर्गात पहिला क्रमांक मिळालेला आहे. शिवाय त्याला वाचनाची आवड आहे. तो पापभीरूही आहे. तेव्हा एकंदरीने त्याच्या बाबतीतील बाह्य तपशील पाहता 'आदर्श विद्यार्थी' ठरावा असाच बबन आहे. म्हणजे त्याचे एकूण अवसान 'नीतिबोधात्मक कथेचा नायक' असेच आहे.

पण हा बबन कसल्या तरी अनामिक अस्वस्थतेच्या, हुरहुरीच्या जाळ्यात अभावितपणे गुरफटत जातो. त्याच्या हातून पुस्तकाच्या मलपृष्ठावर एका स्त्रीचे उत्तान चित्र काढले जाते. शेजारी राहणाऱ्या कुणा सावित्रीवहिनी नावाच्या तरूण विवाहित सुस्वरूप स्त्रीबद्दल त्याच्या मनात आकर्षण वाढीला लागते. तिच्या कुरूप, बेढब व वयस्कर नवऱ्याचा - दादा रानड्यांचा- त्याला तिरस्कार वाटू लागतो. त्याच्या वर्गातील उनाड भय्या टोणगेच्या अचकट-विचकट बोलण्याबद्दल नवी चोरटी आस्था वाटू लागते. वहिनी आणि सुमन यांच्याबद्दल अनुचित वाटेल असे काही तरी बोलणाऱ्या टोणगेशी तो (शारीरिक ताकद नसतानाही) मारामारी करतो. त्याच्या या नव्या हिंमतीचे तालिम मास्तरांनाही आश्चर्य वाटते. पुढे दादा रानड्यांची तारेने बदली झाल्यामुळे वहिनीनाही परगावी जावे लागते. त्यामुळे तो अतिशय अस्वस्थ होतो, पोरका झाल्यागत दु:खी होतो, खूप रडतो, नुसते रडावे असेच त्याला वाटू लागते. त्यातच त्याला झोप लागते. आणि पडलेल्या स्वप्नात सुमन वहिनींची जागा घेत असल्याचे त्याला दिसते. त्याच्या चेहऱ्यावर स्मित उमटते. ते चेहराभर पसरत जाते.

या साऱ्या तपशिलाच्या आधारे बबनला नायक करून लेखकाने एक चांगल्यापैकी कथात्म व्यूह उभा केला आहे. तपशिलाच्या रचनेमागे एक चांगले व्यवस्था-सूत्र कार्यरत झालेले असल्याने हा व्यूह आस्वादकाच्या मनावर एकसंध संस्कारही करण्यात यशस्वी ठरलेला आहे. संकल्पिलेली (बबनविषयीची) वस्तुस्थिती आणि तिचे घटना-प्रसंगगत विकसन यातील आधाराधेय किंवा कार्यकारणसंबध चांगला राखला गेला आहे. तेव्हा, जिला ज्ञात अशी जाणिवेची कक्षा म्हणता येईल त्या कक्षेतील कृतिउक्तींचे कथात्म संघटन यशस्वी झालेले आहे. पण बबनबाबतची मूळ संकल्पिलेली अनामिक अस्वस्थता, हुरहूर, बऱ्यावाईटाचा विचार इत्यादींचे स्वरूप लक्षात येण्यासाठी; त्यांच्या अ-सामान्य, तर्कात न बसणाऱ्या वेगळेपणाची नेमकी संगती लावण्यासाठी ही जाणिवेची ज्ञात कक्षा व तीमधील व्यवहार उपयोगास येत नाहीत. त्यासाठी (फ्राईडने सांगितलेल्या मनाच्या तिसऱ्या व्यापक स्तराचा म्हणजे) नेणिवेचा शोध घ्यावा लागतो. बबनला जे जे वाटते ते आणि त्याच्याकरवी जे जे होते ते या सर्वांची संगती लावण्यासाठी आणि त्या आधारे कथेचे रहस्य लक्षात घेण्यासाठी त्याच्या नुसत्या वरवरच्या मानसिकतेचा नव्हे तर खोल नेणिवेचा शोध आवश्यक ठरतो.

फ्राईडच्या भूमिकेनुसार तर्कात न बसणाऱ्या आणि त्यामुळे आकलनाच्या दृष्टीने निसरड्या भासणाऱ्या माणसाच्या कृतिउक्तींमागे त्याच्या नेणिवेतील मूलप्रेरणा, सहजप्रवृत्ती, काही गंड कार्यकारी घटक म्हणून उभे असतात. या कृतिउक्ती नेहमीच नेणीव-नियंत्रित असतात. म्हणून त्यांच्याबाबतीत न सुटणारे प्रश्न निर्माण होतात. जाणिवेने नियंत्रित अशा कृतिउक्तींबाबत असे प्रश्न निर्माण होत नाहीत. कारण तिथे तर्कशक्तीजन्य कार्यकारणादी संबंधाचा स्वच्छ प्रकाश असतो. पण नेणीव ही एक अंधारी गुहा असून स्मरणशक्तीला ताण देऊन थोड्याफार प्रयत्नांनी जाणिवेच्या पातळीवर खेचल्या जाणाऱ्या अर्ध-जाणिवेच्या पातळीखालची ती पातळी असते.

'१७ वे वर्ष' मधील बबनच्या मानसिकतेचा विचार करताना त्याबाबतची एक वस्तुस्थिती महत्त्वाचे मार्गदर्शन करू शकते. ती म्हणजे बबनचे मन पौगंडावस्थेतील मन आहे. आणि मानसशास्त्रदृष्ट्या ही अवस्था हा मुलाच्या विकसनातील एक अतिशय महत्त्वाचा टप्पा आहे.

Allen Frances यांनी या संदर्भातील फ्राईडचे मत पुढीलप्रमाणे स्पष्ट केले आहे- Freud believed that children grow through a series of five overlapping stages of what he called psychosexual development. These stages are

1. The oral phase - infants find pleasure in sucking.
2. The Annal phase : Children enjoy controlling the discharge

of body wastes (age upto 4)

3. The Fallic phase - They become increasingly aware of their sex-organs. They also develop an oedipus complex.

4. Latency phase - While in elementary school, Children move into the less emotional latency period.

5. Adolescense phase - This stage involves a struggle between childish feelings of dependency and adult longings for independence.

ही पाचवी अवस्था म्हणजेच पौगंडावस्था. परावलंबनाच्या बालसुलभ जाणिवा आणि स्वावलंबनाची प्रौढ असोशी यांचे द्वंद्व अशा अवस्थेत मुलाच्या मनात चालू असते.

या अवस्थेबद्दल मानसशास्त्रात आणखी काही स्पष्टीकरणे दिसून येतात.

'Adolscents feel a strong need to compare favourably with others their age. Anything that makes them different will likely upset them. 'Sense of personal identity-'

'They learn to become more independent and to make their own decisions. And they discover new ways of developing relationships with the other sex.' (John J. Burt)

आपल्या वयोगटात मोडणाऱ्यांशी स्पर्धेची जाणीव, इतरांहून आपल्या ठिकाणी वेगळेपणा दिसल्यास खेद वाटणे, स्वतःच्या स्वतंत्र व्यक्तिमत्त्वाची होऊ लागलेली जाणीव, स्वतंत्र निर्णयशक्तीची ओढ, भिन्न लिंगियांशी संबंध/ संपर्क साधण्यासाठी नव्यानव्या क्लृप्त्यांचा शोध अशी काही निरीक्षणे या संदर्भात टिपली गेलेली दिसतात.

प्रस्तुत कथेतील बबनच्या कृतिउक्तींमागे ही सूत्रे स्पष्टपणे दिसून येतात. एका बाजूला त्याचा वहिनीशी जुळत चाललेला संवाद आणि दुसऱ्या बाजूला भय्या टोणगेबाबत त्याचा गडद होत चाललेला विरोध दर्शविणाऱ्या त्याच्या साऱ्या कृतिउक्तींमागे त्याची पौगंडावस्थेतील विशिष्ट नेणीव आहे. त्याची अनाकलनीय अस्वस्थता, हुरहूर, वहिनींच्या गालगुच्चे घेण्यासारख्या कृती प्रथम नकोशा आणि नंतर हव्याशा वाटणे, वहिनी प्रथम (विजातीय अप्राप्य) परीप्रमाणे आणि नंतर (सजातीय प्राप्य) राजकन्येप्रमाणे वाटू लागणे, वहिनी व सुमनसाठी टोणगेशी मारामारी करणे, ताईमाई या सारख्या बहिणींबद्दलचा लळा कमी होणे अशा स्वरूपाचा त्याच्याबाबतीत सांगितला जाणारा जो इतर तपशील आहे त्यामागे त्याची पौगंडावस्थेतील नेणीवच आहे. इथे हे लक्षात घेतले पाहिजे की लिंग-योनि-संबंधाची

जाणीव आणि अपेक्षा ही पौगंडावस्थेनंतरची अवस्था आहे. म्हणूनच याबद्दलचे सूचन प्रस्तुत कथेतील बबनच्या कोणत्याही कृतिउक्तीद्वारा मिळत नाही. मात्र त्याबद्दल वाढीला लागलेल्या कुतूहलाची - आकर्षणाची सूचना काही कृतीद्वारा मिळते. सुमनशी बोलत असताना त्याने सहजपणे कागदावर 'वर्तुळ' काढणे किंवा टोणगेवर हल्ला करताना 'अणुकुचीदार डिव्हायडर' वापरणे या कामेंद्रियांच्या दृष्टीने अर्थपूर्ण ठरणाऱ्याच सूचना आहेत. वहिनींची शारीरिक लगट हवीशी वाटायला लागणे ही जाणीव आणि त्यांना खडे मारण्याची त्याने शोधलेली क्लृप्ती या वर्गात बसणारीच म्हणता येईल, आणि यात भर टाकण्याचे कार्य Prisoner of Zenda सारखी रोमँटिक कादंबरी, Gold Diggers of New york सारखा प्रणयरम्य चित्रपट, आणि घरातील पाहुण्या तरूण जोडप्याच्या खोलीतील कामक्रीडासूचक अस्ताव्यस्तपणा यासारख्या गोष्टी करतात.

वहिनींविषयी त्याला वाटू लागलेल्या आकर्षणामागे आणखी एक सूत्र सूक्ष्मपणे कार्यकारी झालेले दिसते. ते मातृकाम्येचे- Oedipus complex चे होय. वाढीला लागलेल्या Superego मुळे आईविषयीचे आकर्षण आपोआप दडपले गेलेले. आणि त्याचा मोहरा वहिनींकडे वळलेला. यादृष्टीने कथेतील दोन-तीन जागा पाहण्यासारख्या आहेत. बबनला वहिनींबद्दल ताई माईहून काही वेगळे वा चांगले वाटायला लागले याचा उल्लेख झाल्यानंतर काही अर्थपूर्ण मजकूर भेटतो, 'वहिनींचे आणि बबनच्या आईचे खूप रहस्य होते'; 'अगदी लहानपणी त्याला बहिणींबद्दल वाटणारा लळा कुठे गेला होता कोण जाणे! पण आज तो बहिणींचे जेव्हा मुळीच ऐकत नसे, तेव्हा वहिनींचे अगदी सहज ऐके आणि ह्या गोष्टीमुळे त्याच्या आईला वहिनींविषयी अधिकच आपुलकी वाटत असे', शेवटी बबन आणि वहिनी यांचे झोके घेणे चालू असते तेव्हा ''बबनची आई सोधन्याला ओले हात पुसत चारदोनदा तेथे येऊन गेली. तिनेसुद्धा 'बबन, दिवसेंदिवस लहान होत आहेस का रे तू?' ही ठरीव वंदना त्याला दिली नाही.'' हे सर्व उल्लेख एकत्र केले की बबनची आई आणि वहिनी यांची समकक्षता ध्यानी येते आणि फ्राईड उल्लेखितो त्या मातृकाम्येच्या सूत्राने बबनच्या वहिनींविषयीच्या आकर्षणाला एक वेगळे मूळ लाभते. यातून अपरिहार्यपणे संभवतो तो दादा रानड्यांबद्दलचा तिरस्कार, प्रतिकूल भाव. (नानांच्या बाबतीत पुन्हा Superego च्या प्रभावामुळे अशा प्रतिकूल भावाने धाकाचे, आदराचे 'उदात्त' रूप घेतलेले आहे. उगाच नाही बबनचे वहिनींबरोबरचे झोपाळ्यावरील सुखद आंदोलणे या 'नानांच्या गर्जने'नेच संपुष्टात येते!)

Freud taught that people do not say or do anything accidentally. Unconscious mental activity causes such 'accidents' as slips of tongue or forgetting an appointment. According to Freud, the mind experiences more unconscious than conscious activity.

म्हणजे फ्राईडच्या मते चुकून किंवा अनवधानाने कसलीही उक्ती वा कृती घडत नसते. जाणिवेच्या ज्ञात स्तराच्या दृष्टीने असे 'चुकणे' वा 'अनवधान' म्हणणे शक्य असते. पण नेणिवेच्या अज्ञात स्तराच्या दृष्टीने ते तसे नसते. अशा कृतिउक्ती नेहमीच नेणीवप्रेरित योजनाबद्ध असतात. प्रस्तुत कथेतील बबनने तो प्रणयरम्य इंग्रजी चित्रपट पाहणे, पुस्तकाच्या मलपृष्ठावर 'अश्लील' चित्र काढणे, वहिनींना मारलेले खडे नको तिथे लागणे, काढलेले चित्र पुसायला रबर न सापडणे, त्याऐवजी चॉकलेट आणि पाकवलेले बदाम सापडणे या सर्व गोष्टींमागे बबनच्या नेणिवेचेच व्यवस्थापन आहे. कारण त्याच्या पौगंडावस्थेतील मानसिक व्यवहाराच्या दृष्टीने या गोष्टी कमालीच्या अर्थपूर्ण ठरणाऱ्या आहेत.

या वयात वाढीला लागलेल्या 'अत्यहं'च्या (Superego) प्रभावामुळे निर्बंधक पहारेकरी (censor) मनात कार्यरत होतात. चांगल्या वाईटाच्या, योग्यायोग्याच्या कल्पना मनाचा कबजा घेऊ लागतात. यामागे वडिलधाऱ्यांच्या कृतिउक्ती, सामाजिक संकेत, व्यवहार अशीही सूत्रे असतात. बबनच्या बाबतीत त्याचे वडील नाना, त्याची व सुमनची आई, शाळेतील शिक्षक, शाळेत त्याला परीक्षा व सद्वर्तन यासाठी मिळालेली पहिली पारितोषिके, स्वामी ब्रह्मचर्यानंद, 'ब्रह्मचर्य हेच जीवन, अब्रह्मचर्य हा सर्वनाश' यासारखे सुभाषित इत्यादी गोष्टी म्हणजे असे पहारेकरीच होत. त्याच्यात वाढीला लागलेल्या अत्यहंचीच चेष्टिते! पण यांचे पहारे चुकवून बबनची नेणीव तृप्तीच्या दिशेने वेगळा मार्ग शोधून काढतेच काढते!

ज्याला Puberty period of dramatic sexual development- असे म्हणतात त्या काळात मुलगा आणि मुलगी यांच्या मनाशरीरात जाणवतील असे काही बदल घडून येत असतात. बबन आणि सुमन यांच्या बोलण्यातून शारीरिक बदल उघड उघड स्पष्ट झालेले आहेत. पण त्याहीपेक्षा महत्त्वाची गोष्ट म्हणजे या दोघांनाही त्याची होत चाललेली जाणीव होय. पौगंडावस्थेमुळेच असे बदल उघडपणे बोलून दाखविण्याचा एक नैसर्गिक मोकळेपणा दोघांच्याही ठिकाणी असलेला दिसतो. त्यांचे Prisoner of Zenda च्या नायक, नायिका व खलनायक याबद्दलचे आत्मसूचक बोलणे त्यांच्या नेणिवेत परस्पराबद्दल चाललेल्या ज्या काही हालचाली आहेत त्यादृष्टीने सूचक व मार्गदर्शक ठरणारे आहे. आपल्यासाठी बबनने टोणग्याशी मारामारी करावी असे सुमनला आतून वाटणे आणि वहिनी-सुमनखातर टोणग्याला धडा शिकविला पाहिजे, असे बबनला वाटणे हे या अवस्थेतील मानसिकतेचेच दर्शन घडविणारे उदाहरण आहे. आपल्यापेक्षा वय वगैरेंनी मोठ्या असणाऱ्याबद्दलची अनुकरणीय ओढ असणाऱ्या या अवस्थेमुळेच 'सुमन बबनची बायको' या शब्दांचे स्मरण असूनही बबनला 'पूर्णावस्थेच्या अगदी जवळ गेलेल्या गुलाबासारख्या'

वहिनींबद्दल जे काही वाटे ते 'घट्ट आणि अस्फुट गुलाबकळीसारख्या' सुमनबद्दल वाटत नव्हते. बबनच्या नवोदित कामप्रेरणेला चाळवणारे हे दोन घटक. सुमन हा या प्रेरणेला स्पर्शिणारा, तर वहिनी हा प्रेरणेला कबजात घेणारा घटक. मात्र बबनच्या संदर्भात हे दोन्ही घटक संवादी. म्हणून बबनचे मन संघर्षभूमी होत नाही. इतकेच नव्हे तर अगदी अलगदपणे सुमन बाजूला सरणाऱ्या वहिनींची जागा घेते! सुमनशी बोलताना 'तू सुद्धा वहिनींसारखी दिसायला लागलीस थोडी' असे बबन म्हणतो. सुमनबाबतच्या त्याच्या या वाटण्याची अखेर स्वाभाविकपणेच शेवटी स्वप्नात 'सुमनची आकृती हळूहळू अगदी वहिनींसारखी भरीव व डौलदार बनत चालली होती' या प्रतीतीत होते.

बबन पुस्तकात रमणारा आहे. 'तू नुसती पुस्तकेच वाचत बैस' असे त्याला एकदा टोणगे म्हणतोही. पुस्तकाचे जग हे स्वप्नाचे जग. बबनच्या मनोविश्वात त्याचे स्थान मोठे आहे. निर्बंधकाचे पहारे चुकवून दृश्यमान होण्यासाठी त्याच्या नेणिवेला संधी वा सोय करून देणारी स्वप्न ही एक जागा आहे. सिनेमा पाहिल्यानंतर झोपेत पडलेल्या स्वप्नामध्ये त्या अर्धनग्न स्त्रियांतीलच वहिनी एक दिसणे किंवा अखेरीच्या स्वप्नात सुमनने वहिनींची जागा घेतल्याचे दिसणे त्याच्या नेणिवेच्या व्यवहाराच्या दृष्टीने अर्थपूर्ण ठरते.

टोणगे आणि वहिनी ही या कथेतील आणखी दोन वेगळी कामप्रेरणेची रूपे आहेत. पौगंडावस्था ओलांडून तारूण्यावस्थेत प्रवेश केलेला टोणगे आणि ही प्रेरणा गंडस्वरूपात स्थिरावणाऱ्या प्रौढावस्थेतील वहिनी. घरच्या व बाहेरच्या विशिष्ट परिस्थितीमुळे टोणगेच्या बाबतीत अत्यहंला फारसा थारा नाही. त्यामुळे निर्बंधकांची उपस्थिती नाही. शिवाय त्याचा अहम् अगदी आत्मविश्वासात परिणत झालेला. त्यामुळे त्याची ही प्रेरणा सतत जाणिवेच्या पातळीवर येऊ शकते आणि कृतिउक्तींद्वारा गोचरही होऊ शकते. त्याच्या अस्तित्वालाच या प्रेरणेचा अर्थ प्राप्त झालेला आहे. वहिनींच्या ठिकाणी मात्र या प्रेरणेची अतृप्ती दिसते. त्यांच्या नेणिवेचा मोहरा बबनकडे वळलेला आहे हे त्यांच्या कृतिउक्तींतून स्पष्टपणे दिसते. पण त्यांच्या मनातील निर्बंधकांचा पहारा जागता आहे. बबनबाबत त्यांच्या नेणिवेत मातृकाम्येचे एक सूत्र आहेच; पण असेही म्हणता येईल की बबनच्या आईशी जुळवून घेणे, त्यांच्या विश्वासास पात्र होणे किंवा त्यांच्याशी समकक्ष होणे ही वहिनींच्या नेणिवेचीच- त्यातील अतृप्त कामेच्छेचीच करामत आहे. वियोगाच्या वेळी बबनबरोबर झोके घेताना त्यांची ही कामेच्छाच शेवटचे सहवासाचे क्षण समरसून स्वीकारताना व भोगताना दिसते.

श्री. पु. भा. भावे यांनी बबनच्या या कथेचे लेखन जाणिवेच्या पातळीवरून केलेले असले आणि वाचकांकडून तिचा आस्वादही जाणिवेच्या पातळीवरूनच

घेतला जात असला तरी या कथाविश्वाचे संपूर्ण नियंत्रण बबनच्या पौगंडावस्थेतील नेणिवेकडून केले जात असल्याचेच दिसते. तिथे उभा होत असलेला व्यूह आणि तो गोचर करणारा तपशील म्हणजे त्याच्या नेणिवेची चेष्टिते वाटावीत अशी एक स्वप्नसदृशता, एक गूढरम्य वातावरण, घटितांबाबत जाणवणारा एक आत्माभिमुख सुखद रोख असे विशेष या कथेत दिसून येतात. (म्हणूनच टोणगे हरणारा खलनायक होतो. तर वहिनी-बबनच्या प्रेमव्यवहाराची कल्पना असलेली काशी मोलकरीण नुसती फिदीफिदी हसते. कसल्याही विरोधी हालचाली करीत नाही. नाना-आई वगैरेनाही त्या दोघांच्या वागण्यात काही गैर दिसत नाही. त्यांचा संशय येणे वगैरे होत नाही!)

'स्वत:ला काय होत आहे ते बबनला नीटसं कळेना. त्याला झोपावसंही वाटेना आणि वाचावसंही वाटेना' या ओळीने प्रस्तुत कथेचा प्रारंभ होतो. बबनच्या या चमत्कारिक वाटणाऱ्या अकारण अस्वस्थतेचे उगमस्थान त्याची नेणीव आहे हे थोड्या विचारांती लक्षात येते आणि इथून कथाभर नेणिवेचा कारभार चालू होतो. मॅट्रिकच्या विद्यार्थ्यांना वाचनासाठी नेमलेल्या Prisoner of Zenda या कादंबरीतील फार महत्त्वाची म्हणून शिक्षकांच्या सांगीवरून बबनने लाल शाईने अधोरेखित केलेली My dear Rose, for a man of spirit opportunities are duties ही ओळ पुन्हा त्याच्या नेणिवेच्या दृष्टीनेच मार्गदर्शक असल्याचे जाणवते. 'प्रिय रोझ, सत्त्वशील माणसाबाबत उपलब्ध संधी म्हणजे त्याची कर्तव्येच असतात.' ज्याचे कामसत्त्व जागे होऊ लागले आहे असा बबन आणि या दृष्टीने मिळणाऱ्या संधीकडे त्याने आवश्यक कर्तव्य म्हणूनच पाहिले पाहिजे असे याद्वारा होणारे मार्गदर्शन. (पुढे वहिनींबाबत मिळणारी प्रत्येक संधी बबन अगदी कर्तव्यभावनेने मन:पूर्वक स्वीकारताना दिसतो!)

यानंतर वर दिलेल्या वाक्यापाशीच त्याचे वाचन थांबणे, त्याची हुरहूर, चुकीने त्याने Gold diggers of Newyark हा फाजील चित्रपट पाहिलेला असणे, अनवधानाने पुस्तकाच्या मलपृष्ठावर अश्लील चित्र काढले जाणे याबरोबर हे सर्व केल्याच्या शरमेच्या जाणिवेसह त्याच्या मनातील निर्बंधकाची कल्पना देणारा मजकूर पुढे येतो. त्याचा अत्यहं जागा होतो आणि बबनकरवी ते चित्र काढलेले मलपृष्ठ टरकावले जाते. पृ. २१ वरील नागपूरच्या धंतोली भागाचे भेटणारे वर्णन हे खरोखर त्याच्या नेणिवेचेच वर्णन आहे. म्हणून या देखाव्याचा 'त्याच्या शारीरिक व मानसिक वृत्तींवर अवश्य परिणाम होतो.' निर्बंधकाच्या दबावाखाली त्याच्याकरवी त्याच्या कामप्रेरणेचे (प्रत्यक्षात चित्र काढलेल्या मलपृष्ठाचे) तुकडे तुकडे करून भिरकावले जातात. तो अस्वस्थ असतो. 'त्या (निर्बंधकग्रस्त) अस्वस्थ अवस्थेतही बबन खिशातले पाकवलेले बदाम (प्रेरणातृप्तीचे एक साधन) विसरलेला नव्हता.

दोन-चार बदाम एकदम तोंडात टाकून रवंथ करीत तो वहिनींच्या गच्चीजवळ डुलणाऱ्या कागदाच्या अखेरच्या भाग्यवान कपट्याकडे साक्रेटिसच्या प्रश्नार्थक तंद्रीने पहात असतानाच पायापासून डोक्यापर्यंत गरम वाफेचे लोट उसळल्याचा अनुभव त्याला आला.' या उल्लेखातील तो कागदाचा कपटा 'भाग्यवान' आहे आणि लागलेली तंद्री साक्रेटिसाची (म्हणजे मूलभूत, तळ ढवळून काढणारी) आहे. परिणामी शरीरही या प्रेरणेच्या कबजात येते आणि गरम वाफेचे लोट उसळल्याचा अनुभव येतो. वहिनींच्या माडीतील दिवे लागणे व बंद होणे यातील दृश्यानुभव हा जाणीव-नेणीव यांचीच क्रीडा आहे. इथे वहिनींच्या रूपाने या प्रेरणेच्या तृप्तीचा विषय मूर्त होतो. आणि वहिनी, भय्या टोणगे, सुमन, असे या प्रेरणेशी संलग्न असणारे घटक स्वतंत्र कृतिउक्तीनिशी सविस्तरपणे साकार होत जातात. या साऱ्याच्या द्वारा गोचर होत जातात ते बबनच्या पौगंडावस्थेतील नेणिवेचे व्यवहार किंवा हेलकावे. ज्यात प्रधान अशा नवोदित कामप्रेरणेशी संलग्न झालेल्या दिसतात इतर अनुरूप प्रेरणा आणि तज्जन्य कृतिउक्ती.

पौगंडावस्था ही जाणीव व नेणीव यांच्या दृष्टीने काही कालच टिकणारी असली तरी नवप्रतीतीमयतेमुळे संघर्षाची आणि निकराची अवस्था असते. उत्कट उमाळ्याच्या रूपाने ती आविष्कृत होते. Superego ही एका मर्यादेपर्यंत त्याला साथ देतो. बबनला वहिनी नुसती चांगली नव्हे तर 'पवित्र' वाटते ती त्यामुळेच होय. तिच्याबद्दल त्याला अत्युत्कट ओढ वाटते आणि दादा रानड्यांबद्दल तसाच तिरस्कार वाटतो तोही यामुळेच असे म्हणता येईल. लवकरच संपणारी (म्हणजे स्थिर नसणारी)ही पोगंडावस्था आणि त्यात निर्माण होणारे तशाच स्वरूपाचे विरोध-आकर्षण-रुसवे यांचीच एक रचना प्रस्तुत कथेत साधली जाते. शेवटी बबन-वहिनींचे एकमेकांना बिलगून अधांतरी झुल्यावर झुलणे या दृष्टीने अर्थपूर्ण होते. 'आणखी थोडा वेळ' अशी आर्त मागणी बबनची नेणीवच करीत असते, आणि मिळणाऱ्या वेळामुळे सुखावत असते तीही त्याची नेणीवच!

वहिनींच्या माडीत विस्कटून पडलेले सामान पाहून बबनचे काळीज धडधडते, वहिनी जाणार हे कळल्यावर तो हातातला लाडू परत बशीत ठेवितो, तो गुदमरून जातो हीसुद्धा सारी त्याच्या नेणिवेचीच चेष्टिते. तशीच वहिनी गेल्यानंतर त्याची होणारी असहाय्य, पोरकी, उजाड अवस्थाही. कधीच संपणार नाही किंवा संपू नये असे वाटणारे रडे आणि 'वहिनी, वहिनी' अशा हुंदके दाबत दिलेल्या हाका यांचे जन्मस्थान कामविषय दुरावल्याने विव्हल झालेली त्याची अतृप्त नेणीवच होय.

कथेच्या प्रारंभाप्रमाणे तिची अखेरही नेणिवेच्याच रोखाने असल्याचे दिसते. नेणिवेतून जन्माला आलेली बबनची ही कथा एका स्वप्नाच्या आधाराने परत त्या नेणिवेतच विलीन झालेली दिसते. फरक फक्त इतकाच की अस्थिर पौगंडावस्था

ओलांडू पाहणाऱ्या आश्वासक वा सुखद अशा स्थिरतेच्या चाहुली तीत जाणवत आहेत. कथेचा सूचक शेवट असा आहे. '.... बबनला स्वप्न पडत होते. त्याच्या स्वप्नसृष्टीत आता सुमनने प्रवेश केला होता. आणि बाप रे! सुमनची आकृती हळुहळू अगदी वहिनींसारखी भरीव आणि डौलदार बनत चालली होती. एखाद्या तडागावर वाऱ्याने लहर उमटावी तसे बबनच्या चेहऱ्यावर स्मित उमटले आणि पसरत गेले. त्या स्मितावर विजेच्या निळ्या दिव्याचा मंद आणि शांत प्रकाश पडला होता.'

◆

'सय' : वि. शं. पारगांवकर
कलावादी नक्षीकाम

गंगाधर गाडगीळ, अरविंद गोखले आदी नवकथाकरांच्या नंतर मराठीत त्याच वळणाची कथा लिहिणारी जी पिढी आली त्यातील एक ठळक कथालेखक म्हणजे वि. शं. पारगांवकर हे होत. विद्याधर पुंडलीक, श्री. दा. पानवलकर, मंगेश पदकी, श्री. ज. जोशी, शरश्चंद्र चिरमुले इत्यादी कथाकार या पिढीतील होत. दि. बा. मोकाशींची गणना यातच केली जाते. यात पारगांवकरांचे स्थान वेगळेच आहे. त्याचे कारणही उघड आहे. त्यांनी नाटक हा साहित्यप्रकार सोडला तर कथा, कादंबरी, आठवणी, आस्वादक समीक्षा, ललित गद्य याबरोबरच राजकीय- सामाजिक प्रश्नांबाबतचे लेखन केलेले आहे. असे अनेक गोष्टींना हात घालण्याचे काम त्यांच्या सोबतच्या इतर कुण्या लेखकाने केलेले दिसत नाही.

दुसरा विशेष म्हणजे त्यांच्या लेखनाचा कालावधी. १९५३ साली 'बापूची वहिनी' या कथेमुळे ते प्रकाशात आले. त्यांचे शेवटचे पुस्तक म्हणजे १९८४ साली प्रसिद्ध झालेली 'अयोनिजा' ही कादंबरी. यानंतरही १९८९ साली त्यांचा मृत्यू होईपर्यंत ते 'माणूस', 'सोबत' वगैरे नियतकालिकांमधून लेखन करीतच होते. म्हणजे एखाद्या व्रतस्थाप्रमाणे त्यांचे लेखन ३६ वर्षे चालू होते. या काळात त्यांनी अकरा कादंबऱ्या, सहा कथासंग्रह, एक आठवणींचा संग्रह प्रसिद्ध केलाच; पण अशा वाङ्मयीन लेखनाबरोबर 'जुनागड ते काश्मीर' किंवा 'जगापुढील प्रश्नचिन्ह' अशी चार-पाच वाङ्मयेतर विषयांची हाताळणी करणारी पुस्तके लिहिली.

या काळात मराठी साहित्यविश्वात बरेच काही घडले. त्याचा आढावा घेण्याची ही जागा नव्हे. पण पारगांवकराच्या बाबतीत असे दिसते की त्यानी साहित्याबाबत प्रारंभी घेतलेली कलावादी भूमिकाच शेवटपर्यंत सांभाळली. वास्तविक या काळात जीवनवादी प्रेरणांनी उचल घेतलेली होती. १९६० साली झालेल्या महाराष्ट्र-

राज्याच्या निर्मितीनंतर बेताबेताने साहित्यविश्वाचा लंबक साहित्याच्या स्वायत्ततेपासून साहित्याचा जीवनाशी अनुबंध आहे असे मानण्याकडे सरकत होता. एक वेगळेच वातावरण निर्माण होत होते. बांधिलकीच्या तत्त्वाचा आधार घेत दलित साहित्य उभे राहत होते. नव्या जोमाने विद्रोह आणि नकार यांचा पुकारा सुरू झाला होता. त्यानंतर ग्रामीण साहित्यही स्वतःच्या वेगळ्या अस्तित्वाची जाणीव करून देऊ लागले होते. पुढे पुढे जनवादी, देशी, स्त्रीवादी इत्यादी जाणिवा साहित्यरूपातून व्यक्त होऊ लागल्या. पण या काळातही पारगांवकरांनी कलावादी आस्वादक समीक्षकाचीच भूमिका राखलेली होती आणि त्या भूमिकेतून मराठी साहित्यातील समकालीन बदलाचे समालोचनही केले.

नव्याने अस्तित्वात आलेल्या मोकळ्या ढाकळ्या ललित गद्य या साहित्यप्रकारात मोडेल असा 'सय' हा पारगांवकरांचा संग्रह आहे. लघुनिबंध, ललित निबंध, व्यक्तिचित्रे, शब्दचित्रे, स्फुट स्वरूपाची प्रवासवर्णने, ललित स्थलवर्णने, आठवणी इत्यादी स्वरूपाचे लेखन 'ललित गद्या'त कल्पिले जाते. आत्मपरता हा अशा लेखनाचा प्रधान विशेष आहे. लेखकाच्या व्यक्तिमत्त्वावर भर देणारे लेखन यात मोडते. वर्ण्यविषय किंवा वस्तू आणि लेखक यांची एकत्र वीण या लेखनाच्या मुळाशी आहे, तेव्हा 'वस्तू अधिक व्यक्ती' असा एक संमिश्र अनुभव या लेखनाच्या बाबतीत येतो. असा अनुभव आणि त्याचे कल्पनेच्या साहाय्याने केलेले स्वैर चित्रण हे अशा लेखनाचे दृश्य रूप म्हणता येईल. लेखकाची संवेदनक्षमता इथे नेहमीच महत्त्वाची कामगिरी बजावीत असते. कारण तीव्र अशा संवेदनक्षमतेच्या आधारावरच अनुभवाचे सूक्ष्मातिसूक्ष्म बारकावे हेरणे आणि त्याचा कलात्मक अर्थ लावणे शक्य होत असते. तसे कोणत्याही वाङ्मयप्रकारगत नियमांचे बंधन नसल्यामुळे मुळातच ललित गद्य स्व-तंत्र आहे. वाङ्मयप्रकार असूनही नियमांच्या ठाशीव चौकटीत कोंडले न जाणारे हे लेखन आहे. अनुभवाशी अनुरूप आणि अनुभवाच्या परिघात बसेल असा ललित कल्पनाविस्तार ही त्याच्याबाबतची माफक अपेक्षा आहे. तो मुक्त मानला जातो; पण मुक्तता म्हणजे कल्पनेचा स्वैराचार नव्हे. तिथे अनुभवांचा मुक्त अन्वयार्थ लावला जात असला तरी त्यावर अनुभवाला यथायोग्य न्याय देण्याची जबाबदारीही आहेच. ते ते अनुभव, त्यातील घटक, त्यातील ताणतणाव, गतिमानता, त्यांची पृथगात्मकता, अर्थानुकूलता वगैरे ध्यानात घेऊन एक अर्थपूर्ण रूपबंध तिथे सजणे आवश्यक असते. ओढूनताणून बळेबळे योजिलेले भाषावैभव किंवा कल्पनावैभव अशा कृत्रिम उपायांचे या लेखनाला वावडे आहे. रूपसिद्धीतील सहजता, स्वाभाविकता, नैसर्गिकता, विश्वासार्हता, अनुरूपता असे विशेषच ललित गद्य लेखनाचे यश निश्चित करतात आणि परिणामकारकता वाढवितात. एखाद्या विषयाच्या निमित्ताने लेखकाने वाचकाशी साधलेला मनमोकळा आणि शब्दमोकळा संवाद किंवा 'हेतुरहित

हेतुपूर्ण' संवाद असे ललित गद्यास म्हणता येईल. 'नियमरहित नियमितता' असे आणखी एक सूत्रही त्यास जोडता येईल. म्हणून असेही म्हणावेसे वाटते की आविष्कारवाद आणि रूपवाद या संकल्पनांचे भावकवितेप्रमाणे दृश्य गद्यरूप म्हणजे 'ललित गद्य' होय!

पारगांवकरांच्या प्रस्तुत संग्रहाचे शीर्षकच त्यातील आशयविश्वाचे स्वरूप स्पष्ट करणारे आहे. सय म्हणजे आठवण. प्रस्तुत संग्रहात पारगांवकरांनी त्यांच्या आठवणी लिहिलेल्या आहेत. 'सोबत' साप्ताहिकातील 'हरवलेले अंधार' या लेखमालेतून त्या क्रमशः प्रसिद्ध झाल्या आणि 'सोबत'च्याच अस्मिता प्रकाशना'ने १९८० साली त्यांचा संग्रह 'सय' या नावाने पुस्तकरूपाने प्रकाशित केला.

प्रस्तुत संग्रह वाचल्यावर प्रथमदर्शनी दोन गोष्टी लक्षात येतात. पाहिली गोष्ट अशी की रूढार्थाने आठवणींचे लेखन म्हणावे असे हे लेखन नाही. आठवणींच्या लेखनात एरव्ही निवेदकाच्या लौकिक जीवनासंबंधीचा बराच मजकूर येत असतो. तो आवश्यकही असतो. कारण त्यातूनच त्याच्या व्यक्तित्वाची आणि व्यक्तिमत्त्वाची घडण कशी होत गेली हे समजत जाते. स्फुट स्वरूपात घेतला जाणारा स्थलकालव्यक्तिसापेक्ष आत्मशोध या आठवणींच्या लेखनामागील हेतूच्या यशस्वितेला मदत करतो. पण काही अगदीच जुजबी माहिती सोडली तर 'सय' मधील निवेदकाने आपल्या 'लौकिक मी'ची दखल घेतलेली दिसत नाही. आठवणींच्या निवेदकाने स्वतःबद्दलची साद्यंत माहिती दिली पाहिजे असे नव्हे. तसा आग्रह धरणे वा अपेक्षा करणे चूक ठरेल. पण शेवटी आठवणी कुणाच्या, याविषयीची माहिती त्या आठवणींना वेगळा संदर्भ देत असते हेही विसरून चालणार नाही. त्याशिवाय 'आठवणीं' मधील सामाजिक, धार्मिक, राजकीय, आर्थिक, सांस्कृतिक असे गुंते उलगडले जाऊ शकत नाहीत. दुसरी गोष्ट म्हणजे या सर्व गावाकडच्या आठवणी आहेत. मराठवाड्यातील बीड हा पारगांवकरांचा जिल्हा. पाटोदा तालुक्यातील पारगांव हे त्यांचे गाव. १९२६ साली त्यांचा जन्म झाला. मॅट्रिकपर्यंतचे शिक्षण बीडला झाले. पुढे १९४८ साली ते पुण्याला आले आणि पुणेकरच बनले. १९८९ साली निधन होईपर्यंत त्यांचे वास्तव्य पुण्यातच होते. 'सय' मधील आठवणी या पहिल्या बावीस वर्षांतील आहेत. त्यांचे भौगोलिक केंद्र बीड (हे खेडेवजा) शहर असून पिंपळगाव, तालखेड, पारनेर, राजुरी अशी छोटी गावे त्यात भेटतात. बीड जिल्हा सोडल्यानंतर आणि पुण्याचा निवास पत्करल्यानंतर जवळ जवळ तीसेक वर्षांनी ते या आठवणींना उजाळा देत आहेत. दरम्यानच्या काळात एका विशिष्ट संप्रदायातील लेखक अशी त्यांची पक्की भूमिका झालेली आहे.

या संग्रहातील 'ओळख' ही पहिली आठवण नंतरच्या आठवणींचा जणू काही पायाच आहे. वयाच्या सहासाताव्या वर्षीची ही आठवण आहे. त्या वयात भावलेले

बीड ते आपल्याला दाखवतात आणि नंतर बैलगाडीतून मावशीकडे पिंपळगावला दिवाळीसाठी गेल्याची आठवण विस्ताराने सांगतात. त्यातही 'इथं रस्त्यावरून चालणारी माणसं एकमेकाला ओळखतात हे लक्षात आल्यावर मनाला मोठी मौज वाटली. बीडला रस्त्याने कितीतरी माणसं चालत असतात. पण ती एकमेकांच्या ओळखीची नसतात' किंवा 'इथं बायकाही बाहेरची कामं करीत होत्या' अशी त्यांची निरीक्षणे उल्लेखनीय ठरतात. याच लेखात त्यांनी म्हटले आहे, " 'हरवलेले अंधार' मध्ये मी जे लिहीत गेलो ते सारे या चारसहा मैलांच्या परिसरातलं. जणू माझ्या जीवनाचाच एक भाग मी इथं चित्रित केला आहे." पुढे ते लिहितात, "मीही आता पूर्ण शहरी झालेलो आहे. बदलत्या काळाची पावलं मला ओळखू येतात, त्यांचा अर्थ समजतो. पण तरीही माझा अमोल ठेवा अजून मी मनात जिवापलीकडे जपून ठेवला आहे. त्याला कोणी धक्का लावलेला मला सहन होत नाही." तेव्हा पुढील सगळ्याच लेखनामागचे सूत्र स्मरणरंजन असल्याचे स्पष्ट होते. स्मरणाला उजाळा दिला गेला आहे तोही रंजनाच्या अंगाने. ताणतणाव असेल, अन्याय असेल, दुःख असेल; पण त्यात दुःसह दाहकता नसेल. अस्वस्थ करील किंवा अन्तर्मुख करील असेही ते नसेल.

'ओळख' मधला तो रात्रीचा बैलगाडीचा प्रवास, पहाटे आलेली जाग, झिमझिमणारा पाऊस, गारवा, दुतर्फाची हिरवीगार शेते आणि गावाआधी दिसलेला उंचच उंच असा पिंपळ या क्रमाने पारगांवकर तपशील भरत जातात. गाडी- रस्त्याच्या दोन्ही बाजूचे गायी, म्हशी, शेळ्या, कोंबड्या यांचे गोठे, कुणा म्हाताऱ्या गावकऱ्याने जिजी म्हणून आईला घातलेली घरगुती हाक, गावतळे, पडकी वेस, मारुतीचे देऊळ, वेशीजवळचे दोन दगडी ओटे, मातीचा प्रशस्त वाडा, भाकरीचा तुकडा ओवाळून टाकून मावशीने केलेले स्वागत, काकांच्या बैठकीतील मळकट धोतर-पागोट्यातील माणसे, त्यांचे मायेचे वागणे, शेतात राबणाऱ्या बायका, मावशीची सवत अशा अनेकविध गोष्टींच्या निर्देशाने पिंपळगावासंबंधीचे निवेदन सजत जाते. त्यातील प्रसन्नता जशी जाणवते तसेच निवेदकही त्यात रमलेला आहे, एका दृष्टीने तो पुनःप्रत्ययाचा आनंद लुटत (व लुटवीत) आहे असेही जाणवू लागते.

या अशा ओळखीनंतर त्या निजामी-मोंगलाई ग्रामीण प्रदेशातील ग्रामरचनेचा एकेक घटक निवेदकाच्या कुतूहलाचा ठळक घटक बनत जातो. देऊळ, चावडी, शाळा, बुरूज, गढी, मशीद, बामणाचा वाडा, पाणवठा, बैलगाडी, तळ, भजन, पाऊस अशा ग्रामरचनेतील एकेक घटकांच्या निमित्ताने साठलेल्या आठवणी उघड्या केल्या जातात. त्यांना लेखांच्या शीर्षकाचे स्थान प्राप्त होते. परस्पराशी सांधले न गेलेले सुट्या स्वरूपातील हे लेखन असले तरी त्यातून गावाचा एक प्रातिनिधिक नकाशा सिद्ध होत जातो. वीस क्रमांकाच्या सर्वात शेवटच्या लेखाचे शीर्षक आहे

'गाव'. ते मोठे अर्थपूर्ण वाटते. वर ज्यांना घटक म्हटले त्याचीच एकत्र सूचना गाव (म्हणजे मूळ शब्द 'ग्राम' - आपट्यांच्या कोशात याचा अर्थ 'multiude, collection of anything' असाही एक दिलेला आहे-) हा शब्द करून देतो असे म्हणता येईल. कारण यातही फिरत्या कॅमेऱ्याने दृश्य करावे असे एक खेडे त्याच्या 'गात्रां'सह शब्दांधारे दृश्य केले जाते आणि अशा गात्रांच्या आधारे साकार होणारे ग्रामशरीर कसे वसत गेले असावे या प्रश्नांकित तत्त्वचिंतनावर लेखन विसावताना दिसते. गाव नावाचा ऐंद्रिय वा भौतिक घटकांच्या व्यवस्थित रचनेतून साकार होणारा आकृतिबंध म्हणजे निवेदकाला एक गूढच वाटते!

या सर्व ठिकाणी आठवणी साकार करण्याचे काही एक तंत्र निश्चित केले गेलेले नाही. या 'गात्रां'ना केंद्रस्थानी ठेऊन त्यांच्याबद्दलचे आपल्या मनातील संस्कार निवेदक आपल्या ढंगाने व्यक्त करीत जातो इतकेच! त्यामुळे रात्री बारानंतर सून पुन्हा पळून गेल्यामुळे आणि मुलगा तिच्या शोधाला बाहेर गेल्यामुळे सकाळी सकाळी पाणी भरायला आलेला म्हातारा आण्णा वाघ 'पाणवठा'या लेखाचा नायक होतो. 'बैलगाडी'मध्ये साखरकारखान्यासाठी ऊस वाहून नेणारे आणि चार पैसे मिळवून देणारे नवे साधन हे बैलगाडीचे नव-रूप अधोरेखित केले जाते. 'गढी'मध्ये काशीराम पाटलाच्या सुगंधा नावाच्या रखेलीची हकीकत येते. पाटलाच्या 'जाई' नावाच्या मुलीच्या लग्नात आपल्याला वाव नाही हे समजल्यावर प्रेमळ मनाची सुगंधा गृहत्याग करते. तिचा नंतर पत्ताही लागत नाही. 'शाळा'मध्ये शिक्षणाबाबतची खेड्यातील प्रतिकूलता चांगल्या रीतीने चित्रित केलेली आहे. मुले शाळेत येतच नाहीत. पण गावचा खंडेराव पाटील नाना मास्तराला जे सांगतो ते महत्त्वाचे आहे. तो म्हणतो, ''परत्येक पोर ही एक पडित जिमीन हाय, आनी तिची उस्तवार करायची ती काय चुटकी सारखी होईल व्हय? ....आज तुझा समदा जल्म ह्यो असा कोरडा जाईल,पर पुढच्या मास्तरासाठी ही पोरांची जिमीन झाक् होऊन जाईल ना! .....'' 'मशीद'मध्ये कुण्या इस्माईल नावाच्या बालमित्राबरोबर मशिदीला दिलेली भेट वर्णिलेली आहे. त्यात तिथली स्वच्छता, शांतता आणि रम्यता यांनी केलेल्या संस्कारांचे चित्रण आहे, 'तुझ्या देवाला वाहा' असे सांगून मित्राने दिलेली तिथली फुले - ती आपल्या देवाला कशी वाहायची? पण अस्वस्थ निवेदक मध्यरात्रीनंतर उठतो आणि घरच्या देवावर ती फुले वाहतो. आणि मग त्याला शांत झोप लागते. तेव्हा एकंदरीने ती ती ठिकाणे आणि त्यांना चिकटलेल्या आठवणींचा मनमोकळा आविष्कार असेच म्हटले तर इथे एक लेखनतंत्र बनले आहे. मात्र कुठेही कुठलीही आठवण एखाद्या विशिष्ट चाकोरीत जखडबंद झालेली नाही.

तसेच ग्रामस्थापत्यशास्त्राला धरून केलेली गात्र किंवा घटकचिकित्सा असेही हे लेखन नाही. त्या त्या घटकाच्या निमित्ताने केलेले प्रकट ललित चिंतन असेच

या लेखनाचे स्वरूप आहे. चिंतनात तार्किकतेवर भर दिला गेला असता तर या संग्रहाचे स्वरूप 'गाव गाडा' या आत्रे यांच्या सुप्रसिद्ध पुस्तकासारखे झाले असते!

व्यक्तिप्राधान्य हे 'सय'मधील आठवणींच्या विश्वाचे एक महत्त्वाचे वैशिष्ट्य आहे. ग्रामीण परिसरातील भिन्न भिन्न व्यक्तींबाबतच्या माहितीचा 'सय'हा एक गुच्छ बनलेला आहे. यात लेखकाच्या नातेवाईक मंडळींचा भरणा अर्थातच मोठा आहे. त्यात पत्नीच्या मृत्युप्रसंगीही तोंडातून एकसुद्धा अवाक्षर न काढणारे राजुरीचे शब्ददरिद्री बाजीराव काका ('बामणाचा वाडा') आहेत. सवतीच्या स्वाधीन पोटचा पोर देऊन विरक्तासारखा संसार करणारी मैना मावशी आहे ('नाळ'). अभक्षभक्षण करणाऱ्या आपल्या मुलाने आपल्या कुडीला स्पर्श करू नये अशी अट घालून ठेवणारी माईमावशी आहे ('मावशी') आणि 'अनाकलनीय' भासणारी व कुणालाही चटका लावील अशी तरूण विधवा उमा ('उमा') आहे.

नातेसंबंधापलीकडचे इतरेजनही या व्यक्तिदर्शनात समाविष्ट झालेले दिसतात. वराहपालन, कुक्कुटपालन यासारख्या शेतीच्या जोडधंद्याचे प्रयोग करणारे विक्षिप्त ठकसेनराव यात आपल्याला भेटतात ('नवी दिशा'). भरमसाठ व्याजाने पैसे देणारा, परतीचा वायदा चुकला तर घेणेकऱ्याच्या दारात उपोषणाला बसणारा आणि या नियमात आपल्या मुलाचाही अपवाद न करणारा झेलबापू यात भेटतो. ('झेलबापू'). साखर कारखान्याच्या आवारात चहाचे दुकान टाकून पैसे मिळविणारी पण घरच्या, गावाच्या आठवणीने विव्हल होणारी सर्जेबापू आणि त्याची बायकापोरे दिसतात ('तळ'). 'भजन'मधील धुरा महारीण आणि 'माळावरचा आंबा' मधील आनशानामा या दलित व्यक्ती. त्यांच्याबद्दलचा मजकूर केविलवाण्या दैन्याचे दर्शन घडविणाराच आहे.

या सर्व व्यक्ती आणि त्यांच्याबाबतीतील वस्तुस्थिती ही मानवी स्वभाव व कृती यातील विविधतेचे ठसठशीतपणे दर्शन घडविते. याचबरोबर त्या त्या व्यक्तीच्या संदर्भातील सभोवताल, परिसर दृश्य करण्याचे निवेदकाचे कौशल्यही जाणवत जाते.

सवत किंवा रखेली असणे आणि बेबनावाशिवाय त्यांनी एकत्र गुण्यागोविंदाने नांदणे यासारखे एखादे निरीक्षण यात जसे जाणवून जाते तसेच ललितगद्याचे बहुविध आकारही जाणवून जातात. त्यात ठळकपणे व्यक्तिचित्रे आहेत. शिवाय 'देऊळ', 'चावडी', 'बुरूज', 'गाव' अशी शब्दचित्रेही आहेत. 'बैलगाडी', 'तळ'मध्ये एखादी घटना किंवा प्रसंग फक्त उभा करण्याचा प्रयत्न आहे. 'मशीद' सारख्या लेखावर लघुनिबंधाची छाया पडल्यागत जाणवत राहते. 'गाव' हा लेख म्हणजे ललित ढंगाने लिहिलेला तत्त्वचिंतनात्मक निबंधच आहे. 'पाऊस' या लेखाने तर कथेचाच आकार घेतलेला आहे. अर्थपूर्ण वातावरणनिर्मिती हे या लेखाचे वैशिष्ट्य

बनलेले आहे. आकाशात नुसते दाटून आलेले मळभ आणि रझाकारांनी काकांना पकडून नेल्यामुळे आत्याच्या वाड्यात दाटून आलेली जडशीळता; त्यानंतर धुवांधार पाऊस कोसळून स्वच्छ नितळ झालेले आकाश आणि काका सुटून आल्यामुळे वाड्यात निर्माण झालेले नवचैतन्य अशा समकक्ष गोष्टींची फार चांगली मिलावट 'पाऊस'मध्ये साधलेली आहे.

पण अशी कलासिद्धी एखाद्या 'पाऊस'मध्येच दिसते. इतरत्र मात्र निसर्गाची वर्णने, स्थलवर्णने, घटना, प्रसंग वा व्यक्तिवर्णने, 'ओळख' किंवा 'गाव' मधील ग्रामसंकल्पनाविषयक वर्णने ही सर्व एकपदरी उतरलेली आहेत. बा. सी. मर्ढेकरांसारखा समीक्षक असे सांगतो की कवीची (म्हणजे ललित लेखकाची) अनुभूती द्विपदात्मक असते. हा प्रत्यक्ष पातळीवर काही सांगणे आणि अप्रत्यक्ष पातळीवर बरेच व्यापक असे काही सुचविणे असाच प्रकार आहे. फक्त ललित लेखकच 'प्रत्यक्षा'त 'अप्रत्यक्ष' भरू शकतो आणि किती भरू शकतो यावरच त्या लेखकाचे यश व दर्जा अवलंबून असतो असे हे प्रमेय आहे. 'सय' हा संग्रह यात कमी पडतो हे मान्य करायला हवे. असे दिसते की या संग्रहातील आठवणीरूप झालेले जवळ जवळ सर्व अनुभव एकपदात्मक पातळीवरून स्वीकारले आहेत, त्याच पातळीवरून त्यांचा साधासीधा वरवरचा अन्वयार्थ लावला आहे आणि तो तसाच एकपदरी स्वरूपात व्यक्त केला आहे. त्यामुळे आस्वादकाच्या मनात अनेकपदरी अर्थवलये निर्माण करण्यात प्रस्तुत लेखन यशस्वी झालेले नाही. प्रस्तुत लेखनात अशा काही जागा दिसतात की निवेदक त्यांच्या आधारे अनेकपदरी पातळीवर आपले निवेदन नेऊ शकला असता. उदाहरण द्यायचे तर पिंपळाचे देता येईल. अनेक ठिकाणी असलेले त्याचे वास्तव्य टिपले गेले आहे. पण त्याला 'प्रतीका'ची पातळी निवेदक कुठेही देऊ शकलेला नाही. करण असे वाटते की बीड जिल्ह्यातील सर्व ठिकाणी आढळणारा हा पिंपळ वृक्ष त्याच्या द्विपदात्मक अनुभूतीला जागच आणत नाही! मग निवेदक एकसुरी नसले तरी एकपदरी निवेदन सजवीत राहातो. थोडक्यात सांगायचे तर वाव असूनही प्रस्तुत लेखसंग्रह व्यामिश्र अनुभवांचा प्रत्यय देत नाही.

'सय'मध्ये चित्रित होत असलेला परिसर ग्रामीण असला तरी जाणिवा शहरी आहेत असे याचे एक कारण सांगता येईल. स्वतः लेखकाचे शहरी बनणे आणि 'साप्ताहिक सोबत'च्या मध्यमवर्गीय शहरी वाचकवर्गाचे भान असणे याचा मोठा परिणाम प्रस्तुत लेखनावर झालेला आहे. त्यामुळे नाविन्य, नवलाई यांचे लेखक व आस्वादक या उभय पक्षांचे आकर्षण हे या लेखनामागील प्रभावी सूत्र झालेले आहे. आणि या सूत्राच्या परिघात अनुभव बंदिस्त होत गेलेले आहेत.

निरीक्षणशक्ती, संवेदनक्षमता, रसिकता, सौंदर्यदृष्टी, नितळ वृत्ती, अनुभवांचा अनुभवांपुरता अन्वयार्थ लावण्याचे कौशल्य, शब्द व कल्पना यावरील पकड,

मनुष्य स्वभावाविषयीचे कुतूहल असे लेखकाच्या व्यक्तिमत्त्वाचे काही विशेष 'सय' वाचताना जाणवतात. तसेच रूपबंध म्हणून प्रत्येक आठवणीचे लेखनही चांगले उतरले आहे. मुख्य म्हणजे प्रत्येकाचा विस्तार प्रमाणबद्ध झालेला आहे. त्या त्या लेखावर त्यामागील अनुभवाची चांगली पकड राखली गेलेली आहे. शब्द आणि कल्पना यांच्या मोहात अडकून लेखन कुठेही भरकटत गेलेले नाही. नाजूक वीण असलेला रेखीवपणा आहे. सुव्यवस्थितपणे साधलेली रचना सर्वत्र जाणवते.

असे असूनही प्रस्तुत लेखन खोल असे समाधान देत नाही. निवेदनाला पूर्णत्व देणारे काहीतरी राहून गेले आहे असे वाटते. कलागुण म्हटले जाणारे विशेष उपस्थित असूनही असे वाटत राहते. थोड्या विचारांती लक्षात येते की जीवनदर्शनाच्या बाबतीत हे लेखन कमी पडते. आठवणींना असणारे जीवनाचे संदर्भ निवेदकाच्या नजरेतून सुटलेले आहेत किंवा लेखकानेच त्यांची उपेक्षा केलेली आहे. शेतीवर जगणाऱ्यांसंबंधीच्या आठवणी सांगायच्या आणि त्यांना त्यांच्या कृषिजीवनापासून-त्या जीवनातील वास्तवापासून तोडून फक्त व्यक्ती म्हणून अलग करायचे असा मामला सर्वत्र झालेला आहे. खरे तर निजामी राजवटीचा जुलूम असह्य झालेला हा काळ आहे. 'पाऊस'मध्ये त्याचा उल्लेखही आहे. निवेदकाच्या आत्याच्या नवऱ्यालाच काही कारण नसता रझाकारांनी धरून नेलेले आहे. पण याचा फक्त निर्देश केला जातो. सर्व प्रकारच्या बंधनात जखडलेली जनता त्या अविवेकी, जुलमी संस्थानी राजवटीत कशी जगत असेल, कसला भयग्रस्त तणाव सर्वसामान्यांच्या जीवनात निर्माण झालेला असेल याची पुसटशीसुद्धा जाणीव मराठवाड्यातील बीड जिल्ह्याशी संबंधित असणाऱ्या या आठवणीत नाही.

हे असे का याचे उत्तर पारगांवकरांच्या वाङ्मयविषयक भूमिकेत सापडते. तिथे त्यांची आविष्कारनिष्ठ कलावाद्याची भूमिका आहे. त्यांच्या मते साहित्यकृतीतील आशय ही महत्त्वाची गोष्ट नव्हे. १९८४ सालच्या साहित्यसंमेलनाच्या शंकरराव खरातांच्या अध्यक्षीय भाषणावर लिहिताना त्यांनी स्पष्टपणे लिहिले आहे, 'शेवटी हेच मान्य करावे लागेल की, ललितकृती ही एक कलाकृती असते आणि कोणत्याही कलाकृतीकडे ती एक कलाकृती असते याच दृष्टिकोनातून पाहायला पाहिजे, पाहण्यास शिकले पाहिजे (आस्वाद आणि समीक्षा पृ. ८०).' याच ग्रंथात पृ. ८७ वर आनंद यादवांच्या 'नटरंग' कादंबरीबद्दल त्यानी म्हटले आहे, 'ग्रामीण जीवनाच्या विकासाला अनेक प्रकारच्या मर्यादा पडलेल्या आहेत. त्यामुळे ते जीवन कमी व्यामिश्र आहे. मनाच्या अनेक पातळ्यांवरून परिस्थितीचे आकलन करून घेण्याची जी क्रिया ती या जीवनाच्या बाबतीत फारच मर्यादित असते. त्यामुळेच ग्रामीण कलाकृतींना त्रिमितीचा आकार येत नसावा असे वाटते. या कारणामुळे जी परिस्थिती ग्रामीण साहित्याच्या बाबतीत आहे, तीच दलित साहित्याच्या बाबतीत

आहे, असे म्हणावे लागेल.' डॉ. सुधीर रसाळ यांनी प्रस्तुत ग्रंथाच्या प्रस्तावनेत पारगांवकरांच्या 'स्वायतावादी आकृतिवादी' भूमिकेचे विवरण करताना 'आकृती घडविण्यासाठी वापरली जाणारी सामग्री ही स्वाभाविकपणेच गौण ठरते' असे म्हटले आहे.

यामुळेच 'वस्तू'ला सामावणारी 'आत्मनिष्ठा' प्रस्तुत लेखनाबाबत कार्यवाही झालेली नाही. या आठवणींच्या काळातील मराठवाड्याचा– बीड जिल्ह्याचा नेमका चेहरा, त्याचे खास वैशिष्ट्यपूर्ण अस्तित्व अशा भूमिकेमुळे उपेक्षित राहिलेले आहे. वास्तविकपणे आठवणींचे लेखन जीवनाच्या संदर्भाची मागणी स्वभावत:च करीत असते असे एक सर्वसाधारण सूत्र इथे दुर्लक्षिले गेलेले आहे. पण सांप्रदायिक अभिनिवेशामुळे गुणवत्ता असूनही एखाद्याचे लेखन कसे भरीव ठरण्याबाबत उणे ठरते याचे 'सय' हा संग्रह उदाहरण ठरावा.

♦

''आहे मनोहर तरी'' बरोबरच ''गमते उदास'' ही

सुनीता देशपांडे यांचे 'आहे मनोहर तरी' या शीर्षकाखाली प्रसिद्ध झालेले आत्मनिवेदन सध्या खूपच गाजते आहे. 'सांगते ऐका' नंतर वाचकांना धक्का देणारे एका स्त्रीचे निवेदन म्हणून ('मला उद्ध्वस्त व्हायचंय' ची आठवण ठेऊनही) प्रस्तुत पुस्तकाचाच उल्लेख करावा लागेल. आपल्या जीवनाचा आढावा घेत असतानाच आपले पती (म्हणजे महाराष्ट्राचे लाडके दैवत असलेल्या) श्री. पु. ल. देशपांडे यांचे त्यांनी केलेले परखड मूल्यमापन हे त्याचे एक प्रमुख कारण म्हणून सांगता येईल. (असेही दिसते की पु. लं. ची पत्नी ही अपघातात्मक वस्तुस्थिती न विसरली जाणे ही या निवेदनाच्या समीक्षेबाबत सर्वप्रधान अडचण झालेली दिसते आहे!) त्याशिवाय लेखिकेची विलक्षण एकारलेली आत्मकेंद्रितता, पुरुषसत्तेविरुद्ध ती घेत असलेली आक्रमक स्त्रीवादी भूमिका, फार थोडे अपवाद वगळले तर स्वेतरांविषयी दाखविला जाणारा तुच्छतासदृश थंड अलिप्त भाव इत्यादी विशेषही हे आत्मनिवेदन गाजण्याची काही कारणे म्हणून सांगता येईल किंवा सांगितली जाताहेत.

हे काहीही असले तरी सत्यापलाप किंवा असत्य कथन याचा आरोप प्रस्तुत निवेदनावर झालेला नाही. इतकेच नव्हे तर नको तितके परखड सत्यदर्शन आणि स्व वा स्वेतरविच्छेदन हा आरोप मात्र संभवनीय वाटेल अशी लेखनाची एकूण धाटणी आहे. त्याचे कारण एकच- ते म्हणजे लेखिकेने प्रस्तुत पुस्तकाचे लेखन एखाद्या व्रतस्थाच्या निष्ठेने आणि काटेकोरपणे केलेले आहे. त्यात प्रामाणिकपणा आहे, प्रांजळपणा आहे, खास स्वत:चा असा एक मनस्वी वेग आहे आणि त्याच्या जोरावर वाचकाला खिळविण्याचे सामर्थ्य आहे. मुख्य म्हणजे कसलीही तडजोड नाही. वेगळ्या भाषेत सांगायचे तर आपल्या मनावर नेहमी पकड ठेऊन असणाऱ्या निर्बंधकाचे - सेन्सॉरचे पहारे धुडकावून त्यांनी हे लेखन केलेले आहे. आजारी आईचा

गळा घोटण्याची झालेली इच्छा, भय्यामधल्या नराचे वाटलेले आकर्षण, इतरांनीच संपविलेल्या डाळिंबाच्या दाण्यांमुळे आलेल्या विषादाने गाठलेली गर्भपाताची सीमा, जी. ए. कुलकर्णीसारख्या लेखकाशी साधलेली वेगळी पत्रमैत्री आणि त्यांच्यामुळे आपल्या एकाकीपणाला नवे परिमाण लाभल्याची दिलेली कबुली, नवऱ्याचा स्वार्थीपणा, पोरपणा-क्षुद्रपणा या सारखा जो तपशील प्रस्तुत लेखनात येतो तो केवळ सनसनाटीपोटी नव्हे. आत्मनिवेदन आकर्षक बनविण्यासाठी असल्या युक्त्या वापरण्याची लेखिकेला जरुरी नाही. तो तिचा मार्गच नव्हे.

तिने यासाठी मुक्रर केलेला मार्ग खरे तर आश्चर्य वाटावे असा आहे. तो आहे आत्मशोधाचा. आणि हा आत्मशोध घेताना अगदी निर्दयपणे तिने आपल्या ज्ञात मनाचा धांडोळा घेतला आहे. एखाद्या शास्त्रज्ञ तत्वचिंतकाच्या अवसानानेच तिने आपल्या जाणिवेच्या कक्षेतील बारीकसारीक अर्थपूर्ण तपशील टिपकागदासारखा टिपून घेतला आहे. त्यामुळेच वाचकाच्या मनातील अपेक्षांच्या फूटपट्टीने तिचे निवेदन उत्तरासह बेतले जाऊ शकत नाही. इतक्या सुप्रसिद्ध चतुरस्त्र कलावंताची बायको असून तिचे निवेदन हे असे कसे? ते तसे का? अशा प्रश्नांची गर्दी त्याला अस्वस्थ करते; हे चूक, ते बरोबर आणि त्याची कारणे अशी अशी, अशा तर्काच्या कोष्टकात तो प्रस्तुत निवेदन बसवू लागतो. पण त्यामुळेही मिळणाऱ्या उत्तरांनी खरे समाधान होत नाही. त्यासाठी वाचकाला मानसशास्त्राचा आधार घ्यावा लागतो. आणि लेखिकेच्या नेणिवेत उतरावे लागते. जाणिवेच्या पातळीवरील अनुत्तरित प्रश्नांची उत्तरे त्याला नेणिवेच्या पातळीवर सापडू शकतात. निवेदनातील कृतिउक्तींना एक नवे अदृष्य संघटनासूत्र लाभू शकते.

'आहे मनोहर तरी' या आत्मनिवेदनात कृती आणि (विशेषत: स्वगतसदृश) उक्ती यांची जाणिवेच्या पातळीवर जी संघटना साधली जाताना दिसते ती लेखिकेच्या नेणिवेतील मूलभूत प्रेरणा, गंड आदींनी नियमित व नियंत्रित आहे. पृष्ठ क्रमांक दहावर लेखिकेने प्रस्तुत लेखन करतानाची आपली मन:स्थिती सांगताना लिहिले आहे- "सध्या असा एक मूड आहे की ज्याला 'आताशा मी नसतेच इथे' मूड म्हणता येईल. म्हणजे कुणाला भेटू नये, कुणी येऊन डिस्टर्ब करू नये, एकटेच बसावे, स्वत:तच राहावे, असा. पडून किंवा बसून राहावे - डोळे उघडे किंवा मिटलेले, कसेही. पण सभोवारचे काहीच न पाहाता, त्यात अगर या इथे न राहता. सारा कल्पनेचा किंवा विचारांचा खेळ खेळत, त्याच जगाशी एकरूप होत, तिथली सुखदु:खे भोगत. अशावेळी डोळ्यांना दुसरंच जग दिसत राहतं... धूसर स्वप्नं पडत राहतात, विरत राहतात. मन कुठे तरी ओढ घेतं...." नेणिवेच्या प्रदेशातील अज्ञात लाटांनी जाणिवेच्या हद्दीत प्रवेश करायला प्रारंभ केला की बनणारी ही अनाकलनीय, नेमकेपणी सांगता येत नाही अशी मन:स्थिती आहे. जाणिवेच्या स्तराची यामुळे

बिघडणारी शिस्त, अस्ताव्यस्त होत जाणारे तर्काचे लागेबांधेच यातून प्रत्ययाला यायला लागतात.

लेखिकेच्या नेणिवेतील विशेष कार्यकारी झालेले गंड दोन आहेत. अहं गंड आणि काम गंड...'आहे मनोहर तरी' च्या सर्वच लेखनात अहंगंड अगदी डोळ्यात भरावा असा प्रकटला आहे. स्वत:च्या संदर्भात ठिकठिकाणी लेखिकेने केलेले उल्लेख म्हणजे या अहंचेच आविष्करण आहे. काही काही ठिकाणी तर त्याची तीव्रता नार्सिसिझम्च्या - केवलात्मरूपलक्ष्याच्या पातळीवर गेलेली आहे. इतरांना काय वाटेल याचा विचार न करता स्वत:ला वाटेल, पटेल ते करणे हा जो सर्वत्र दिसणारा लेखिकेचा पिंडधर्म आहे तो या गंडाचेच दर्शनी रूप होय. घरच्यांना न जुमानता बेचाळीसच्या लढ्यात घेतलेली उडी, त्यात केलेले भूमिगत कार्य इथपासून ते आणीबाणीतील कार्यापर्यंत किंवा नवरा, माहेरसासराची नातेवाईक मंडळी आणि मित्रपरिवार यांच्याशी असलेली मी-वादी वर्तणूक दर्शविणाऱ्या घटना-प्रसंगातून आविष्कृत होतो तो हा गंडच. इतकेच नव्हे तर एखाद्या प्रसंगाबाबत दुसऱ्याची बाजू मांडण्याचे जे औदार्य दाखविले जाते तेही या गंडानेच घेतलेले वेगळे रूप असते. कारण त्यामुळे शेवटी 'असाही विचार करणारी मी' या लेबलाचे एक पीस लेखिकेच्याच तुऱ्यात खोचले जाते!

या गंडालाच फुटणारी आक्रमकता, बंडखोरी जशी सर्वत्र दिसते तसाच एक तऱ्हेचा धुमसता समजूतदारपणा आणि आत्मकणव या निवेदनातील कृतिउक्तींच्या बुडाशी सळसळताना दिसते. नवऱ्याचा बिजवरपणा, स्वार्थीपणा, परावलंबित्व किंवा त्याच्या एकूणच न आवडणाऱ्या हालचाली, आचार्य अत्र्यांचे वागणे (पृ. १८६), 'दूधभात'च्या कराराची हकीकत व अखेर (पृ. १७१), रमीच्या खेळाचा प्रसंग (पृ. १४३), मालेगाव प्रकरण (पृ. १२३) अशा अनेक ठिकाणी लेखिकेकडून दाखविला जाणारा समजूतदारपणा स्व-केंद्रीच आहे. त्यामुळेच तो अस्वस्थ, धुमसता आहे. याप्रमाणेच आत्मकणवेचे सूत्रही अनेक घटनांमागे दिसते. अस्पष्ट स्वरूपात ते या समजुतदारपणामागेही आहेच. पण अगदी स्पष्टपणे ते जाणवेल असे बरेच प्रसंग या आत्मनिवेदनात आहेत. मोहनची ढबू रुपयाची भाऊबीज (पृ. ५५), रेल्वे मजुरांसाठी विड्या फेकणे (पृ. ७५), पुण्याला बंद दारासमोर बसून दुपारी ११।/१२ ते ४।।-५ पर्यंत नवऱ्याची पाहिलेली वाट (पृ. ९६), अत्र्यांच्या 'कार्लाईलची बायको' या लेखासंबंधीची हकीकत (पृ. ११०), नागपूरहून मुंबईला अपरात्री रेल्वेने आलेली असताना नवरा स्टेशनवर न आल्याने ओढवलेला प्रसंग (पृ. ६३) अशा कितीतरी प्रसंगांच्या बुडाशी ही आत्मकणवच असलेली जाणवते. पण अहंगंडाच्याच प्रभावामुळे तिथे 'पाहा हो किती मी बिचारी' चा सूर चुकूनही लागत नाही.

या अहंगंडाचे उदात्तीकरण किंवा सदसद्विवेकमय अत्यहंचे दर्शनही या

आत्मनिवेदनात घडते. ते प्रामुख्याने काही (स्वेतर) व्यक्तींच्या चित्रणाद्वारा. त्यात धामापूरची आजी येते. कुणी लाडमास्तर येतात. जे. पी. नाईक, अण्णासाहेब सहस्त्रबुद्धे, एस. एम. जोशी येतात. नाना जोग तर अगदी सविस्तरपणे (पृ. २०९ ते २१२) येतात. इतरांना मदत म्हणून स्थापिलेला ट्रस्ट म्हणजेही अत्यहंचेच कार्य. तसाच बेचाळीसचा लढा किंवा आणीबाणी यातील सहभागही. पृ. २१६ वर अशा कामांची एक यादीच दिसते. डॉ. अरुण लिमये, डॉ. विवेक परांजपे, जी. ए. कुलकर्णी, विलेपार्ले म्युझिक सर्कल यांना वेगवेगळ्या संदर्भातील मदत असेच त्या कामांचे स्वरूप आहे.

फ्राईडच्या मते अहं (ego), अत्यहं (super ego), आणि तत् (id) ही मनातील तीन शक्तिकेंद्रे होत. स्वत:बद्दलच्या जाणिवेचा विषय म्हणजे अहं. आपली सदसद्विवेकबुद्धी म्हणजे अत्यहं. ती आपल्या प्रेरणांचे नियमन व नियंत्रण करणारी शक्ती होय. तत् हा एक अनाकलनीय असा भाग किंवा केंद्र. तिथे नैसर्गिक प्रेरणांचे सततचे अस्तित्व असते. काल, नैतिकता व तार्किकता यांची तिथे जाणीवही नसते. या शक्तीचे कार्यक्षेत्र म्हणजे नेणिवेचा स्तर. या स्तरातच अहं आणि अत्यहं यांचा पाया असतो. अहंचे कार्यक्षेत्र मात्र जाणिवेच्या स्तरावर. वस्तुस्थितीची स्पष्ट कल्पना, तर्कशुद्धता, शिवाशिवाची - चांगल्या वाईटाची चाड, कालसंकल्पना इ. त्याची वैशिष्ट्ये. या अहंला कृतीच्या बाबतीत नेहमीच बाह्य परिस्थिती, तत् आणि अत्यहंचा दबाव यांचे अवधान ठेवावे लागते. 'आहे मनोहर तरी' मधील तपशिलामागे लखिकेच्या मनाच्या अशा व्यवहाराचीच सारखी जाणीव होत जाते. त्यातील वैचारिक मंथन, एखाद्या मुद्याचे खंडनमंडन, मुक्त विद्यापीठ- कॉपी राईट- दलित लेखकांना कानपिचक्या यासारखी प्रकरणे इत्यादी गोष्टी याचीच आविष्काररूपे होत.

Father Fixation (पितृगंड) हे सुद्धा लेखिकेच्या नेणिवेतील प्रभावी सूत्र दिसते. एरव्ही तुलनेने सौम्य अशा गोष्टीखातरही इतरेजनांबद्दल तिच्या मनाला अढीची गाठ बसताना दिसते. डाळिंबाच्या दाण्यांचे निमित्तही तिला गर्भपातासाठी पुरते. पण वडिलांच्या बाबतीत तिच्या ठिकाणी एक नैसर्गिक क्षमाशीलता आहे. बेचाळीसच्या लढ्यात ती त्यांचे न ऐकता घराबाहेर पडून भाग घेते. तिच्या भूमिगत कार्याच्या काळात किंवा नंतर 'दुर्गाप्रसाद' मधील वास्तव्याच्या काळातही वडिलांनी तिची विचारपूस केलेली दिसत नाही. या जागेत तिने नंतर आपल्या दोन्ही भावांनाही शिकायला आणले. या संदर्भात पृ. ५४ व ५५ वर पुढील मजकूर दिलेला आहे. "आप्पा खर्चासाठी पैसे पाठवत ते अर्थातच या मोठ्या भावाकडे असत. त्यातून त्या दोघांचा खर्च चाले.... मी स्वत:पुरती कमवत होते.... मला थोडी गरज असल्यामुळे मी माझ्या भावाकडे पंधरा रूपये उसने मागितले.... आप्पांची तशी लेखी सूचना नसल्यामुळे मी तुला एक पैही देणार नाही, असे निर्विकारपणे सांगून तो मोकळा

झाला.'' लेखिकेला पैसे द्यायला आप्पांनी हरकत घेतली नसती हे इथे लेखिका आवर्जून सांगते. पण आप्पांनी तशी सूचना दिली नसल्याचे सत्य काही त्यामुळे दडून राहात नाही. आणि लेखिकेचा एकूण स्वभाव लक्षात घेतला तर वडिलांबद्दलचे तिचे भावनिक बंध तिथे तुटायलाच हवे होते! तरीही वडिलांबद्दल लेखिकेने अतिशय गौरवाने लेखन केले आहे. त्याचे कारण हे Fixation च होय.

लेखिकेने तिच्या आईबद्दल जे लेखन केलेले आहे त्यातील तटस्थ विश्लेषणाच्या पोटात एक थंड दुरावा दडलेला दिसतो. जादा चिकित्सकता दिसते. जाणिवेच्या पातळीवरील मायलेकीच्या अशा संबंधाबद्दलचे कारण मनुष्यस्वभाव असे कुणी देईल. पण ते स्थूल, वरवरचे म्हणून अपुरे होईल. दुःखमुक्त करण्यासाठी का होईना, या आईचा गळा दाबण्याची इच्छा लेखिकेला झालेली होती. त्यांच्यातील संबंधाचे कारण शेवटी लेखिकेच्या father fixation मध्येच सापडते. या गंडामुळेच एक सूक्ष्म अप्रीती आईबाबत लेकीच्या मनात रुजलेली आहे. लेखिकेची वैचारिक स्त्रीवादी भूमिकाही तिच्या आईच्या संदर्भात विशेष कार्यकारी होत नाही याचे कारणही हा गंडच होय.

असेही दिसते की नाना जोगांबद्दल लेखिकेला वाटणाऱ्या आत्यंतिक आपुलकीमागेही तिला खोलवर कुठे तरी प्रतीत होणारी त्यांची पितृसदृशताच आहे. ('ते आणि त्यांची पत्नी सिंधू यांनी मला आपली मुलगीच मानले होते- २११') लेखिकेने नानांबद्दल पुष्कळ लिहिले आहे, पण त्यांच्या पत्नी सिंधूताई यांचा फक्त मोघम उल्लेख आहे ही गोष्टही या संदर्भात मोठी अर्थपूर्ण ठरते!

लेखिकेची नेणिवेची गुहा अहंगडाइतकीच कामगंडाने व्याप्त आहे. त्याचे स्वरूप बरेच गुंतागुंतीचे असून तोही अनेक रूपांनी या आत्मनिवेदनातील कृतिउक्तिमय तपशिलामागे कार्यकारी झालेला आहे. लेखिकेचे नवऱ्याशी असणारे नाते असे आणि इतके अनपेक्षित, गुंतागुंतीचे, शिवाय म्हटले तर विरोधी - विचित्र का या प्रश्नाचा खुलासा फक्त ह्या गंडाचा शोध करू शकतो. अशा शोधात कदाचित न रुचणारे, चमत्कारिक वाटतील असे निष्कर्षही हाती येतील. पण शोधकाला फक्त शोध घ्यायचा असतो आणि शोधाचे म्हणून काही कायदेकानून असतात, शिस्त असते. प्रिय वा अप्रिय निष्कर्षाखातर त्याने त्याचे शोधकार्य पत्करायचे नसते किंवा सोडूनही द्यायचे नसते.

'आहे मनोहर तरी' वरून असे दिसते की लेखिकेच्या नेणिवेत अहं आणि काम हे नुसतेच प्रभावी नाहीत तर ते प्रभावीपणे एकवटले आहेत. एकमेकाला पूरक अशा तऱ्हेने ते प्रभावीपणे कार्यरत झालेले आहेत. पृष्ठ ७८ वर स्वतःच्या जन्माबद्दलचा वृत्तान्त लेखिकेने जो सांगितला आहे तो काळजीपूर्वक पाहिला तर उत्तरोत्तर तिच्या ठिकाणी प्रबळ होत गेलेला मी आणि एकाकीपणा यांची उकल होऊ शकते. तिच्या

जन्माची नेमकी वेळ आणि तारीख सांगणेही आज कुणाला जमत नाही. सर्वांच्या दृष्टीने हा इतका बिनमहत्त्वाचा जन्म! तसेच तिच्या आजोबांनी तिच्या रडण्याला, किरकिरीला कंटाळून 'ही पीडा घरात नको म्हणून (तिला) भर उन्हात खिडकीतून बाहेर पाण्याच्या टाकीवर टाकून' दिलेले. तिथून तिला आजीने आत आणलेले, आईने नव्हे! तेव्हा लेखिका निष्कर्ष काढते तो असा-..... 'ज्या दिशेने प्रवास सुरू झाला, त्यात माझ्या जन्माचे स्टेशन लागले नाही.... माझ्या जन्मतारखेचे कोडे सुटले नाही.' तेव्हा घरात वा या जगातच आपण नगण्य, नकोसे असा सूर त्या अगदी कोवळ्या स्थितीतच लेखिकेच्या नेणिवेत रुजलेला आहे. एका बाजूला नंतर त्यावर मात करून स्वत:ची प्रतिष्ठापना करण्याची ईर्षा आणि दुसऱ्या बाजूला नकोशी असली तरी त्याची न सुटणारी साथ यामुळे अहं आणि एकाकिता या दोन रुळांवरूनच तिच्या पिंडाचा प्रवास चालू झालेला आहे. यानंतर कामगंडासंबंधी.

पृ. ५० ते ५३ वर लेखिकेने आपल्या वयाच्या सतराव्या वर्षीचा जो प्रसंग लिहिलेला आहे तो उल्लेखनीय आहे. बेचाळीसच्या क्रांतिलढ्यात सहभागी होऊन ती त्यावेळी मुंबईला भय्याकडे (मीर असगर अल्ली) राहात होती. एका रात्री ती वाचता वाचता भैय्याच्या गादीवरच झोपी जाते. भय्या 'अंग चोरून' शेजारीच गाढ झोपलेला. तिला मधेच जाग येते. लेखिका लिहिते, ''खरे तर जाग येताच मी उठून आत माझ्या खोलीत जाऊन झोपू शकले असते. पण तो विचार मला सुचलाच नाही. वाटले तिथेच त्याच्या शेजारीच झोपावे. त्याने आपल्याला जवळ घ्यावे, कथा-कादंबऱ्यात करतात तसे हळूवार प्रेम करावे. त्याच्याबद्दल एकाएकी मला प्रचंड ओढ वाटू लागली. ही ओढ अचानक या क्षणीच निर्माण झाली, की आधीपासूनच हळूहळू निर्माण होत गेली होती आणि त्याक्षणी मला या गोष्टीची जाणीव झाली, कोण जाणे.... भय्या गाढ झोपला होता, त्याच्या शरीराची जवळीक मला हवीशी वाटली. तरी धिटाई करायची भयंकर लाजही वाटली. मग आतून हुंकारणाऱ्या मादीने पवित्रा बदलून पाहिला. जणू काय झोपेतच लोळल्यासारखी मी त्याच्याजवळ सरकले आणि.... कमरेवरून.... हात टाकला. (''मूल आईच्या कुशीत शिरून.... वगैरे आजच्या अत्यहंने केलेले अलंकारिक – म्हणून विजोड कलम!) अपेक्षा होती, घडले वेगळेच.'' जागा झालेल्या भय्याने 'जणू बापाच्या मायेने' तिला जवळ घेतले, थोपटले, तिच्या कपाळाचे चुंबन घेतले आणि तो झोपी गेला. त्यानंतर 'आपला सगळा डाव फसल्याने मी भयंकर खजील झाले. चवताळले. अहंकार दुखावला गेला आणि सूड काढायच्या निर्धाराने क्षणात पवित्रा बदलून जणू काय झोपेतून जाग आल्यासारखी मी एकदम उठून बसले. त्यालाही जाग आली. 'क्या हुवा बेटे?' म्हणत तोही उठून बसला. 'क्या हुवा? शरम नही आती?' इथूनच मी सुरवात केली.' नंतर काकुळतीला येऊन त्याने आपले निर्दोषत्व पटवून दिले.

मग लेखिका लिहिते, "त्याला माझ्याबद्दल कोणतीही शंका आलेली नाही याची खात्री होताच जणू काही गैरसमज दूर झाल्याचे दाखवून मी हळूहळू माघार घेत वाद मिटवला."

काम आणि अहं या दोन्हीचे एकवटलेले दर्शन या प्रसंगात उघडपणे होते. त्याच्या स्पष्टीकरणाची आवश्यकताच नाही. पण एकदम लक्षात न येणारी दोन सूत्रे यात सामावलेली आहेत. ती म्हणजे लेखिकेला - स्वत:तील मादीला भय्याच्या ठिकाणी आपणास केवळ योग्य अशा नराची झालेली जाणीव आणि बाह्यत: स्थिरस्थावर झालेले असले तरी तिची दडपली गेलेली कामेच्छा. वास्तविक तिच्या इच्छेची पूर्ती न करणाऱ्या या भय्याबाबत तिच्या ठिकाणी विरोधी शत्रुत्वाचा भाव निर्माण व्हायला हवा. पण तो झालेला नाही.

त्याची दोन लग्ने झालेली असून त्याला मुलेही होती हे लेखिकेला ठाऊक होते.

या भैय्याला पुढे दारूचे व्यसन लागले. तरीही तो लेखिकेच्या मनातून उतरला नाही. ती लिहिते, ".... आम्हा दोघांची मैत्री शेवटपर्यंत कायम होती. त्या मैत्रीला दृष्ट लावण्याची कुणालाही ताकद नव्हती." हे निवेदन पूर्ण सत्य आहे. कारण नेणिवेच्या पातळीवर लेखिकेच्या अन्तर्मनातील मादीने आपल्याला अतृप्त ठेवणारा असला तरी तो खास आपला म्हणून पत्करलेला, स्वत:योग्य मानलेला अनन्यसाधारण नर होता. त्याचा सततचा स्नेह लाभणे हा त्या अतृप्ती- वरचा एकमेव इलाज होता.

यामुळेच नवरा म्हणून तिने पत्करलेल्या पुरुषाला तिचे हे अन्तर्मन नाकारते. तो कसाही आणि कुणीही असला तरी. त्यामुळेच काही बाह्य लौकिक गोष्टींच्या आकर्षणामुळे नवऱ्याच्या प्रेमात पडूनही ती म्हणत राहते, "माझा मात्र लग्न या गोष्टीला पूर्ण विरोध होता (पृ. ६१)." त्यासाठी तिचा 'मी' काही तत्त्वज्ञानाचीही कारणांखातर मांडणी करतो. आणि पुढे "लग्न या गोष्टीला माझा इतका विरोध असताना, भाईशी लग्न करायला तयार झालेच कशी?" असा प्रश्नही विचारतो. प्रेम आणि लग्न यामधील कोर्टिंग पीरियडचे लेखिकेने केलेले चित्रणही उद्वेगजनक आहे. पुढे तर तिने आपण व आपला नवरा यांच्यातील फरक सांगून स्पष्टच लिहिले आहे की. ".....आणि लक्षात आले की आम्हाला एकमेकांबद्दल वाटलेले आकर्षण हे एकमेकांमधील साम्यामुळे नव्हतेच मुळी, तर unlike poles attract या नियमानुसर होत असावे (पृ. ८८)." आणि यानंतर त्या उभयतांतील न जुळणाऱ्या प्रसंगांची संख्या प्रस्तुत आत्मनिवेदनात वाढत जाते. घटस्फोटाच्या विचाराचा उल्लेख होतो, पण अत्यहंच्या तात्विक भूमिकेमुळे तो कार्यवाहीत येत नाही. नेणिवेच्या स्तरावर मात्र त्याची कार्यवाही झालेली आहे. तिथे लेखिका व तिचा नवरा विभक्तच आहेत. स्वत:योग्य न वाटणाऱ्या आणि नेणीव नाकारीत असलेल्या या नवऱ्याबद्दल तिने

काही प्रशंसोद्गार काढलेले दिसतात. पण जाणिवेच्या पातळीवरील शिष्टाचारांचीच त्यावर कळा जाणवते. भय्याचा तिच्या नवऱ्याने माझा मित्र असा केलेला उल्लेख किंवा जी. ए. कुलकर्णींनी मला पत्रात असे असे लिहिले असे म्हणणे तिला रुचत नाही याचे कारण हेच आहे. त्यात लेखिकेचा उल्लेख केला जात नाही हे सांगितले गेलेले कारण खरे नव्हे! नवऱ्याने या दोघांशी सलगी दाखविणे तिच्या नेणिवेलाच अमान्य आहे.

या सूत्राच्या आधारावरच दर्शनी स्वरूपात डाळिंबाच्या दाण्यांच्या निमित्ताने तिने गर्भपात करून घेणे किंवा नंतरही आपल्याला मुले नाहीत याचे दुःख होत नाही असे सांगणे या बाबतीत निर्माण होणाऱ्या तिढ्या, बुचकळ्यात टाकणाऱ्या प्रश्नाचे सरळ साधे उत्तर मिळू शकते. नर म्हणून तिच्या नवऱ्याचा तिच्या अन्तर्मनातील मादीने स्वीकारच केलेला नाही. त्यामुळे तो तिला देऊ पाहात असलेले मातृत्व तिचे अन्तर्मनच सरळ नाकारते हेच ते उत्तर होय. मग खुद्द लेखिकेनेही जाणिवेच्या पातळीवर त्याबाबत दिलेली उत्तरे काहीही असली तरी!

नवऱ्याच्या चतुरस्त्र कलागुणांबद्दल, हजरजबाबीपणाबद्दल, यशाबद्दल, कर्तृत्वाबद्दल तिला एखाद्या त्रयस्थाबद्दल असावे तसेच माफक कौतुक आहे. त्याच्या एकंदर व्यक्तिमत्त्वाबद्दल ती जशी भारावून, भरून दाटून येऊन बोलत नाही, तशीच त्याच्याबद्दल तिच्या मनात असूया किंवा आकसही नाही. नवरा-बायको म्हणून मनाच्या ज्ञात पातळीवर दीर्घ सहवास वगैरेंमुळे जे काही संवादी - विरोधी भावसंबंध साचले असतील तेवढेच! त्यातही लेखिकेने नवऱ्याबाबत ज्या भूमिका बजावलेल्या आहेत त्या आहेत आईच्या, मार्गदर्शकाच्या, उपदेशकाच्या, संरक्षक शक्तीच्या; मादीच्या नव्हे. म्हणजे वात्सल्य वगैरे आहे, रतिभाव नाही! कारण पुन्हा तेच. या नवऱ्याच्या संदर्भात मादीची भूमिका बजवायला तिच्या अन्तर्मनाचाच विरोध आहे.

आणीबाणीच्या आधी जयप्रकाशजींच्या नेतृत्वाखाली बिहारमध्ये उभ्या राहिलेल्या आंदोलनात इच्छा असूनही लेखिका या नवऱ्यामुळेच जाऊ शकत नाही. इथेही 'नवऱ्यामुळे' म्हणजे 'नवऱ्यावरील प्रेमामुळे' नव्हे. ती स्पष्टच लिहिते, "....भाई, तो निष्पाप स्वार्थ आणि परावलंबित्व या गोष्टींचा मला पुढे पुढे फार त्रास होऊ लागला, तरी तो वेळपर्यंत मीही त्याचा सर्वार्थाने पूर्ण ताबा घेतला होता. त्यामुळे त्याची जबाबदारीही मी टाळू शकत नव्हते. या जबाबदारीच्या जाणिवेमुळे म्हणा किंवा जोखडामुळे म्हणा, बहुधा मी मग या चळवळीत उडी घ्यायचा विचार सोडून दिला (पृ. २०२)."

या बाबतीत पृ. २२२-२२३ वरील मजकूर खूपच मार्गदर्शक आहे. प्रतिकूल टीका झाली की आपला नवरा नेहमी फार अस्वस्थ होतो आणि चाहत्यांच्या गराड्यात स्वतःची कौतुके ऐकण्यात रममाण होतो याने लेखिका फार दुःखी होते.

त्याला पंखाखाली घ्यावे, गोंजारावे असे तिला वाटते. त्याच्यातील बळाची त्याला जाणीव करून देऊन कुबड्यांशिवाय स्वत:च्या पायावर उभे राहण्यास सांगावे असे तिला वाटते. पुढे ती (अत्यहंच्या तत्त्वप्रचुर शैलीत) लिहिते, ''प्रत्येक जीव स्वतंत्र आहे. त्याने ढळू नये. आपल्या मातीत पाय रोवून ताठ उभे राहावे. वृक्षासारखे. आपल्या वाट्याचं आकाश तर हक्काचं आहे! माझ्यासारख्या वठलेल्या झाडालाही हे कळतं, तर सदाबहार असा तू, तुझ्या वाट्याला गाणी घेऊन पक्षीही आले, तुला आणखी काय हवं? हे असले सगळे मी डोळे मिटून सांगते. पण कान मिटता येत नाहीत. त्यामुळे मग देशपांडे घोरायला लागले की उपदेशपांडे- ही त्या वेळेपुरते प्रवचन थांबवून झोपायला निघून जातात.'' यातील पहिले व्यक्तिस्वातंत्र्याचे तत्वज्ञान आणि नंतरचे 'माझ्यासारख्या वठलेल्या झाडालाही' किंवा 'मी डोळे मिटून सांगते, पण कान मिटता येत नाहीत' असे स्वत:संबंधीचे उल्लेख लेखिकेच्या नेणिवेच्या संदर्भात अर्थपूर्ण होणारे आहेत. 'उपदेशपांडे' हे नामाभिधान तर नवऱ्यानेच एकदा लेखिकेला बहाल केलेले-गमतीने. ('उपदेश-पांडे' किंवा 'उप-देशपांडे' अशी कोटी!) पण इथला त्याचा निर्देशही नेणिवेच्या दृष्टीने अर्थपूर्ण. सौ. देशपांडे नव्हे तर उपदेशपांडे! त्या अशा व्याकूळ प्रसंगी देशपांड्यांना उत्साहवर्धक प्रवचन देतात- काव्यमय असूनही फक्त शाब्दिक, म्हणून कोरडे. त्यानंतर देशपांडे घोरायला लागतात आणि उपदेशपांडे निघून झोपायला (दुसऱ्या ठिकाणी) जातात!

१६०-१६१ पानावर अशीच एक आठवण आहे. नवऱ्याच्या तोंडून नेहमीच्या संभाषणात केले जाणारे विनोद आपल्याकडून (वेळेअभावी की नेणिवेच्या असहकार्यामुळे) टिपले गेले नाहीत याची लेखिकेला जाणीव होते. 'भाईवर मनापासून प्रेम करणाऱ्या एका बाईंनी' लेखिकेला अशा नोंदी करायला लिहिले. लेखिकेला वाटले की या कामासाठी त्या बाईंना 'आपल्या घरीच राहायला आपण बोलवावे.' आणि त्यांनाच अशा नोंदींचे काम करायला सांगावे. या कल्पनेला नवरा संमती देत नाही. यातून काही भानगडी निर्माण होतील याची त्याला भीती वाटते. पण लेखिका लिहिते, 'माझी कोणत्याही परिणामाला तयारी होती. त्यामुळे मला हा धोका वगैरे काही वाटत नव्हता (पृ. १६१).'' हा विश्वासही लेखिकेच्या नेणिवेचाच आहे. कारण ती नाकारीत असलेला नवरा चळला तरी त्याचे तिला सोयरसुतक ते काय?

जी. एं. शी पत्रमैत्री हे या गंडाचेच उदात्तीकरण होय. ज्याचा लेखिकेला शोध घ्यायचा होता तो हा जणू काही ''आधारवडच 'बऱ्याच कालाने का होईना, पण एक नवा मित्र आपल्याला त्यांच्या रूपाने लाभलासा' लेखिकेला वाटू लागले. लेखिका जी. एं चा 'नाना (जोगां) सारखा' असा उल्लेख करते. त्यांनी सुचविल्यानेच आपल्या आठवणींचे लेखन लेखिकेने केलेले दिसते (२१५) लेखिकेने 'नानांसारखा' असा जो उल्लेख केला आहे त्याचा अर्थ 'भय्यासारखा नव्हे' असाच नेणिवेच्या

कौलानुसार मानायला हवा!

निवेदनाच्या शेवटच्या टप्प्यात स्वत:ला पर्फेक्शनिस्ट (पूर्णतावादी) असण्याची ओढ असल्याची सूचना लेखिकेने केलेली आहे. त्याची संगती तिच्यातील अहंगंडाच्या न्यूनत्वभावाशी लागते. आणि मग लेखिकेचे आक्रमक अहंप्रेम, आग्रह, ईर्षा, सुविद्य-शिष्ट असूनही काबाडकष्टाची आवड असल्याचे सांगणे, प्रत्येक प्रसंगात 'स्व'चे स्वतंत्र अस्तित्व जपण्याची धडपड वगैरे वगैरे तपशिलाचीही संगती लागायला लागते. 'मी अपुरी आहे' या जाणिवेतच 'मी कुणीतरी खास आहे' या जाणिवेचा जन्म आहे, स्वतःच्या अपुरेपणाच्या जाणिवेवर मात करण्याचा माणसाच्या अन्तर्मनाचा हा एक मार्ग आहे याची जाणीव होऊ लागते. वैयक्तिक किंवा एका पिंडाच्या पातळीवरील ही जाणीव उदात्त होते, आणि पुरुषसत्तेविरुद्ध स्त्रीचा म्हणून आपणच प्रातिनिधिक रूप दिलेला आवाज वरची पट्टी लावून उगारू लागते. यामुळेच 'आहे मनोहर तरी' ने 'फेमिनाईन प्रोटेस्ट'चेही वळण घेतलेले दिसते. इथे एका गमतीच्या वाटेल अशा निरीक्षणाची नोंद — लेखिकेने एकाही स्त्रीचे दर्शन घडविलेले नाही. धामापूरची आजी आणि आई या दोन स्त्रिया सोडल्या तर किरकोळ माहिती वा उल्लेख इतकीच जागा या आत्मनिवेदनात स्त्रियांच्या वाट्याला आलेली आहे. घवघवीत म्हणू अशी सारी व्यक्तिदर्शने पुरुषांचीच आहेत. मानसशास्त्रीयदृष्ट्या हेही सुसंगत आहे!

मनातील इच्छा आणि वस्तुस्थितीचे ज्ञात स्वरूप यातून अहंला मार्ग काढायचा असतो. पण प्रतिकूल परिस्थितीमुळे मानवी मन काल्पनिक जगाची निर्मिती करून त्यात रमते असे फ्राईड सांगतो. (कधी ती दिवास्वप्ने तर कधी ती रात्रीची स्वप्ने असतात असेही त्याने मांडले आहे.) स्वत:च्या संदर्भात असे एखादे शरण्य निर्मिणे ही एक नैसर्गिक मानवी प्रवृत्तीच. प्रस्तुत आत्मनिवेदनात धामापूरचे घर आणि त्याचा परिसर ही अशी प्रारंभकाळातील निर्मिती आहे. त्याचे अत्यंत मनोवेधक दर्शनही वाचकांना घडते. पण लेखिकेच्या काकांनी द्रव्यलोभाने खणत्या लावल्यामुळे ते प्रत्यक्षातच भंगून गेलेले आहे. त्यासोबत लेखिकेच्या मनाच्या सर्वच स्तरांना रिझवणारा, गुंतवून ठेवणारा तो सारा परिवार पुसून गेल्यागत नाहीसा झाला आहे. त्यानंतर तिला गवसलेले किंवा तिच्या मनाने शोधलेले निवाऱ्याचे स्थान म्हणजे कविता आहे. आणि आधी लिहिल्याप्रमाणे फ्राईडच्या मते काव्य किंवा एकूण साहित्यच स्वप्नमय आहे, अतृप्त इच्छांच्या तृप्तीची-निवाऱ्याची जागा आहे. कवितांबद्दल सतत गौरवाने लिहिणाऱ्या लेखिकेने प्रस्तुत आत्मनिवेदन तर त्यांनाच अर्पण केले आहे- 'कवितांना, ज्यांनी आयुष्यभर साथ दिली.'

अहं आणि काम या दोन गंडांच्या प्रभावी कार्यशीलतेमुळे जाणिवेच्या पातळीवर एकाकितेच्या भावाशिवाय अन्य भाव जीवच धरू शकणार नाही. इतरेजनांना

दिसणाऱ्या अहंगंडाच्या मुळाशी अपुरेपणाच्या जाणिवेचा न्यूनगंड आणि दडपलेल्या कामेच्छेचे अतृप्त दडपण यांचा संयोग मनाच्या अन्तस्तरावर एक एकाकी पोकळी निर्माण करतो. लेखिका नेमकी तिथेच पोहोचली आहे.

या आत्मनिवेदनाचा एक मोठा विशेष म्हणजे ते जाणिवेच्या पातळीवर स्वत:ला पूर्णविराम देते तो अफ्रिकेतील 'इक' जमातीच्या स्मरणावर. या जमातीचे आजचेही जीवन मानवसंस्कृतीच्या आदिकालातील आहे. म्हणजेच सफाईचा स्पर्श न झालेल्या नैसर्गिक गंड-प्रेरणा-प्रवृत्ती इत्यादींनी नियंत्रित असलेले. तिथे नर व मादी हेच नाते आहे आणि केवळ स्वत:च्या त्या क्षणीच्या अस्तित्वासाठीच माणसांचे सर्व व्यवहार चाललेले आहेत. 'एकमेक हा शब्दच त्या जमातीला अवगत नाही.' हे लेखिकेनेच काढलेले सार आहे. म्हणजे हे आत्मनिवेदनही जाऊन भिडते ते नैसर्गिक - उपजत गंडादींनी गजबजलेल्या नेणिवेच्या गुहेलाच!

या लेखनाद्वारे खरे तर सुनीता देशपांडे यांनी दोन आत्मनिवेदने सादर केली आहेत. जाणिवेच्या पातळीवरील 'आहे मनोहर तरी' आणि नेणिवेच्या पातळीवरील 'गमते उदास'! लेखिकेच्या प्रामाणिक, निर्बंधकरहित आणि खऱ्याखुऱ्या आत्मशोधक भूमिकेमुळे दोन्हीही सजीव झालेली आहेत. आणि सूक्ष्माचा वेध असणाऱ्या प्रतिमांकित भाषेमुळे अनेक दृष्य - अदृष्य परिमाणे घेत घेत डौलदारपणे साक्षात्ही झाली आहेत!

♦

विंदा करंदीकरांची गझलरचना

विंदा करंदीकर हे विद्यमान मराठी कवींतील एक मातबर नाव आहे. मर्ढेकरांचा समकालीन नवकवी असूनही विशिष्ट तात्त्विक भूमिकेमुळे वैफल्य, नैराश्य किंवा उद्ध्वस्तता यांचा स्पर्शही न झालेले आणि प्रामुख्याने मात्रावृत्तांचा व मुक्तछंदाचा अवलंब करणारे, त्यातही मुक्तछंदाला मराठीत प्रतिष्ठा मिळवून देणारे हे नाव आहे. करंदीकरांच्या काव्याच्या याच नेमक्या दोन सर्वमान्य विशेषांचा, विशेष स्पष्टीकरणाशिवाय उल्लेख केला याचे कारण त्यांच्या गझलरचनेचा विचार करताना काही मदत करतील असेच हे दोन विशेष आहेत आणि त्यातही नेमकेपणी सांगायचे तर त्यांच्या गझल रचनेच्या विरोधात जाणारेच हे विशेष आहेत.

"मराठी कवितेला केशवसुतांपासून आत्मनिष्ठा लाभली असली तरी आत्मनिष्ठेतील आत्मविस्मृती लाभलेली नाही. उर्दूच्या थाटात 'शेर' लिहायचे म्हणजे मनुष्य स्वत:च्या सुखदु:खात आकंठ बुडालेला असूनही स्वत:विषयी बेभान असावा लागतो. यालाच इंग्रजीत Abandon म्हणतात." आणि पुढे "सामाजिक जाणीव असलेला कवी, व्हावा तितका बेभान आणि बेहोष होऊ शकत नाही, हेच केशवसुतांच्या उदाहरणावरून सिद्ध होते" असे श्री. भाऊसाहेब पाटणकरांच्या 'मराठी शायरी'च्या प्रस्तावनेत श्री. के. क्षी. नी जे म्हटले आहे ते, आणि "... एक प्रकारची बेहोषी, बेफिकीरी, जगाबद्दलची पूर्ण उपेक्षा, आपल्याच भावविश्वात रमून राहण्याची वृत्ती, तीव्र एकाकीपण आणि अंत:करणात सलत राहिलेल्या दु:खाची जिवापाड केलेली जपणूक" अशी लता मंगेशकरांच्या 'रंग माझा वेगळा'ला जोडलेल्या पत्रात टिपलेली गझलाची 'खासियत' - अशा गझल-लेखनाबद्दलच्या सर्वसाधारण अपेक्षांच्या आड करंदीकरांची सामाजिक (वा मार्क्सवादी) बांधिलकी येऊ शकेल. ज्या नागव्या आत्मकेंद्रिततेची अपेक्षा गझललेखनात असते ती करंदीकरांच्या पिंडातच नाही. तसा जुळणारा साम्याचा धागा एकच दिसतो. तो म्हणजे वृत्तीचा बहिर्लक्षी कल, तो त्या

त्या रूपसिद्धीतच जाणवून जातो.

याशिवाय गझलाची जन्मगत संगीतानुकूलता तर करंदीकरांच्या प्रारंभीच्या 'स्वच्छंदी' किंवा नंतरच्या 'मुक्तछंदी' रचनेबाबत किंवा मात्रावृत्तात्मक रचनेबाबत कल्पिणे म्हणजे 'कल्पिता'ची जास्त ओढाताण केल्यासारखे होईल.

याबरोबरच आणखी दोन विशेषांचा त्यांच्या गझलाकडे वळण्याआधी निर्देश करायला हवा. हे दोन विशेष म्हणजे चिंतनशीलता आणि प्रयोगशीलता.

अनुभव कोणत्याही जातीचा वा प्रकारांचा असो - म्हणजे 'सामाजिक', 'प्रेमविषयक' वगैरे- करंदीकर त्याचा स्वीकार व आविष्कार नेहमी प्रामुख्याने विचारांच्या अंगाने करताना दिसतात. याचा अर्थ त्यांच्या रचना फक्त वैचारिक प्रवचनांच्या स्वरूपाच्या असतात असा नव्हे. अनुभवाचा वेगवेगळ्या पातळ्यांवरून वेध घेणे, जाणिवेची अनेकविधरीत्या संगती लावणे हा त्यांच्या कविप्रकृतीचा एक सहजसिद्ध व नैसर्गिक धर्म आहे. त्यात संवेदना, भावना आणि त्यांनी अंकित अशा प्रतिमा, तद्भव प्रतीके यांनाही जरूर स्थान आहे / असते; पण पुढावा मिळतो तद्द्वारा सिद्ध होणाऱ्या विचाराला, चिंतनाला; आणि हा विचार किंवा हे चिंतन समग्रपणे अवतरण्याची कवीची कलात्मक निकड किंवा गरजही त्यांच्या अवलोकनात जाणवून जात असते.

प्रयोगशीलता हा तर सर्वमान्य झालेला त्यांचा विशेष आहे. त्याच्या अर्थपूर्णतेबद्दल, अपरिहार्यतेबद्दल वाद असतील; पण त्यामुळे करंदीकरांच्या प्रयोगशीलतेच्या वैशिष्ट्याला बाधा येत नाही. तालचित्रे, मुक्तसुनीते, सूक्ते, अभंग, ओवी, बालगीते अशा अनेक 'घाटा'चे प्रयोग आपल्या रचनांच्या संदर्भात त्यांनी केलेले आहेत. हे सारे त्यांच्या त्यांच्या परंपरागत पोथनिष्ठ वैशिष्ट्यांच्या स्वरूपात अर्थातच स्वीकारले गेलेले नाहीत. याबाबतीत 'परंपरा अधिक नवता' अशीच एक प्रक्रिया करंदीकरांनी पत्करलेली दिसते. आशय व अभिव्यक्तीचे अद्वैत मनात धरून सोयीसाठी वरवर पाहता असे दिसते की करंदीकरांच्या अभंगाच्या, ओवीच्या 'आशया'त नवता आहे, तर मुक्तसुनीताच्या 'आविष्कारा'त नवता आहे. तालचित्रे ही तर त्यांची पूर्णपणे नवनिर्मितीसाठीची धडपड आहे. एकंदरीने जाणवते ते असे की आपल्या अनुभवाच्या यथार्थ रूपसिद्धीसाठी भिन्न भिन्न घाटांच्या शक्यता करंदीकर प्रयोगांनी पडताळून पाहात आहेत, आणि हेही लक्षात येते की त्यांना अशा प्रयोगात यश मिळालेले असो किंवा नसो, पण रूपसिद्धीच्या भिन्न भिन्न शक्यता पडताळून पाहण्याची लवचिकता आणि शोधकता त्यांनी अभंग राखलेली आहे.

गझलरचना हा एक असाच करंदीकरांचा प्रयोग म्हणता येईल. 'जातक' या त्यांच्या चवथ्या काव्यसंग्रहाचा 'मध्य' गझलरचनांनी सजलेला आहे. 'जातक'च्या १९८३ च्या दुसऱ्या आवृत्तीत एकूण २५ गझल आहेत. तसे या संग्रहाच्या

'मध्या'तील सारेच आविष्कार करंदीकर नामक कविमनाचे आहेत. पण त्यातील अनुभवांच्या जातकुळीवरून 'विषयां'चे निदान करता येते. स्थूल मानाने पाहू जाता प्रेम (उदा. हलले जरासे चांदणे, मागू नको सख्या रे, अर्धीच रात्र वेडी, फाडेल शीड तेव्हा, माझ्या घरी मी पाहुणी, विसरुन गेलिस आपले इ.), जीवन (उदा. गझल उपदेशाचा, गझल दोघांचा), कलंदरपणा (प्यालो किती तरीही, चुकली दिशा तरीही), आत्मशोध (उदा. मी ऐकता ध्रुव हालतो, गझल उपरतीचा), एखादा कवी (उदा. गझल आरतीचा), हास्य (उदा. प्यालो किती तरीही, साठीचा गझल) अशा काही 'विषयां'च्या निमित्ताने झालेले हे लेखन आहे. पण हे हवाबंद कप्पे नव्हेत हे लक्षात ठेवायला हवे. तेव्हा करंदीकरांच्या रचनांत विषयांचे वैचित्र्य आहेच. पण यातील बहुसंख्य गझल ज्या 'प्रेम' या विषयाला वाहिलेले आहेत त्यातही 'तो आणि ती'ची भूमिका, त्यांच्या बाबतीतील त्या त्या वेळेची भिन्न वस्तुस्थिती, त्यामुळे निर्माण झालेल्या भिन्न भिन्न प्रतिक्रिया, आविष्काराचे भिन्न पवित्रे इत्यादींमुळे मोठी विविधता दिसून येते. प्रेमानुभवाचीच सूक्ष्म, स्वतंत्र, अलग रूपे त्यातून जाणवतात. याबरोबरच ज्या इतर गझल-रचना आहेत त्यातून कवीची वास्तवाभिमुख बैठक, अनुभवातील नाट्य हेरण्याची क्षमता, संवादी अशी शब्द-कल्पनांची योजकता, वृत्तरचनेची संगीतानुकूल सफाई, अनपेक्षित सुखद धक्का देण्याचे कौशल्य, गेयतेला साथ देईल अशी यमक-प्रास यांची पेरणी आणि विनातडजोड अनुभवाला मुखर करण्यातील सामर्थ्य हे विशेष दिसून येतातच.

'जातक'च्या (१९६८ च्या पहिल्या आवृत्तीच्या) परीक्षणात प्रा. ल. ग. जोग यांनी 'अतिवैयक्तिकतेच्या पातळीवर उतरलेल्या अनुभवसृष्टीमुळे' दुर्बोध झालेल्या करंदीकरांच्या कवितेवर प्रतिकूल टीका केलेली आहे. पण गझलांबद्दल ते लिहितात, ''एरव्हीची 'नैसर्गिक' दुर्बोधपणाची बाधा या गझलांना क्वचित् झाली आहे. वाचकाला आपल्या अनुभवसृष्टीशी समांतर येथे आढळते. इतके असूनही हे गझल अतिरेकी भावदर्शनाने गडद बनलेले नाहीत. पुरुषाने स्त्रीची सांगितलेली कहाणी व स्त्रीने पुरुषाची केलेली आळवणी, हे या गझलांचे स्थूल रूप होय व भावदर्शनाचा नाजूकपणा, व त्याचवेळी त्या दर्शनातील सजीव शक्ती या दोहोंचे मिश्रण यात रम्यपणे उतरले आहे.'' (आलोचना : एप्रिल १९६९)

प्रा. जोगांनी याच लेखात प्रारंभी केलेल्या प्रतिकूल टीकेच्या परिमार्जनासाठी की काय, त्यांनी करंदीकरांच्या गझलरचनेबाबत फारशी काटेकोर भूमिका घेतलेली दिसत नाही. म्हणजे असे की त्यांनी या रचनांकडे गझल म्हणून पाहिलेले नाही, कविता म्हणून पाहिलेले आहे. त्यातही त्यांच्या हाती सुबोध, दुर्बोध, कष्टबोध अशी प्रतवारी लावणारी कोष्टकेच दिसताहेत! कविता म्हणून 'जातक'च्या मध्यातील सर्वच रचना सरस आहे हे करंदीकरांचे प्रतिकूल टीका करणारे टीकाकारही मान्य

करतील, अशी खात्री वाटते.

पण चर्चा जेव्हा 'गझला'च्या पातळीवर येते तेव्हा ती नक्कीच वादग्रस्त होते. 'गझल हे केवळ वृत्त नसून ती एक वृत्ती आहे. तिच्यात एक सूक्ष्म निवृत्ती आहे' असा अलंकारिक पवित्रा सोडून दिला तरी हे मान्यच करावे लागेल की गझल हा एक स्वतंत्र काव्यप्रकार किंवा काव्यानुभवाच्या आविष्काराच्या संदर्भात मान्य केला गेलेला स्वतंत्र घाट आहे. त्याची म्हणून काही खास वैशिष्ट्ये आहेत, तसेच कायदेकानूही आहेत. हा घाट ज्याला स्वीकारायचा असेल त्याने त्याच्या कायद्यांचे पालन करण्याची जबाबदारीही पत्करली पाहिजे. मग अशा रचनेबाबत काही नवे करण्याला वावच नाही असे म्हणावयाचे काय? मुळीच नाही. बदल आवश्यक व अपेक्षित असतील तर त्यांची तशी नोंद व्हायला हवी. त्या त्या प्रकारात केलेल्या बदलांच्या संदर्भात मुक्तसुनीत, आततायी अभंग असे म्हटले गेलेच ना? मग गझलांबाबतही बदलांची सूचना देणारे, नव्या दिशेचे सूचक असे काहीतरी उपपद वापरा, वाटल्यास त्या रचनांना गाफील गझल म्हणा, नुसते गझल म्हणू नका. नाहीतरी रविकिरणमंडळाने सुनीतरचनेचे जसे चौदा ही चरणसंख्या अनियमित ठेऊन वेगवेगळे प्रयोग केले तसेच गझलाबाबतही होईल. अगदी तसेच याही प्रयोगांना फक्त वाङ्मयेतिहासात चारदोन ओळीच्या नोंदीत स्थान मिळेल. गझलविषयक संकल्पनेचा फेरविचार त्याद्वारा व्हायचा नाही. कलेच्या क्षेत्रातील बदल हे अपरिहार्य आणि अर्थपूर्ण असावे लागतात. त्यामागील कलात्मक निकड पटावी लागते. मगच त्यांच्या निमित्ताने केल्या गेलेल्या प्रयोगांना सार्थकता व साफल्य लाभत असते.

थोडक्यात, 'जातक'मधील 'मध्य' भागातील रचना गझल म्हणून पटत नाहीत. गझलाच्या दृष्टीने त्यात जाणवणाऱ्या काही वेगळ्या व नेमक्या वैशिष्ट्यांचा याआधी उल्लेख केलेला आहेच. अशी काही वैशिष्ट्ये जाणवत असली तरी त्या रचना गझल वाटत नाहीत. आता का वाटत नाहीत हे सांगणे ओघाने आलेच.

'गझल'बद्दल, त्याच्या मराठी रूपाचे निर्माते माधव ज्युलियन आणि गेल्या पिढीतील एक नामवंत समीक्षक प्रा. रा. श्री. जोग यांनी बरेच काही सांगितलेले आहे. ते बाजूस सारून आजच्या काळात - म्हणजे मराठी गझल फक्त पुस्तकी स्वरूपातच न राहिलेल्या काळात - गझलाबद्दल काय मीमांसा केली जात आहे हे पाहणे महत्त्वाचे व उचित ठरेल. भाऊसाहेब पाटणकर आणि सुरेश भट हे दोन वैदर्भीय कवी म्हणजे पूर्णार्थाने उर्दू शायरीची मराठी परंपरा मराठी भाषिकांत रूढ करणारे ठळक कवी होत. गझलाची ओळख मराठी वाचकांना माधव-ज्युलियनांनी करुन दिली असेल, पण मराठी श्रोत्यांना — रसिकांना त्यांची गोडी लावली ती सुरेश भटांनी हे मान्य करायलाच पाहिजे. प्रत्यक्ष रचना, त्यांचे जाहीर गायन आणि त्यांच्या स्वरूपाची (जमेल तशी) तात्त्विक मीमांसा या तीन्ही अंगांनी सुरेश भटांनी

गझल या काव्यप्रकारावर प्रकाश टाकलेला आहे. यातील पहिल्या दोन्ही अंगांबाबतचे त्यांचे यश आज सर्वमान्य झालेले आहे.

'एल्गार' या त्यांच्या संग्रहाची स्वलिखित प्रस्तावना — 'कैफियत' — या दृष्टीने पाहण्यासारखी आहे. त्यात मराठी समीक्षेवर व काही कवींवर त्यांनी कडाडून घेतलेले तोंडसुख आपण सोडून देऊ. शक्य झाल्यास सोडून देता देता इतकेच म्हणू की गझलाला काव्य आणि स्वत:सारख्या गझलकाराला कवी म्हणून जाणकारांकडून मान्यता मिळवण्यासाठी असा व इतका आटापिटा करून, त्यांनी स्वत:चा तोल जाऊ द्यायला नको होता. 'हाय, कंबख्त तूने पीही नही' अशी एखादी 'सानी मिसरा' (प्रभावी समारोपाची दुसरी ओळ) फेकली असती तरी भागले असते! तर ते असो.

'एल्गार'च्या प्रास्ताविकात श्री. सुरेश भट लिहितात, ''एकाच वृत्तातील, एकच यमक (काफिया) व अन्त्य यमक (रदीफ) असलेल्या प्रत्येकी दोन दोन ओळींच्या किमान पाच किंवा त्याहून अधिक कडव्यांची बांधणी म्हणजे गझल.

''दोन ओळींची कविता म्हणजे शेर किंवा द्विपदी. ती संपूर्ण अभिव्यक्ती असलेली स्वतंत्र व सार्वभौम कविताच असते.

''नेहमीची कविता सलग असते. ती उलगडत जाते. पण गझल उलगडत नसते. एकाच गझलेत विविध विषय हाताळले जाऊ शकतात, किंवा एकच संवेदना, एकच भाव किंवा एकच मूड असलेले सर्वच्या सर्व शेर असू शकतात.

''मात्र गझलेतून कोणताही शेर वेगळा काढून त्याचे चिंतन केले, तर मागचा पुढचा कोणताही संदर्भ नसूनही तो शेर म्हणजे एक संपूर्ण अभिव्यक्ती, एक वेगळी कविताच असल्याचे आढळून येते. गझलेच्या फॉर्ममध्ये उलगडत जाणारी सलग कविता लिहिली जाऊ शकते; पण ती कविताच, गझल नव्हे !''

यापुढे सुरेश भटांनी 'अनेक कवितांची एकाच फॉर्ममध्ये किंवा आकृतिबंधात बांधणी व मांडणी'; आणि 'प्रत्येक शेराचे कविता म्हणून स्वत:चे सार्वभौमत्व' अशा दोन गोष्टी गझल व कविता यातील फरक स्पष्ट करताना संक्षेपरूपाने सांगितल्या आहेत. 'गझलमधील प्रत्येक शेर स्वतंत्र समजून त्याचे रसग्रहण करावे' असा सेतुमाधवराव पगडी यांचा हवालाही त्यांनी दिला आहे.

दोन ओळींचे 'स्वतंत्र व सार्वभौम' शेर आणि त्यांची साखळी हे गझलाचे श्री. भटांनी सांगितलेले वैशिष्ट्य म्हणजे केवळ बाह्यरचनातंत्र - विशेष असा अर्थ घेणे चुकीचे व अन्यायाचे ठरेल. एखाद्या कवितेच्या बाबतीत जसे आशयाभिव्यक्तीचे अभिन्नत्व गृहित धरले जाते तसेच गझलातील द्विपदीबाबतही मानले पाहिजे. जे सांगायचे त्याची प्रस्तावना (पहिली ओळ - ऊला मिसरा) आणि त्याचा दुसऱ्या ओळीतील (सानी मिसरा) प्रभावी समारोप, या द्विपदीतील भावनात्मकता, विचारप्रवणता, नाट्य, चमत्कृती, कलाटणी आणि या सर्वांद्वारा अपेक्षित अशी परिणामकारकता या

साऱ्यांचे एकजीव रसायन म्हणजेच शेर किंवा द्विपदी होय. अशी रचना अल्पविस्तारी असली तरी नुसती स्वयंपूर्ण नव्हे तर संपूर्ण, (आणि भट म्हणतात तशी) सार्वभौम होऊ शकते.

मात्र अशा द्विपदींची मालिका वा साखळी म्हटले की त्याच्या रुपबंधातील नेमकेपणा हरवतो हे लक्षात घ्यायला हवे. कवितेचा रूपबंध तीमागील अनुभव आणि काव्यनिर्मितीची प्रक्रिया निश्चित करीत असते. संपूर्ण कविता हाच तिथे एक रूपबंध म्हणून जाणवतो. तिच्यातील प्रत्येक भाग त्या रूपबंधाचा अपरिहार्य घटक असतो किंवा असावा लागतो. श्री. सुरेश भटांना जाणवणारे 'कवितेचे उलगडत जाणे' ते हेच असावे. पण गझलाबाबत अवयव आहेत, पण शरीर नाही अशीच स्वरूपकल्पना दिसते. त्याचे अवयव असणारे शेर किंवा द्विपदी यांच्याबाबतीत मात्र 'संपूर्ण शरीरत्व' उपस्थित असते. यामुळे 'अर्धा किंवा पाव गझलच जमलेला आहे, उरलेला नाही' अशी टीकाही होऊ शकते. किंवा गझल वाचनाच्या किंवा गायनाच्या वेळी संपूर्ण गझल वाचला किंवा गायला नाही तरी बिघडत नाही. म्हणजे तात्त्विकदृष्ट्या बिघडायला नको आहे. पण कवितेबाबत हे सर्वस्वी अशक्य आहे.

करंदीकरांचे गझल, गझलाच्या तात्त्विक संकल्पनेपासून इथे दूर होतात. त्यांच्या गझलातील द्विपदींना कडव्यांचेच स्थान आहे. त्यांना संपूर्णत्व किंवा सार्वभौमत्व प्राप्त झालेले नाही. त्यांचा सारा गझल केंद्रीभूत अनुभवाच्या वेगवेगळ्या छटाच एकेका द्विपदीतून प्रामुख्याने साकार करीत जातो. 'प्यालो तरी कितीही', 'साठीचा गझल', 'चुकली दिशा तरीही' किंवा 'गझल उपरतीचा' यांची बांधणी बरीचशी 'काव्यमुक्त' आहे. पण तिथेही मध्यवर्ती सूत्राचे स्मरणच प्रत्येक द्विपदीला नेमका अर्थ देते. 'गझल आरतीचा' ही तर खास करंदीकरी रचना आहे. हा गझल आरती प्रभू या चतुरस्त्र आणि विक्षिप्त-संमिश्र लेखनासाठी प्रसिद्ध असलेल्या मराठी साहित्यिकाला उद्देशून लिहिलेला आहे हे कळल्यावर त्याचे सूत्र गवसल्यासारखे होते, पण एकूण सूक्ष्म व सूचक लेखनामुळे अर्थ निश्चितीसाठी प्रत्येक द्विपदीशी झट्या घ्याव्या लागतात! 'गझल उपदेशाचा' ही पुराण्या फटक्यासारखी असलेली रचना मात्र गझल म्हणू अशी उतरलेली आहे. त्यातील प्रत्येक द्विपदीला स्वतंत्र अस्तित्व असल्याचे आणि संपूर्ण रचनेला रूपबंधाचा नेमकेपणा नसल्याचे जाणवते.

तेव्हा करंदीकरांच्या या रचनांना सरळ सरळ गझल म्हणणे कठीण आहे. त्या कविताच आहेत, आणि निःसंशयपणे चांगल्या कविता आहेत.

गझलाच्या सुरेश भटांनी मांडलेल्या स्वरूपाबद्दलही असे म्हणता येईलसे वाटते की जनसमूहासमोर पेश केला जाणारा काव्यप्रकार या दृष्टीनेच गझलाचे हे बांधणी-विशेष अस्तित्वात आलेले आहेत. भावनेचे अतिरेकी व काहीसे स्थूल चित्रण, वस्तुस्थितीचा भडकपणा, निकराला येणे, अनपेक्षित कलाटणी, अनुभवाच्या

loudness वर दिला जाणारा भर, खटकेबाज शब्द व आकर्षक सुखद कल्पनांची योजना, प्रभावी नाट्य यासारखे विशेष समूहमनाच्या दृष्टीने परिणामकारक ठरतात. गझलातील एखादा दुसरा शेर चुकला तरी गझलच हरवला असे वाटत नाही. या रचनेशी समकक्ष होऊ शकेल अशी मराठीतील एक परंपरागत रचना म्हणजे लावणी असे म्हणता येईल. या दोन्हीतील भेद लक्षात घेऊनही हा उल्लेख इथे केला आहे. अभिरुचीचे भिन्न स्तर असलेल्या समूहाशी काव्यरचनेच्या विशिष्ट स्वरूपाच्या जोरावर एकाच वेळी नाते जोडणे, संबंध प्रस्थापित करणे हे या दोहोंतील साम्यदर्शक उल्लेखनीय सूत्र म्हणता येईल. पण लावणीतही जशी फडावरच्या लावणीबरोबर होनाजीने बैठकीतली लावणी आणून तिचा बाज भावकवितेशी जुळविला तसे गझलाबाबत काही करता येईल का याचा गझल - सम्राटांनी आणि समीक्षकांनी विचार करायला हवा. तसा विचार केला आणि गझलाच्या घाटात संगीतदृष्ट्या वगैरे काही पथ्ये पाळणारी व सलगपणे उलगडत जाणारी कविता बसू शकते हे मान्य केले तर त्यात अधिक अर्थपूर्णता, विशेषत: आकाराचा अपरिहार्य नेमकेपणा येईल असे वाटते.

गझलरचनेबद्दल स्वत: विंदा करंदीकरांची भूमिका लक्षात घेण्यासारखी आहे. डॉ. विजया राजाध्यक्ष यांनी 'ललित' मासिकासाठी घेतलेल्या मुलाखतीत ते म्हणतात, "सुरुवातीला गझलाकडे वळलो तो माधवरावांच्या प्रभावामुळे. त्या काळातल्या गझलांना त्यांचं वळण होतं. पण मग मला गझल लिहिण्याचा स्वतंत्र मूड आला. वाटलं, मला जे सांगायचं आहे ते सांगायला गझल हा आटोपशीर प्रकार बरा आहे! मला जी जाणीव बांधायची होती त्या बेताचा, त्या मापाचा, त्या वजनाचा असा हा घाट होता. माधवरावांचे व इतरांचे गझल मला काव्यदृष्ट्या पुरेसे उत्कट वाटत नव्हते. ती उत्कटता माझ्या गझलात आहे असं मला वाटतं. त्या पलीकडे मी फारसं काहीही करू शकलो नाही. प्रगल्भ व संमिश्र अनुभव यथार्थपणे सामावून घेण्याची कुवत गझलात नाही असे माझे मत आहे.... कदाचित् असेलही. मी कुठे उर्दू - फारशी वाचले आहे? त्यामुळे खरं म्हणजे मला त्यावर मत नाही!"

गझलाच्याबाबतीत करंदीकरांचे हे मतप्रदर्शन बरेच बोलके आणि सावध आहे. त्यांनी गझल लिहिले, पण त्यांच्या कायदेकानूचा फारसा विचार केला नाही. किंवा ते लक्षात घेऊन त्यांच्या बंधनातून गझल मोकळा करण्याचे प्रयोगही केले नाहीत. खरे तर प्रयोगशील आणि चिंतनशील असे जे कवी करंदीकरांचे व्यक्तित्व आहे त्याच्याशी ही गोष्ट न जुळणारी आहे. पण ती घडलेली दिसते, त्यामुळे तात्त्विकदृष्ट्या, त्यांच्या हातून गझलाची रचना न होता गझल-सदृश रचना झाली आहे असे म्हणावे लागते.

शेवटी,
'जो बाटलीत आहे, आहेच तो बुचात
हे सत्य नास्तिकांच्या डोक्यात हाणतो मी' असे जे करंदीकर एका ठिकाणी लिहून जातात ते त्यांच्या गझल रचनेच्या संदर्भातही पटायला लागते. करंदीकर नावाच्या बाटलीत भरलेला आहे तो सलग कविता लिहिणारा कवी. गझलाच्या बुचातही तोच दिसणार हे अगदी सत्य आहे ! याला आपण जोडू शकू ती पुस्ती इतकीच की हे सत्य कुणाच्या डोक्यात हाणण्याची वेळच येऊ नये !

♦

केशवकुमारांचे काव्यलेखन

आचार्य अत्रे हे मराठी साहित्यातीलच नव्हे तर महाराष्ट्राच्या सार्वजनिक जीवनातील एक अग्रगण्य उल्लेखनीय नाव आहे. शिक्षक, वक्ता, नाटककार, पत्रकार, राजकारणी अशा अनेकविध भूमिकांतून ते वावरले आणि विशेष असा की स्वीकारलेल्या प्रत्येक भूमिकेत ते राजासारखे वावरले. प्रत्येक ठिकाणी अग्रपूजेचा मान हक्काने घेतला. दुय्यमत्व त्यांच्या कुंडलीतच नव्हते. त्यामुळे बाकीच्या कोणत्याही गोष्टींचे पाठबळ नसताना केवळ स्वत:च्या बौद्धिक आणि प्रातिभ शक्तीच्या जोरावर प्रवेश करील त्या क्षेत्रात सर्वोच्च यश संपादन करणारी व्यक्ती म्हणून त्यांच्या नावाची आज नोंद होऊ शकते. पण चंद्राच्या सौंदर्याला अधिक खुलवणारा जसा एखादा डाग असतो तसे कवी अत्रे किंवा केशवकुमार हा एक विशेष असल्याचे दिसते. हे उणेपण त्यानी विडंबनकार कवीची चोख भूमिका बजावून नंतर दूर केले. पण साहित्याच्या क्षेत्रात कवी म्हणून त्यानी केलेले पदार्पण अल्पजीवी किंवा त्यांच्या लौकिकास विशेष मदत करणारे ठरले नाही ही वस्तुस्थिती मान्य करायला हवी. यामुळे लाभलेल्या मर्मग्राही आणि नितळ काव्यात्म प्रकृतीने त्यांचे नंतरचे लेखन रंगले, परिणामकारक झाले हे जरी खरे असले तरी गंभीरपणे काव्यलेखन करणारा कवी केशवकुमार बाजूला पडला हे त्याहून अधिकतर म्हणावे असे सत्य आहे.

मराठी साहित्याच्या दृष्टीने १८८५ ते १९२० हा कालखंड वैभवशाली मानला जातो. अनुवाद आणि अनुकरण या दोन अवस्था ओलांडून आत्मप्रत्ययाच्या महत्त्वपूर्ण अवस्थेत मराठी साहित्याने प्रवेश केला तो याच कालखंडात. कथा-कादंबरी, नाटक, काव्य, विनोदी लेखन इत्यादी सर्वच वाङ्मय प्रकारांबाबत कात टाकल्याप्रमाणे मराठी साहित्याने या काळात नवरूप धारण केलेले दिसते.

काव्याच्या बाबतीत हा अर्वाचीन काव्याचा कालखंड म्हणून ओळखला जातो. केशवसुतांनी असे अर्वाचीनत्व मराठी कवितेत फुंकले. आणि त्या संजीवनीने तरारलेली अर्वाचीन नवी मराठी कविता गोविंदाग्रज, बालकवी आदींनी १९२० पर्यंत जोपासली. १९२० सालापर्यंत गोविंदाग्रज, बालकवी, रेंदाळकर असे या कवितेचे उपासक काळाच्या पडद्याआड गेले आणि 'मनोरंजन' या का. र. मित्र यानी संपादिलेल्या मासिकाचे युग संपुष्टात आले. कवी अत्र्यांची जडणघडण या कालात झालेली आहे. वैयक्तिक संबंधांमुळे म्हणा किंवा वाङ्मयाच्या परिशीलनामुळे म्हणा अत्र्यांवर कवितेचे म्हणून झालेले संस्कार गोविंदाग्रज किंवा बालकवींचे आहेत. ''मी कवी कसा झालो?'' या लेखात स्वत: अत्र्यांनीच याची कबुली दिलेली आहे.

त्या काळाच्या शिरस्त्यानुसार अत्र्यांनी 'केशवकुमार' असे टोपण नाव घेतले. हे टोपण नावही त्याना दैवतासमान असणाऱ्या कवींच्या गुरूशी - म्हणजे केशवसुत या नावाशी जवळीक साधणारे आहे. असे दिसते की केशवकुमार हा अर्वाचीन कविपरंपरेतील शेवटचा म्हणावा असा पाईक आहे.

''मी कवी कसा झालो?'' या लेखात ते लिहितात, ''१९१६ सालापासून माझ्या कविता 'मासिक मनोरंजन'मध्ये प्रसिद्ध होऊ लागल्या. तत्पूर्वी रचलेल्या सर्व कवितांची मी एके दिवशी होळी करून टाकली. १९१६ ते १९२१ पर्यंत माझे काव्यलेखन अव्याहतपणे चाललेले होते. माझ्या कविता विशेष करून 'उद्यान', 'नवयुग', 'काव्यरत्नावली', 'अरविंद' व 'महाराष्ट्रसाहित्य' या मासिकांतून प्रसिद्ध झाल्या.'' प्रामुख्याने याच कविता एकत्र करून पुढे त्यांचा 'गीतगंगा' हा काव्यसंग्रह सिद्ध झाला.

या संग्रहातील बहुसंख्य कविता ही प्रेमकविता आहे. काव्याविष्काराच्या दृष्टीने अत्र्यांना प्रेमभावनेचे वाटणारे महत्त्वच त्यातून स्पष्ट होते. 'चिरविरह', 'उत्कंठा', 'प्रेमाचे ऐक्य', 'प्रिया व काही वस्तू' अशा अनेक कवितांची इथे नोंद करता येईल. 'मार्गप्रतीक्षा', 'चुंबन', 'प्रीतीची फेड' अशी प्रेमभावना व्यक्त करणारी सुनीते आहेत.

या खालोखाल निसर्गकवितांचा गट येतो. 'रानफुली', 'रानकोकिळेस', 'पानाआड फूल', 'प्रभाततारा', 'फूलपाखरे' अशा निसर्गातले नाना विभ्रम शब्दबद्ध करणाऱ्या कविता आहेत. या सर्वच कविता 'बालकवी'चा अत्र्यांवर असणारा प्रभाव स्पष्ट करणाऱ्या आहेत. 'रानफुली' ही कविता वाचताना 'बालकवीं'च्या 'निर्झरास' या कवितेची सारखी आठवण झाली नाही तरच आश्चर्य ! 'प्रभाततारा' या कवितेबाबतही तसेच म्हणता येईल.

सामाजिक विषयाबद्दल मात्र त्याना फारसे कुतूहल असल्याचे दिसत नाही.

'भावना आणि जीवन' किंवा 'मनोरमा' या कवितात विधवांच्या दु:स्थितीचा ते उल्लेख करतात. 'तुणतुण्याची तार' ही कविता केशवसुतांच्या 'तुतारी'ची किंवा बी कवींच्या 'डंका' या कवितेची आठवण करून देते. समाजजागृती हेच तिथे प्रयोजन आहे. 'लो. टिळकांचे निधन' ही सुमारे दोनशे ओळींची विलापिका त्यानी लिहिलेली आहे. काव्य म्हणून भावनेच्या दृष्टीने ती विशेष परिणामकारक वाटत नाही. शब्दबंबाळ आणि विस्तारशील असे तिचे स्वरूप झालेले आहे. 'खाली आणि वर' मध्ये त्यानी गरीब व श्रीमंत याशी संबंधित अशी दोन चित्रे रेखाटली आहेत. पहिले आहे हमालाचे. रस्त्याकडेला तो थकून आडवा झालेला आहे. अत्रे लिहितात, "काम त्याचे संपले दिवस जाता,

'उद्या'ची तर त्याजला नसे चिंता; नसे आता तो कुणाचा हमाल, निजे राजासम मोकळा खुशाल!"

याउलट सर्व सुखसोयी असून श्रीमंत मात्र विनाझोप तळमळतो आहे. त्याचे वर्णन असे,

"दिवस टळलेला बरा त्यास वाटे
'उद्या' स्मरता परी ऊर आत फाटे;
जरी असला भोवताली महाल
तरी चिंतेचा आत तो हमाल !"

१९२७ साली टी. डी. च्या अभ्यासासाठी अत्रे लंडनला गेले. त्यावेळी त्यांची बोट नव्याने खोदलेल्या सुवेझ कालव्यातून गेली. अत्र्यांना हा अनुभव विलक्षण वाटला, त्यातून त्यांची 'सुवेझ कालवा' ही चांगली कविता सिद्ध झाली आहे. हा कालवा म्हणजे त्याना पूर्व आणि पश्चिम यांच्या भेटीचे ठिकाण वाटते, मानवी बुद्धिसामर्थ्याचा मोठा विजय वाटतो. म्हणून ते म्हणतात, "हा सुवेझ कालवा ! थक्क करिल मानवा !" अगदी थोड्या विस्तारात रचलेली ही कविता मोठी परिणामकारक वाटते.

'आजीचे घड्याळ' ही लहान नातवाच्या भूमिकेतून लिहिलेली एक सुरेख कविता आहे. प्रत्येक गोष्ट बिनचूक व वेळेवर करणाऱ्या आपल्या आजीजवळ कसले तरी चमत्कारीक घड्याळ असले पाहिजे असे त्याला वाटते. पण शोध करूनही ते मिळत नाही ही त्याची तक्रार आहे. यातील लहान मुलांची निरागसता अतिशय परिणामकारक झालेली आहे.

'गीतगंगे'तील कवितांवरून असे जाणवते की शब्द व कल्पना यावर अत्र्यांचे मोठेच प्रभुत्व आहे. कवितेची रचनाही ते सफाईदारपणे करतात. नाट्य, चमत्कृती, अलंकरण यांनीही ती युक्त आहे. या कवितांत गोविंदाग्रजांचे प्रामुख्याने अनुकरण आहे असा आक्षेप घेतला जातो. पण थोडा खोल उतरून विचार

केला तर लक्षात येते की हे नुसते अनुकरण नाही. अनुकरणात आढळणारा नवशिकेपणा किंवा परावलंबीपणा या कवितात आढळून येत नाही. पण अनुभवांची निवड, त्यांची लावली जाणारी संगती, त्यांची एकूण हाताळणी म्हणजेच अनुभव स्वीकारण्याचा व तो व्यक्त करण्याचा कवी अत्र्यांचा ढाचा अगदी गोविंदाग्रजांचा वाटावा असा आहे. त्यामुळे अत्र्यांच्या कविता गोविंदाग्रजांच्या कवितांच्या अनुकृती नसून प्रतिकृती आहेत असे म्हणावेसे वाटते. म्हणूनच त्यांच्या अशा काही कविता गोविंदाग्रजांच्याच आहेत असे वाटते. वानगीदाखल पुढील कविता बघावी.

कमळेस

तारा मावळली तरी झळकते कांती तिची मागुती,
जाता तार तुटोनिही घुमतसे कानी तिची झंकृती;
स्वर्गस्थे कमळे, तुझे मुख जरी अदृश्य झाले गडे,
मुग्धे, राहिल गोड हास्य तव ते आजन्म डोळ्यापुढे !

ही कविता गोविंदाग्रजांच्या नावावर सहजपणे खपून जाईल असे वाटत नाही का? अत्र्यांचे नाव काढून तिथे गोविंदाग्रजांचे नाव घातले तर चालेल अशा अनेक कविता 'गीतगंगे'त आढळतील असे म्हणूनच म्हणावेसे वाटते. अत्र्यांच्यात इतके भिनलेले गोविंदाग्रज १९१९ साली कालवश झाले आणि वर्षा दोन वर्षात अत्र्यांचे काव्यलेखनही मंदावत गेले हा योगायोगही या दृष्टीने अर्थपूर्ण ठरतो.

अत्र्यांचे काव्यलेखन मंदावत गेले म्हणजे 'गीतगंगे'तील कवितांसारख्या कवितांचे. यानंतर त्यांच्यातल्या कवीने रूळ बदललेले दिसतात. तो सरलोक्तीकडून व्यंग्योक्तीकडे, गांभीर्याकडून हास्याकडे वळला असे दिसते. यानंतर जन्माला आले ते विडंबनकार अत्रे. 'झेंडूची फुले' या संग्रहाने त्याना अमाप प्रसिद्धी व कीर्ती मिळाली. 'मी विडंबनकार कसा झालो?' या लेखात त्यानी लिहिले आहे, ''विनोदी लेखक म्हणून महाराष्ट्रात माझे नाव होईल अशी मला पूर्वी कल्पनादेखील नव्हती. त्या दृष्टीने मी कधी तयारीही पण केली नव्हती. ...मला 'बालकवी' व्हायचे होते. मला 'गोविंदाग्रज' व्हायचे होते. त्यासाठी माझी खटपट चालू होती. पण ते सगळे राहिले बाजूला आणि 'देवा'च्या आळंदीला पोहोचायच्या ऐवजी मी 'चोरा'च्या आळंदीला जाऊन पोहोचलो !''

असे दिसते की त्यांच्यातल्या विडंबनकाराला जागे केले ते 'रविकिरणमंडळा'ने. विशेषत: त्या मंडळातील माधव जूलियन या कवीने. गोविंदाग्रज - बालकवींच्या काव्याला सरावलेल्या अत्र्यांना रविकिरण मंडळाची कविता मान्य होणे अशक्य होते. त्यात माधवजूलियन हे फार्शी भाषेचे व्यासंगी प्राध्यापक होते, त्यानी सुरू

केलेला काव्यातील 'फार्शी फॅशन पंथ' अत्र्यांना अत्यंत विसंगत वाटला. 'विडंबन काव्य ही त्याच माझ्या दुखावलेल्या भावनेची वाङ्मयीन प्रतिक्रिया होती' असे त्यानी लिहिले आहे.

माधव जूलियनांची धेडगुजरी वाटणारी शब्दरचना आणि त्यानी मांडलेली 'इराणी इष्का'ची संकल्पना याची अत्यंत सुरेख अशी विडंबने अत्र्यांनी केली आहेत. 'प्रेमाचे अद्वैत', 'शामले', 'प्रेमाचा गुलकंद' इत्यादी रचना त्याची उदाहरणे होत. त्या काळात रूढ असलेल्या काव्यरचनेच्या काही हास्यास्पद लकबांचेही त्यांनी विडंबन केले आहे. श्री. नी. चापेकर किंवा विद्याधर वामन भिडे यांच्या संस्कृतप्रचुर रचनेचे 'कषाय-पेय-पात्र-पतित-मक्षिकेप्रत' हे त्यानी केलेले विडंबन प्रसिद्ध आहे. केशवसुत, गोविंदाग्रज, बालकवी यांच्याबरोबरच अनंततनय, शाहीर कवी तिवारी, माधव केशव काटदरे या कवींच्या प्रसिद्ध कवितांची त्यानी विडंबने केलेली आहेत. रेव्हरंड ना. वा. टिळक यांनी बालकवींच्या मृत्यूनंतर 'पाखरा येशिल कधि परतुन' ही सुप्रसिद्ध विलपिका लिहिली. त्याचे ''परटा, येशिल कधि परतुन' किंवा केशवसुतांच्या 'आम्ही कोण' या सुप्रसिद्ध कवितेचे अत्रेकृत विडंबन लोकमान्य झालेले आहे. तसेच माधव कवींची बापू गोखले या अष्टीच्या लढाईत युद्धभूमीवर देह ठेवलेल्या सेनापतीवर लिहिलेली 'हा कोण इथे पडलेला। गोखलखा लढनेवाला' ही प्रसिद्ध कविता. तिचे अत्र्यांनी 'हा कोण इथे पडलेला कादरखा काबुलवाला' असे उत्तम विडंबन केलेले आहे.

विडंबनाबाबत जिचे विडंबन केले जाते ती मूळ कृती सर्वपरिचित व तोलामोलाची असावी लागते. त्याशिवाय विडंबनात रंग भरत नाही. पण विडंबन काव्येही सहानुभूतीतून लिहिली जाणे आवश्यक असते. टिंगल टवाळीचा सूर विडंबनाला घातक ठरतो. त्यात खाजगीपणा येतो, आणि मजा निघून जाते. अत्र्यांना याची जाणीव आहे. म्हणून त्यांनी म्हटले आहे की ''विडंबित कवीची टर उडवावी किंवा त्यांची फटफजिती करून त्यांना कवितेच्या क्षेत्रातून उठवून लावावे असा काही 'झेंडूची फुले' लिहिण्यात माझा हेतू नव्हता. सदर कवींच्या काव्यातले मला वाटणारे दोष हसत हसत आणि गमती जमतीने त्यांच्या आणि वाचकांच्या निदर्शनाला आणावे आणि वाङ्मयात एक नवी मौज निर्माण करावी एवढाच माझा उद्देश होता.'' यासाठी त्यानी समकालीन किंवा आधीच्या पिढीच्या कवीनाच नव्हे तर अगदी रामदासांनासुद्धा विडंबित होण्याचा मान दिला आहे. 'मनाचे श्लोक' या रामदासांच्या स्वत:ला केलेल्या धीरगंभीर उपदेशाचे अत्र्यांनी केलेले विडंबन हा त्या जातीच्या रचनेचा उत्तम नमुना आहे.

"सदा खाद्यपेयावरी हात मारी । बिले देइ सारून मित्रासमोरी;
'अरेरे घरी राहिले आज पैसे–' । खिसे चाचपोनी मना बोल ऐसे"

असा हा सारा आत्मोपदेश असून शेवट पुढीलप्रमाणे केलेला आहे –

"मना सज्जना, चार आण्यात फक्त । तुला व्हावयाचे असे 'देशभक्त';
तरी सांगतो शेवटी युक्ति सोपी । खिशामाजी ठेवी सदा गांधि टोपी !"

असे दिसते की 'रविकिरण मंडळा'चा प्रभाव कमी झाल्यावर किंवा माधव जूलियन कालवश झाल्यावर अत्र्यांची वाङ्मयीन विडंबनाची ऊर्मी ओसरत गेली. मर्ढेकरप्रणित नवकाव्यावर किंवा एकूण नवसाहित्यावर त्यानी भरपूर हल्ले केले. पण नवकाव्याची चांगली विडंबने त्यांच्याकरवी झाली नाहीत. बदललेल्या नव्या वाङ्मयीन पर्यावरणाचाही तो परिणाम असावा. १९५०-५१ नंतर त्यानी सरस अशी राजकीय विडंबने मात्र केलेली आहेत. विरोधी पक्षात असल्यामुळे काँग्रेस पक्षाचे पुढारी त्यांच्या विडंबनाचे लक्ष्य झालेले आहेत. शिवाय त्यांचे लेखन प्रामुख्याने वृत्तपत्रासाठी झालेले आहे. संयुक्त महाराष्ट्रासाठी मराठी माणसांनी जो लढा दिला त्यात अत्र्यांचे योगदान फार मोठे. या लढ्याचे संदर्भही प्रस्तुत विडंबन काव्यास साहजिकपणे लाभलेले आहेत. यात पंडित नेहरू, मोरारजी देसाई, स. का. पाटील, राजगोपालचारी वगैरे नेत्यांबरोबर महाराष्ट्रातील नेतेही विडंबन-विषय बनलेले आहेत. त्यात यशवंतराव चव्हाण, बाळासाहेब खेर, भाऊसाहेब हिरे दिसतात. विशेष लक्ष्य झाले आहेत ते काकासाहेब गाडगीळ आणि शंकरराव देव. यातही विडंबनासाठी लोकप्रिय व लोकपरिचित अशा मराठी गीतांचा वापर केलेला आहे. उदा. 'वाहवा वाहवा चेंडू हा'च्या धर्तीवर 'वाहवा वाहवा नेहरू हा सुंदर कितीतरी खचित अहा!', 'घास घ्यावा तान्ह्या बाळा'च्या धर्तीवर 'घोट घ्यावा शंकरदेवा । गांधीजीच्या नंदीदेवा ॥'; 'डोळे हे जुलमी गडे'च्या धर्तीवर 'मंत्री हा जुल्मी गडे । यास पुन्हा निवडु नका !; 'अजिम्या ब्रह्म पाहिले'च्या धर्तीवर 'अजि म्या 'काका' पाहिला !' इ. इ. या रचनांनी त्या काळात धमाल उडवून दिलेली होती.

अत्र्यांच्या विडंबनपर रचनांबाबत एक विशेष जाणवतो तो अखेरीस नोंदवायला हवा. सर्वसाधारणपणे असे असते की मूळ ठाऊक असल्याशिवाय विडंबने परिणामकारक होत नाहीत. अशा रचनांचे हे परावलंबन खरेही आहे. पण अत्र्यांच्या रचनांचा विशेष असा की त्यांना त्यांचे स्वतःचे असे एक खास मूल्य आहे. मूळ काय आहे याची नेमकी कल्पना नसली तरी त्या परिणामकारक होतात. याचे कारण अत्र्यांच्या प्रतिभेतील उत्तम अशा विनोदाला द्यावे लागते. आधारासाठी ते मुळातील काही वस्तुस्थिती घेतात पण त्यात त्यांची रचना अडकत नाही. विनोदाच्या अंगाने तिचा स्वतंत्र विकास-विस्तार होत जातो.

म्हणूनच त्यांच्या अशा रचनांत एक कमालीची सहजताही जाणवत राहाते. 'परिटास', 'शामले', 'कादरखां', 'मनाचे श्लोक' अशा कितीतरी रचना या दृष्टीने तपासता येतील. तेव्हा 'विडंबनातही मूळ विडंबनविषयाचा अल्प आधार' या त्यांच्या खास वैशिष्ट्यामुळे मराठी विडंबनकारांच्या यादीत त्यांचे नाव नेहमीच पहिल्या क्रमांकावर ठेवावे लागते. विडंबनकाराला लागणारे इतर जे गुण विशेष आहेत ते त्यांच्या ठिकाणी जाणवतातच. पण वर उल्लेखिलेला विशेष म्हणजे त्यांच्या खास प्रतिभेची रम्य झेप आहे!

◆

www.ingramcontent.com/pod-product-compliance
Lightning Source LLC
LaVergne TN
LVHW032011070526
838202LV00059B/6399

* 9 7 8 8 1 7 7 6 6 3 5 2 5 *